எங்கே செல்கிறது தமிழ்க் கவிதை?

விரிவுபடுத்தப்பட்ட புதிய பதிப்பு

ந.முருகேசபாண்டியன்

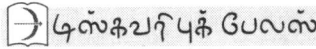

டிஸ்கவரி புக் பேலஸ்

கே.கே.நகர் மேற்கு, சென்னை - 600 078.
(பாண்டிச்சேரி கெஸ்ட் ஹவுஸ் அருகில்)
Ph: 044 - 4855 7525 Mobile: +91 87545 07070

எங்கே செல்கிறது தமிழ்க் கவிதை?
விரிவுபடுத்தப்பட்ட புதிய பதிப்பு
ந.முருகேசபாண்டியன்©

Enge Selkirathu Tamil Kavithai?
Compiled by: **N. Murugesapandian**©

First Edition: Feb - 2020
Pages: 224
ISBN: 978-93-89857-14-6

Published by :

Discovery Book Palace (P) Ltd,
6, Mahaveer Complex, Munuşamy Salai,
K.K.Nagar West, Chennai-600 078.
Ph: +91 44 48557525
Mobile: +91 87545 07070

E-mail: **discoverybookpalace@gmail.com,**
Website: **www.discoverybookpalace.com**

Rs. 250

இந்த நூலில் பிரசுரமாகியுள்ள எந்த ஒரு பகுதியையும் பதிப்பாளரின் எழுத்துபூர்வமான முன்அனுமதி பெறாமல் எடுத்தாள்வதோ, மறுபிரசுரம் செய்வதோ, மொழியாக்கம் செய்வதோ, அச்சு மற்றும் மின்னணு ஊடகங்களில் மறுபதிப்பு செய்வதோ, காப்புரிமை சட்டப்படி தடை செய்யப்பட்டுள்ளது. இந்த நூலிலிருந்து குறிப்பிட்ட பகுதிகளை மேற்கோள்காட்டி புத்தக விமர்சனம் செய்ய, ஊடகங்களுக்கு மட்டும் அனுமதி உண்டு.

உங்கள் மொபைல் போனிலிருந்து ஸ்கேன் செய்து டிஸ்கவரி புக் பேலஸின் மொபைல் ஆப்பை டவுன்லோடு செய்து, புத்தகங்களை வாங்குங்கள்.

அன்புடன்
நண்பர் **கோணங்கிக்கு**

என்னுரை

இரண்டாயிரமாண்டு காலப் பாரம்பரியமுடைய தமிழ்க் கவிதை மரபு, இன்றைய உலகமயமாக்கல் காலகட்டத்திலும் வீச்சாகத் தொடர்வது, வேறுபட்ட மனப்பதிவுகளை ஏற்படுத்துகிறது. உலக மொழிகளில் நாவல்கள் முக்கியமானவை என்று கொண்டாடப்படும்வேளையில், தமிழில் இலக்கிய ஆர்வலர்கள், உற்சாகத்துடன் கவிதை எழுதிக் கொண்டிருக்கின்றனர். ஒரு கவிதைகூட எழுதாத தமிழ்ப் படைப்பாளி என்று யாராவது ஒருவர் இருக்க வாய்ப்பில்லை. எல்லோருக்கும் இலக்கிய உலகினுள் நுழைந்திட கவிதை பயன்படுகிறது. மொழியின் மாய நிகழ்வாக வெளிப்படும் சொற்கள், கவிதை வரிகளாகப் பரிணமிக்கும் விந்தை, கவிதையாக்கத்தில் நிகழ்கிறது. மனசின் மொழியாகப் பொங்கும் கவிதை வரிகள், மௌன வாசிப்பின்வழியே புதிய அனுபவங்களைக் கிளர்த்துகின்றன. முடிவற்ற நினைவுகளின் வழியே அர்த்தமாகும் மனித இருப்புப்போல, கவிதையின் சூட்சுமான மொழிப்பொருள் பரவசத்தை உண்டாக்குகிறது. கலங்கலான சொற்களில் மங்கலான பொருளை வெளிப்படுத்தும் கவிதையின் வசீகரம் என்றும் தீராதது.

ஆசுகவி, வரகவி எனத் தமிழில் சக்கைப்போடு போட்ட பண்டைய கவிராயர் மரபு ஏனோ எனக்கு நினைவுக்கு வருகிறது. நெல் அறுவடைக்குப் பின்னர், பொலிகளத்தில் புலவருக்கெனத் தனியே தரப்படும் தானியம், 'புலவர் அரி' எனப்பட்டது. புலவர்கள் வாழ்த்திப் பாடல் பாடினால் நல்ல மகசூல் காணும் எனக் கிராமத்துச் சம்சாரிகள் நம்பினர். அதேவேளையில் புலவர் அறம் வைத்துப் பாடினால் பேரரசன்கூட மாண்டு விடுவான் என்ற நம்பிக்கை நிலவியது. ஒரு சொல் வெல்லும் ஒரு சொல் கொல்லும் என்பது தமிழர்களின் வாழ்க்கையின் இன்றளவும் ஆழமாக ஊடுருவியுள்ளது. சொல்லின் பின்னால் புதைந்துள்ள மர்மம் மக்களை அச்சுறுத்தும்வேளையில் கவிதையைத் தமிழ்ச்சமூகம் எங்ஙனம் எதிர்கொண்டது என்பது ஆய்விற்குரியது. சரி, போகட்டும்.

பத்தொன்பதாம் நூற்றாண்டின் இறுதியிலும் செய்யுள் எழுதுவது மேன்மையாது எனப் பொதுப்புத்தி உயர்சாதியினரிடம் வலுவாக இருந்தது. சோதிடம், சமையல் குறிப்பு பற்றிக்கூட யாப்பிலக்கணத்தில் எழுதப்பட்ட செய்யுள்கள் அச்சடிக்கப்பட்டுப் புத்தகங்களாக வெளிவந்தன. புலவர் பரம்பரையில் வந்த புலவராலும்கூட உரைநடையில் எழுதுவது இயலாத

சூழல் அன்று நிலவியது. ஓரளவு கல்வியறிவு பெற்றவர்கள், எந்தவகையிலும் உரைநடையில் இலக்கியம் படைப்பதைத் தடை செய்யும்வகையில், செய்யுள் இயற்றுவதற்கு மட்டும் முன்னுரிமை தரப்பட்டிருந்தது. பாமரருக்குப் புரியாத செய்யுள் வடிவில் எழுதுவது உயர்சாதியினர் செய்த தந்திரம். அறிவுத்துறையில் விளிம்புநிலைச் சாதியினர் நுழையாதிருக்கவும், கல்வியின் பலன்களைத் தாங்கள் மட்டும் அனுபவித்திடவும் பார்ப்பனர் உள்ளிட்ட உயர்சாதியினருக்குச் செய்யுள் வடிவம் பெரிதும் பயன்பட்டது. ஆங்கிலேயரின் இடைவிடாத முயற்சியினால் தமிழில் வசனம் எனப்படும் உரைநடை பரவலானது. ஜெர்மன் நாட்டைச் சார்ந்த சீகன் பால்கு 1706 இல் தமிழகத்திலுள்ள தரங்கம்பாடிக்கு வந்து கிறிஸ்தவ சமயப் பிரச்சாரப் பணியுடன், பைபிளைத் தமிழாக்கிப் புத்தகமாக வெளியிட்டார். அந்த நூல், உரைநடை வடிவில் இருந்ததால், அது 'பறையர் வேதம்' எனக் கேவலமாகச் சொல்லப்பட்டது. கவிதை என்பது புனிதமானது, கவிஞன் என்பவன் இறையருள் பெற்றவன் என்ற சொல்லாடலில் புதைந்துள்ள வைதிக சமய அரசியலைக் கண்டறிய வேண்டிள்ளது யாப்பு வடிவிலான கவிதைக்குப் பின்னால் பொதிந்துள்ள நுண்ணரசியல் இன்றைய தலைமுறையினர் அறியாதது. அதைவிட முக்கியமானது யாப்பிலான மரபுக்கவிதையே தமிழில் இன்று அருகிவிட்டது என்பதுதான். இன்று கவிதை என்றாலே அது யாப்பற்ற நவீன கவிதையையே குறிக்கிறது.

மரபு வழிப்பட்ட அழகியல் பார்வைக்கு மாற்றாகப் புதிய போக்குகளை முன்னிறுத்தும் தமிழ்க்கவிதை, இன்று பொருளியல், பால், சாதிரீதியில் ஒடுக்கப்பட்ட விளிம்புநிலையினரின் குரலுக்கு முக்கியத்துவம் தந்துள்ளது. இன்னொருபுறம் சூழலின் வெக்கையினால் வாடி வதங்கும் மனதின் பதற்றமும், கசப்பும் செறிவான கவிதை வரிகளாக வெளிப்படுகின்றன.

1978இல் தேடல் இதழில் வெளியான அக்காக்கள் கவிதைமூலம் இலக்கிய உலகிற்குள் நுழைந்த எனது முயற்சி, தொடக்கத்தில் கவிஞராகவே இருந்தது. அப்புறம் நான் விமர்சகராக மாறியது தற்செயலானது.

நீண்ட கவிதை பாரம்பரியம்மிக்க தமிழ்க் கவிதையை விமர்சனரீதியில் அணுகுவது குறைவாக உள்ளது. தனிமனித ரசனை சார்ந்து உருவாக்கப்படும் அபிப்ராயங்கள்தான் முன்னிலை வகிக்கின்றன. நவீன கவிதை பற்றிய பேச்சுகளும் மறுபேச்சுகளும் பரவலாகாத சூழலில், கவிதையை விமர்சிப்பது ஒப்பீட்டளவில் சிரமமானது. கவிதைக்கான விமர்சன மொழியும் கருவியும் தமிழில் பெரிய அளவில் வளர்ச்சியடையவில்லை. இதனால் காத்திரமான கவிஞர்களே விமர்சகர்களாக மாறி, பிறருடைய கவிதையைப் பற்றிக் கருத்துரைக்கின்றனர். கவிஞராக இருப்பதால், புனைகதையாளரைவிட மேன்மையானவர் என்ற பார்வை, கவிதையை இயல்பாக அணுகுவதற்குத் தடையாக உள்ளது. கவிதை குறித்த விமர்சனம் என்றால், வேதாந்தியின் அபிப்ராயம்போல அத்வைத மெய்யியல் பின்புலத்தில் எழுதுவதும் இங்கு நிகழ்கிறது.

கவிஞர்களுடனான உரையாடல்கள்தான் நவீன கவிதை பற்றிய எனது விமர்சனங்களுக்கான ஆதாரம். நவீன கவிதை பற்றி அவ்வப்போது என்னால் எழுதப்பட்டுள்ள கட்டுரைகள், புத்தக வடிவம் பெற்றுள்ளன. அவை நவீன கவிதையின் மர்மங்களையும் நுட்பங்களையும் அறிந்துகொள்வதற்கு கவிதை ஆர்வலர்களுக்கும், வாசகர்களுக்கும், மாணவர்களுக்கும் உதவும் என்று நம்புகிறேன். விமர்சனம் என்பது இருளில் ஒளியைப் பாய்ச்சும் ஆற்றல்மிக்கது என்ற அடிப்படையில், புதிராகத் தோன்றும் நவீன கவிதைகள் பற்றிய எனது விமர்சனம், உங்களுக்கு உதவலாம். கவிதை விமர்சன உலகில் செல்லவேண்டிய தொலைவு, அடிவானத்துக்கு அப்பால் உள்ளது.

உயிர்மை பதிப்பகம் வெளியிட்ட இந்நூலின் முதல் பதிப்பில் இடம்பெற்றிருந்த பதின்மூன்று கட்டுரைகளுடன், இந்தப் பதிப்பில் சமகாலத்தியப் பெண் கவிஞர்களின் கவிதைகள், நவீன கவிதையின் வளர்ச்சியில் மொழிபெயர்ப்புகள், கவிதைகளின் உலகில்..., காந்தியுடன் இரவு விருந்திற்குச் செல்லும் மனுஷ்யபுத்திரன், ஸ்ரீநேசன் கவிதையுலகில், மண்ணிலிருந்து முளைத்திடும் கவிதைகள், கொஞ்சம் மனது வையுங்கள் தோழர் ஃபிராய்ட்: வெய்யில் கவிதைகளை முன்வைத்து ஆகிய ஏழு கட்டுரைகள் புதிதாகச் சேர்க்கப்பட்டுள்ளன.

இந்த விமர்சன நூலில் இடம்பெற்றுள்ள கட்டுரைகள், வெவ்வேறு காலகட்டங்களில் எழுதப்பட்டபோது, சில விஷயங்கள் தவிர்க்கவியலாமல் திரும்பத்திரும்ப இடம்பெற்றுள்ளன. கூறியது கூறலைப் பொறுத்துக்கொள்ள வேண்டுகிறேன். சில கட்டுரைகளை நண்பர்களால் நடத்தப்பெற்ற கருத்தரங்குகளில் பங்கேற்றபோது எழுதினேன். விக்ரமாதித்யனின் கவித்துவம், வெண்ணிலாவின் பெண் கவிதைமொழி, மண்ணிலிருந்து முளைத்திடும் கவிதைகள் ஆகிய கட்டுரைகள் கவிதைத் தொகுப்புகளில் பிரசுரிப்பதற்காக எழுதப்பட்டவை. இந்தக் கட்டுரைகளை வெளியிட்ட சதங்கை, தீராநதி, புதிய பார்வை, யாதுமாகி, உயிர்மை, உயிர் எழுத்து, காலச்சுவடு, விகடன் தடம் இதழ்களின் ஆசிரியர்களுக்கு நன்றி.

டிஸ்கவரி புக் பேலஸ் பதிப்பகம்மூலம் நூலினை வெளியிடும் நண்பர் மு.வேடியப்பன் அவர்களுக்குத் தோழமையான நன்றி.

என் எழுத்துப் பணிக்குப் பின்புலமாக விளங்கும் அன்புப் பிள்ளைகள் கௌதம், மோனிஷா மற்றும் அன்புத்துணைவி உஷா மீதான ப்ரியமும் அன்பும் என்றும் தீராதது.

ந.முருகேசபாண்டியன்

மதுரை

94438 61238

பொருளடக்கம்

1	நவீனப் பெண் கவிதையியலில் அகம்xபுறம்	11
2.	நவீனக் காதல் கவிதைகளின் பன்முகங்கள்	19
3.	சங்கத் திணை மரபும் நவீனத் தமிழ்க் கவிதைகளும்	31
4.	நவீனத் தமிழ்க் கவிதைத் தொகை நூல்கள்	46
5.	நவீனத் தமிழ்க் கவிதைகளும் செம்மொழிக் கூறுகளும்	75
6.	சமகாலத்தியப் பெண் கவிஞர்களின் கவிதைகள்	88
7.	நவீனக் கவிதையின் வளர்ச்சியில் மொழிபெயர்ப்புகள்	106
8.	கவிதைகளின் உலகில்...	115
9.	அபி கவிதைகள்: சில எதிர்வினைகள்	123
10.	விக்ரமாதித்யனின் கவித்துவம்	131
11.	அப்பாஸின் தேடல்: கவிதையின் வழியே	136
12.	மனுஷ்யபுத்திரனின் அரசியல் கவிதைகள்	139
13.	காந்தியுடன் இரவு விருந்திற்குச் செல்லும் மனுஷ்ய புத்திரன்	151
14.	ஸ்ரீநேசன் கவிதையுலகில்	164
15.	சுதீர்செந்திலின் கவிதை வெளி	172
16.	சுகிர்தராணி கவிதை மொழியும் உடல் அரசியலும்	180
17.	தமிழ்த் திணைமரபில் தமிழச்சியின் மஞ்சணத்தி	189
18.	மண்ணிலிருந்து முளைத்திடும் கவிதைகள்	196
19.	வெண்ணிலாவின் பெண் கவிதை மொழி	205
20.	கொஞ்சம் மனது வையுங்கள் தோழர் ஃபிராய்ட்: வெய்யில் கவிதைகளை முன்வைத்து	217

நவீனப் பெண் கவிதையியலில் அகம் X புறம்

நவீன உலகில் பெண் பற்றிய புனைவைக் கடந்து இயல்பாக இருந்திட ஆணினால் இயலாதவாறு சூழல் மாறியுள்ளது. இயற்கையின் அரவணைப்புப் பெற்றுள்ள பெண்ணுக்கு அவளது இருப்பு, உடல் வழியே கொண்டாட்டமாகிறது. ஆண் தனித்து ஒற்றை உயிராகி எதிலும் ஒன்றஇயலாமல் வெளியில் அலைந்து திரிகிறான். நாளடைவில் அவனது மனவுணர்வுகள் விரைத்துப்போய்க் கெட்டிதட்டிப் போகின்றன. மீண்டும் மீண்டும் நம்பிக்கைப் பத்திரத்தைப் புதுப்பிப்பதைத்தவிர ஆணுக்கு வேறுவழியில்லை. இன்றைய நவீன ஆண் X பெண் சொல்லாடல் வழியாகப் பெண் கவிதை மொழியில் செயற்படும் அகம் X புறம் பற்றிய விசாரணையைத் தொடங்க வேண்டும்.

அகம் X புறம் என்ற முரணில் விரியும் வாழ்க்கை, சமூகரீதியில் பெண்ணுக்குள் ஏற்படுத்தும் விளைவுகள் ஆழமானவை. குடும்ப நிறுவனத்து ன் ஒவ்வொரு புள்ளியிலும் பெண்ணின் இயல்புகள் வரையறுக்கப்பட்டுள்ளன. அகம் என்பது பிறரிடம் பகிர்ந்துகொள்ள இயலாதவாறு, ஒத்த தலைவனும் தலைவியும் துய்க்கும் இன்பம் என்ற புரிதலுடைய சங்கக் கவிதை மரபிலிருந்து, நவீனப் பெண் கவிஞர்களின் கவிதை வரிகள் மாறுபடுகின்றன; பெண்ணின் அகத்தினைத் தனித்துவமானதாகக் கருதுகின்றன.

இருபதாம் நூற்றாண்டின் பிற்பகுதி வரையிலும் ஆணின் குரலை மையமிட்டதாகத் தமிழ் இலக்கியம் வடிவமைக்கப்பட்டிருந்தது. அதாவது காதல் என்பது ஆணின் வழியாகப் பெண்ணுக்குக் கடந்து செல்லும் தன்மையுடையது என்ற பொதுப்புத்தி நிலவியது. யதார்த்தத்தில் பரஸ்பர காதல் உணர்வில், ஆணைவிட ஒரு மடங்கு கூடுதலாகவே

பெண்ணின் அகம் பரவசப்படும் இயல்புடையது. அதைப் படைப்பின் வழியே பெண் வெளிப்படுத்துவது என்பது எழுதப்படாத தடையாகவே பன்னெடுங்காலமாக வழக்கிலுள்ளது. ஆண் கவிஞர்களில் மீரா முதலாக album கவிஞர்கள் பலரும் காதலுக்காகக் கவிதைகளின் வழியே உருகி வழிந்து கொண்டிருக்கின்றனர். இத்தகைய ஆண் கவிஞர்களின் குடும்பத்தினர், நண்பர்கள், வாசகர்கள் அவற்றைத் தனித்த பிரதிகளாகக் கருதுகின்றனர். ஆண் கவிஞர் எனில், பிரதியானது படைப்பாளியை விட்டுத் தனித்து விடுகின்றது. பெண் கவிஞர் 'காதல், பெண்ணுடல்' பற்றிக் கவிதை எழுதியவுடன் "ஓகோ! இவள் மேற்படி விஷயத்திற்கு அலைகிறாள்... காதல், உடலுறவு விவகாரத்தில் ரொம்ப அடிபட்டவள்" என்று பிரதியை முழுக்கப் பெண்ணுடன் பொருத்திப் பார்க்கும் ஆண்வயப்பட்ட போக்கு இன்று நிலவுகிறது.

பெண் கவிஞரின் அனுபவத்திற்கும் படைப்பினுக்கும் இடையிலான முரணினைக் கணக்கிலெடுக்க வேண்டியது அவசியம். நவீனக் கவிதையில் பெண் என்ற அடையாளத்தினைத் தவிர்த்துவிட்டு, உயிரின் வாதனை, துக்கம், பரவசம் என்று அணுகிடும் விசாலமான பார்வை தமிழில் இல்லை.

இன்று சகலமும் மறுதலிக்கப்பட்டு மறுவாசிப்பு செய்யப்படும் வேளையில், கவிதை மட்டும் தனித்திருக்க முடியாது. உருப்பளிங்கு போன்ற வடிவத்திற்குள் செய்நேர்த்தியான வரிகளைக் கவிதையென்று போற்றிய மனநிலை மறைந்துவிட்டது. பெண்ணின் அனுபவங்கள் வீட்டைவிட்டு வெளியேறி வெளியெங்கும் பரவுகின்றன. பெண் தனக்கென உருவாக்கிய வெளியில் வெளியாகும் கவிதை வரிகள், அதிர்வை ஏற்படுத்துகின்றன. காலந்தோறும் மொழி வழியே புனையப்பட்ட கற்பிதங்களைப் புறந்தள்ளிவிட்டு, பெண்ணின் சுயமான இருப்பு, ஆயிரமாயிரம் மறுதலிப்புகளை எழுப்புகிறது. பெண்ணின் தன்னிச்சையான இயல்பு, இயக்கம் நிறுவனமயமாகிப்போன ஆண்களுக்குப் பதற்றத்தை ஏற்படுத்திக்கொண்டிருக்கிறது. இத்தகையோர் போலி ஒழுக்க விதிகளை வகுத்துக்கொண்டு, தாங்களே 'ஒழுக்கசீலர்கள்' என்று வேடம் புனைந்து கூக்குரலிடுகின்றனர்.

தமிழ்க் கவிதையில் சலனத்தை உருவாக்கும் நூற்றுக்கணக்கான ஆண் கவிஞர்களுடன் ஒப்பிடுகையில் பெண்கவிஞர்களின் எண்ணிக்கை மிகவும் குறைவு. பெண் தனித்து இயங்கும் உயிர் என்றரீதியில் அவளது அகம் குறித்துக் கவிதை வரிகளை எழுதும் கவிஞர்களில் இளம்பிறை, வெண்ணிலா, மு.சத்யா, சல்மா, மாலதி, குட்டி ரேவதி, மாலதி மைத்ரி, சுகிர்தராணி, கனிமொழி ஆகியோர் முக்கியமானவர்கள். இப்பட்டியல் முழுமையானது அல்ல. பெண் கவிஞர்கள் பிரக்ஞைப்பூர்வமாகத் தாங்களே வடிவமைத்துள்ள வெளியில், எழுதப்படும் கவிதைகளில்

மரபு வழிப்பட்ட ஆணுக்குச் சிறிதும் இடமில்லை. ஆண் என்ற லிங்க மைய அதிகாரத்தின் பிரதிநிதியை முற்றிலும் புறக்கணிக்கின்றனர்.

இதுவரை குடும்ப நிறுவனத்தில் எல்லாம் சௌகர்யமாக இருப்பதாக நம்பிக்கொண்டிருக்கும் ஆண்களுக்குப் பெண் கவிஞர்களின் எழுத்துகள் ஆத்திரத்தினை ஏற்படுத்துகின்றன. ஆழ்மனதில் ஆணுக்குள் பொதிந்துள்ள பெண் பற்றிய அழுத்தமான பிம்பம் சிதைவடைவதனை ஏற்கவியலாமல் சிலர் கூக்குரலிடுகின்றனர். பெண் மனதைப் புரியவியலாமல், 'ஆழங்காணாத கடல்' என்று பதற்றமடைந்து புலம்பிய கடந்த தலைமுறை ஆண்களின் குரல் இன்று வேறு வடிவில் ஒலிக்கிறது.

கோயிலைச் சுற்றித் தேவரடியார் தெருக்களை ஏற்படுத்திச் சுகித்திருந்த ஆணுக்கு, வீட்டில் உறைந்திருக்கும் மனைவியின் மனம் புரியாமல் போனதில் வியப்பில்லை. பெண்மனம் விசித்திர ஜந்து என்று குழம்பும் ஆண்களுக்கு, பெண் கவிஞர்களின் கவிதைகள் வழியே பதிவாகும் பெண் உடல் மீது கொள்ளும் வேட்கை, பரவசம் இன்னும் பயத்தினைத் தருகிறது. இதனால்தான் நவீன கவிதையில் வெளிப்படும் பெண்ணின் அகக்குரலை எதிர்கொள்ள இயலாமல் பொங்கியெழுகின்றனர். இன்னொருபுறம் நேற்று வந்து ஒரு கவிதைத் தொகுப்பு வெளியிட்ட பெண் கவிஞருக்குக் கிடைக்கும் அடையாளமும் அங்கீகாரமும் அவர்களுக்கு எரிச்சலைத் தருகின்றன.

கடந்த பத்தாண்டுகளில் நான்கு தொகுதிகள் வெளியிட்டுள்ள ஆண்கவிஞரின் பெயரைக்கூட குறிப்பிட யாருமில்லாத நிலை, சிலரது கோபத்தைத் தூண்டிவிடுகிறது. இவை பெண்கவிஞர்களின் அகக்கவிதைகள் புறநிலையில் ஏற்படுத்தியுள்ள விளைவுகளில் சில பதிவுகள்.

இன்று பெண் கவிஞர்கள் சிலரின் மீது சுமத்தப்படும் குற்றச்சாட்டு, "இவர்கள் தங்கள் எழுத்தில் முலை, யோனி போன்ற சொற்களைப் பயன்படுத்துகின்றனர்" என்பதாகும். குடும்பத்தில் அடங்கியொடுங்கப் பவ்வியமாக வாழவேண்டிய பெண், இவைபோன்ற சொற்களைப் பயன்படுத்துவது கூடாது என்பது இத்தகைய குற்றச்சாட்டின் பின்புலம், இதுவன்றி வேறு என்ன?

படைப்பில் எத்தகைய சொற்களைப் பயன்படுத்த வேண்டுமென்று பிறர் தீர்மானிக்கும் முயற்சியில் சங்க இலக்கியம் தொடங்கி album கவிஞர்கள் வரை, ஆண் கவிஞர்கள் பெண்ணின் உறுப்புகளைத் தனித்தனியாக உவமையுடன் பொருத்தி வருணிப்பதன்மூலம் கிளுகிளுக்கின்றனர். அவர்களுடைய கவிதை முயற்சிகளுக்கு எவ்விதமான அறிவுரையும் இல்லை. பெண்ணின் மனவுணர்வுகளைக் கருத்தில்கொள்ளாமல், வெறுமனே உறுப்புகளின் தொகுதியாகக் கவிதையில கண்டு ரசிக்கும்

பார்வையே மரபு வழிப்பட்ட இலக்கியத்தின் வெளிப்பாடாக உள்ளது. இன்னொருபுறம் பெண் என்று அடையாளப்படுத்தப்படும் உறுப்புகளைக் கேவலமாகக் கவிதையில் குறிப்பிடுவது பக்தி இயக்கக் காலகட்டத்திலே தொடங்கிவிட்டது.

சித்தர்கள் பெண்ணைத் தீராத காமப் பசியுடையவள் என்று திட்டுவதுடன், அவளது உறுப்புகளைக் கேவலமாக விவரிக்கின்றனர்.

"வட்டமுலை யென்றுமிக வற்றுந் தோலை
மகமேரு என உவமை வைத்துக் கூறுவார்
கெட்ட நாற்றமுள்ள யோனிக் கேணியில் வீழ்ந்தார்
                        (பாம்பாட்டி சித்தர்)

"மலமும் சலமும் வரும்பும் குரையும்
அலையும் வயிற்றை ஆலிலை யென்றும்
... ...
நருவார்க்கு இடமாய் நான்று வழியும்
முலையைப் பார்த்து முளரி மொட்டென்றும்
... ...
நீரும் சளியும் நின்று ஒழுகும்
கூரிய மூக்கைக் குமிழ் என்று கூறியும்
... ...
தோலும் இறைச்சியும் துதைத்துச் சீப்பாயும்
காமப் பாழி கருவினைக் கழனி
தூமைக் கடவழி தொளை பெறுவாயில்
... ...
உள்நீர் பாயும் ஓசைச் செழும்புண்   (பட்டினத்தார்)

பெண்ணின் உறுப்புகளை எதிர்மறையாக விளக்குவதன்மூலம் பெண்ணை வெறும் உறுப்புகளின் குவியல் என்று கருதும் பட்டினத்தாரின் பார்வை, அடிப்படையில் மோசமானது. எனவே தமிழ்க் கவிதை மரபில் பெண்ணின் உறுப்புகள் இதுவரை இடம்பெறாதது போன்ற பாவனை தவறானது. அவை எந்தரீதியில் கவிதைக்குள் இடம்பெறுகின்றன என்பதுதான் முக்கியமானது. ஆண் கவிஞர்கள் எப்படி வேண்டுமானாலும் கவிதைகள் எழுதிக்கொள்ளலாம். பெண்கவிஞர்கள் அடக்கி வாசிக்க வேண்டுமென்று எதிர்பார்ப்பது ஆண் மையவாதத்தின் வெளிப்பாடு. எதைப் படைப்பாக்க வேண்டுமெனத் தீர்மானிப்பது கவிஞனின் தனிப்பட்ட விவகாரம். அது எந்தரீதியில் படைப்பாக்கப்பட்டிருக்கிறது என்பதுடன், சமூகத்தின் மீது செலுத்தும் ஆளுகைகள் ஆய்விற்குரியன.

பெண்ணைச் சக்தியின் வடிவமாக, தாய் தெய்வ வழிபாட்டின் எச்சமாகக் கருதி வழிபடும் தமிழரிடையே, பெண்ணைத் திட்டும்போது,

அவளது பிறப்புறுப்பின் பெயரைச் சொல்லுவதும், முலையை அறுத்துவிடுவேன் என்று கொக்கரிப்பதும் வழக்கிலுள்ளன. நகரத்து நாகரிகக் கனவான்களுக்கு வேண்டுமானால் தமிழிலுள்ள வசைச்சொற்கள் தெரியாமலிருக்கலாம். ஆனால் தொகுப்பின் அவை அகராதியாக விரிவடையும். ஏதோ பேசப்படாத விஷயம் என்பது போன்ற கற்பிதங்கள் யதார்த்தத்திற்குப் புறம்பானவை.

பெண்ணின் அகம் ஆணுக்கு எதிரானது என்ற புரிதல் அடிப்படையிலே தவறானது. அவளுக்கென்று தனிப்பட்ட பிரச்சினைகள் உள்ளன; அவள் தனித்துச் சுயமாக இயங்கிட வலுவுள்ளவள் போன்ற கருத்தியல்களின் பின்புலத்தில் பெண் கவிஞர்கள் ஒருவிதமான உடைப்பினைக் கவிதை வரிகளின் வழியே முயலுகின்றனர். 'நாள் முழுவதும் தொடைகளுக்கிடையில் ஈரம் கசிந்து அனுபவிக்கும் வேதனை' பற்றியும் 'மாதந்தோறும் இயல்பானதெனினும் முதல்நாளில் படும் குருதி, மனதில் ஏற்படுத்தும் உணர்வு' பற்றியும் வெண்ணிலா எழுதியுள்ள வரிகள், எப்படிப் பார்த்தாலும் ஆணுக்கு முற்றிலும் அந்நியமானவை. பெண் ஒரு தேவதை என்ற புனைவினை நொறுக்குவதுடன், மனுஷி என்ற நிலையில் உடல்ரீதியில் அவள் படும் சிரமங்களைப் படைப்பாக்குவதும் பெண்ணின் அகத்துடன் தொடர்புடையவைதான். 'மாதவிலக்கு' பற்றி கவிதை தேவையா என்ற குரல் மெல்ல ஒலிக்கிறது. கணினியுகத்திலும், மாதவிலக்கிற்குள்ளான பெண்ணை அசுத்தமானவளாகக் கருதி ஒதுக்கி வைக்கும் போக்கு நிலவுகையில், 'அது' பற்றி எழுதினால் tabooவா?

சல்மாவின் கவிதை வரிகள் பெண்ணுடலைப் பற்றி வேறு கோணத்தில் சித்திரிக்கின்றன.

"... ... ...

என் நசிவைப் போலத் தான் / இந்தப் பிரசவக் கோடுகளும் / எளிதில் செப்பனிட முடிவதில்லை / வெட்டி ஒட்டிவிட இவ்வுடல் காகிதமில்லை" /

உடல் காகிதம் போன்று சடப்பொருளாக மாறிவிட்டால் தேவலை என்ற நிலையில், அடிவயிற்றுப் பிரசவக்கோடுகள் அருவருப்பைத் தருவதான ஆணின் பார்வை எளிதில் புறக்கணிக்கக்கூடியதல்ல. குழந்தைப் பருவத்திலிருந்து ஒப்பனைமூலம் அலங்கரித்துக்கொண்டு உடல்ரீதியான புனைவின்மீது வாழப் பழகியவளுக்குப் பிரசவம் உடல் பற்றிய பரவசத்தினைச் சிதைக்கிறது. பெண்ணுடல் அழகு என்ற புரிதலில் அடிவயிற்றுக் கோடுகள் ஏற்படுத்தும் சிதைவுகள் மனரீதியில் ஏற்படுத்தும் உணர்வுகளை நுட்பமான கேள்விகளாக்கியுள்ளன சல்மாவின் கவிதை வரிகள்.

யோனி என்ற சொல்லைக் கவிதையில் பயன்படுத்துவது குறித்து அண்மையில் வாதப் பிரதிவாதங்கள் நடைபெறுகின்றன. உடலில் பிற உறுப்புகளைப் போலத்தான் யோனி. எனினும், அதைக் கவிதையில் கையாளுவதைச் சில பெண்கவிஞர்களும் எதிர்க்கின்றனர். சமூக விடுதலையை நோக்கிய பயணத்தில் பெண் உடல் உறுப்புகள் மீதான கவிதையாக்கம் தேவையற்றது என்று கூக்குரலிடுகின்றனர். உடலின் ஒவ்வொரு உறுப்பும் ஒரு குறிப்பிட்ட செயலைச் செய்வதுபோல, இந்த உறுப்பும் அதற்கான வினையைச் செய்கிறது. அவ்வளவே. மற்றபடி அந்தச் சொல்லையும் மீறி, கவிதை எப்படி வெளிப்படுகிறது என்பதுதான் கேள்வி.

மாலதி மைத்ரி, 'விஸ்வரூபம்' கவிதையில் உடலின் அங்கங்கள் ஒவ்வொன்றும் பருவ மாற்றத்தின்போது விலங்கு, பறவையாக மாறி உடலைவிட்டு விலகிச் செல்லத் தொடங்கின என்று குறிப்பிட்டு இறுதியில்,

யோனி ஒரு பட்டாம்பூச்சியாக / மலைகளில் அலைவதைக் கண்டதாகக் / காட்டில் விறகு பொறுக்கச் சென்ற பெண்கள் வந்து கூறக் கேட்டேன்" /

என்று முடிக்கின்றார். பெண்ணின் ஒவ்வொரு பருவ வளர்ச்சியிலும், அவளது உறுப்புகள் ஒவ்வொன்றாக உடலிலிருந்து நீங்குவதான எண்ணம், வெறும் மனப்புனைவுடன் மட்டும் தொடர்புடையது அல்ல. மலைக்காட்டில் மலர்களிடையே சிறகடித்திடும் பட்டாம்பூச்சியின் எளிமையும் விட்டேத்தித்தனமும் யோனிக்கு உவமையாகக் கூறப்பட்டிருத்தலை fantacy என்றுதான் கருதவேண்டும். பெண் தனது இருப்பினை ஒரு காலகட்டத்தில் 'யோனி'யின் மூலம் அறிந்து கொள்ளும் நிலையில், அவளது அகத்தில் பொங்கும் உணர்ச்சியின் கட்டற்ற வெளிப்பாடு பட்டாம்பூச்சியாக வெளியெங்கும் பறக்கின்றது. இது கவிஞரின் பிரத்யேக மனநிலையின் சித்தரிப்பு.

'முலை' என்ற சாதாரணச் சொல், தமிழரிடையே ஏற்படுத்தியிருக்கும் உணர்வுகள், மானுடவியல்ரீதியில்; ஆராயப்பட வேண்டியவையாகும். முலைகள் என்ற தலைப்பில் கவிதைத்தொகுப்பு வெளியிட்டுள்ள குட்டிரேவதி, நிலவும் மதிப்பீடுகளின் இறுக்கத்தினைச் சிதைக்க முயலுகின்றார். கவர்ச்சியான ஈர்ப்பினை ஏற்படுத்தும் முலைகள் என்று ஆண்மொழியில் கட்டமைக்கப்பட்ட கருத்தினைப் புறந்தள்ளிவிட்டு, பெண்ணுடலில் முலைகள் ஏற்படுத்தும் உணர்வுகள் என்ற புதிய கருத்தினை முன்வைக்கிறார் குட்டிரேவதி.

"ஒரு நிறைவேறாத காதலில் / துடைத்தெறிய முடியாத / இரு கண்ணீர்த்துளிகளாய்த் தேங்கித் / ததும்புகின்றன"

மனதின் பரவசத்திற்கேற்ப, முலைகள் வளர்ந்து அடையும் கொண்டாட்டம் அருமையான கவிதை வரிகளாகியுள்ளது. இந்த வாழ்க்கை என்னிலிருந்தே உதிக்கிறது என அடையாளப்படுத்தும் குட்டிரேவதியின் கவிதையில் ஆண்டாளின் தாபமும் எழுச்சியும் பொங்குவதனை அவதானிக்கலாம்.

மு.சத்யாவின் 'நீலமாகும் கடல்' சிறுமிகளின் உலகத்தில் 'தொடுதல்' மூலம் அத்துமீறும் அவர்களின் செய்கையினால் உறுப்புகள் கல்லாகி விடுகின்றன என்று விளக்குகிறது.

'... ... ...

மீண்டும் உற்று நோக்குகிறேன் / அச்சிறுமிகளுக்கு மத்தியில்/ நின்று கொண்டிருப்பது / நானா அல்லது என் பேத்தியா?"

பொதுவெளியில் சிறுமி என்னும் பெண்ணுடல் எதிர்கொள்ளும் துயரம் முடிவற்று நீள்கின்றது என்பது சூசகமாக வெளிப்பட்டுள்ளது.

மாலதியின் கவிதை நிலவும் மதிப்பீடுகளைச் சிதைக்கிறது. இதுவரையில் நிறுவனமய ரீதியில் வலியுறுத்தப்பட்ட ஒழுங்கு கேள்விக்குள்ளாக்கப்படுகிறது.

சோரம் மிகப் புனிதமானது / ஏனெனில் பணம் பாத்திரங்கள் துச்சம் அதில் / பிறிதும் கண்மூடிக் காதல் / அதில் தான்

திறந்த முழு சரணடைவு / அதில் தான் / அன்புடை நீ, மாசுபடுத்தாதே இதை / இன்னொரு திருமணமாக்கி இதையும் சோரம் என்பது இழிவானது என்ற அறக்கருத்தியலுக்கு மாற்றாக, அது நிகழும் தளத்தில் கொப்பளிக்கும் உணர்ச்சிகளைக் கவிஞர் முதன்மைப்படுத்துகிறார். திருமணம் என்ற பந்தம் அன்பற்று, எதிர்பார்ப்புகளுடன் சுருங்கிப்போன நிலையில், பரஸ்பர ஈடுபாட்டின் காரணமான புனிதம் என்ற மாலதியின் நிலைப்பாடுகள், வெறும் அதிர்ச்சியூட்டுவதற்காக எழுதப்பட்டவை அல்ல.

இன்று கவிதைகள் வழியே வெளிப்படும் பெண்கவிஞர்களின் உலகு தனித்துவமானது. இதுவரையிலான பெண் பற்றிய கற்பிதங்களை மறுதலித்துவிட்டு, புதிய வாசிப்பைக் கவிதைகள் கோருகின்றன. பெண் உறுப்புகள் என்றரீதியில் புதியதான போக்கினை முன்னிறுத்தும் பெண் கவிஞர்களின் கவிதைகள், ஒருவிதமான சமூக உடைப்பினை நிகழ்த்துகின்றன. பெண் உடல் இழிவானது என்ற மரபுவழிப்பட்ட தமிழ்ச் சொல்லாடலைச் சிதைத்து எந்நிலையிலும் அது கொண்டாட்டமும் பரவசமும் மிக்கது என்ற கருத்தானது பெண்கவிஞர்களின் 'அகம்' பற்றிய புரிதலின் வெளிப்பாடாகும்.

காதலன்மீது கொண்ட ப்ரியத்தை தடைகளற்றுக் கொண்டாட்டமாக வெளிப்படுத்துவதில் நவீனப் பெண் கவிஞர்களின் கவிதைகளில் சங்கக் கவிதைகளுக்கு நிகரான சாயலைக் காணமுடிகிறது. நவீனப் பெண் வாழ்வின் புற நெருக்கடியைத் தவிர்த்துவிட்டு, இருத்தலை அர்த்தப்படுத்துவது போல, நவீனப் பெண் கவிதையியலும் பெண்மொழி வழியே அழுத்தமான சொல்லாடலுக்காகக் காத்திருக்கிறது. பெண் கவிதையில் தோய்ந்துள்ள அகமானது ஒருவகையில் சங்கக் கவிதை மரபின் தொடர்ச்சி என்று சொல்லுவதுகூடப் பொருத்தமானதே.

(27-03-2004 அன்று சென்னையில் 'அணங்கு' அமைப்பு நடத்திய 'இலக்கிய மரபும் பெண்ணும்' என்ற கருத்தரங்கில் நிகழ்த்தப்பட்ட உரையின் எழுத்து வடிவம்)

புதிய பார்வை, செப்டம்பர்:1, 2004.

நவீனக் காதல் கவிதைகளின் பன்முகங்கள்

காதல் விநோதமானது; கவர்ச்சியானது; மாயமான முறையில் மனிதகுலத்தின் மீது நிழலாகப் பற்றிப் படர்ந்திருப்பது. பதற்றம், ஏக்கம், விழைவு, தவிப்பு, காத்திருப்பு, சீற்றம், கொந்தளிப்பு, கோபம், பயம், மயக்கம் எனப் பல்வேறு உணர்வு நிலைகளில் காதல் ஏற்படுத்தும் அனுபவங்கள் நுணுக்கமானவை. வரலாற்றுக்கு முந்தைய காலகட்டத்திலிருந்தே காதல் என்னும் மர்ம ஆறு சுழித்தோடிக் கொண்டிருக்கிறது. காதல் என்ற சொல்லுக்குள் புதைந்திருக்கும் பிரமாண்டமான ஆற்றல், சமூகத்தை உயிர்ப்புடன் இயங்கச் செய்கிறது. புராதன மனிதனின் மூளையை இயக்கிய காதல் ஒருவகையில் சித்தப் பிரேமைதான். சமூக வரலாற்றினைப் புரட்டிப்போடவும், வன்முறையாளரை அமைதிப்படுத்தவும், எளிய மனங்களை மனப்பிறழ்விற்குள்ளாக்கவும், பேரரசை வீழ்த்திடவும், மென்மையானவர்களை மகிழ்ச்சிக்குள்ளாக்கவும் ஆற்றல்மிக்க காதல், ஜீவ ஆறு போல எல்லா தேசங்களிலும் பொங்கியோடிக் கொண்டிருக்கிறது. வாழ்க்கை என்னும் இயந்திரத்தின் செயல்பாட்டினைத் துரிதப்படுத்தும் காதல் பற்றிய புரிதல், தமிழர்களைப் பொறுத்தவரையில் சங்க காலத்திலே தொடங்கிவிட்டது. சமூக இருப்பினைத் திணைசார் வாழ்க்கையாக அவதானித்த நிலையில், அகத்திணை காதலை முழுக்க மையமிட்டு விரிந்துள்ளது. பிரிவு, காத்திருத்தல் என்ற இருவேறு ஆதார உணர்ச்சிகளின் வழியாகப் புனையப்படும் ஆண் – பெண் உறவின் அடிப்படையாகக் காதல் உள்ளது. காதலைப் பற்றி உணர்ச்சிவயப்படும் கவிஞர்கள் நிரம்பிய தமிழ் மரபு இன்றும் தொடர்கிறது. அதேவேளை, புறவாழ்க்கையில் உடல், பால், சாதி, சமயம் போன்ற வேறுபாடுகளினால் காதல் தொடர்ந்து கண்காணிப்பிற்குள்ளாகியுள்ளது. வைதிக சமயம்

ஏற்படுத்திய அதிகாரத்தினால் காதலுக்கு ஏற்பட்டுள்ள சேதங்கள் அளவற்றவை. எனினும் 'காதல் காதல் காதல் / காதல் போயின் சாதல்' என முழங்கிய பாரதியாரின் புனைவு மனம் கொண்டாட்டமானது.

பால் ஈர்ப்பின் காரணமாக ஆணுக்கும் பெண்ணுக்குமிடையில் உடல், மனரீதியில் தோன்றும் விழைவினைக் காதல் எனப் பொதுவாக வரையறுப்பது இன்று மறுபரிசீலனைக்குள்ளாகியுள்ளது. 1990களுக்குப் பின்னர் உலகமயமாக்கல் ஏற்படுத்தியுள்ள பண்பாட்டு நெருக்கடிகளில் காதலும் சிக்கியுள்ளது. வரலாற்றுப் பழமையும் புராதனப் பெருமையும் மிக்க தமிழர் வாழ்க்கை இன்று ஒற்றைப் போக்கினால் தகவமைக்கப்பட்டுள்ளது. உயரமான உருவம், சிவந்த மேனி, பளபளக்கும் தோல் எனப் புனையப்படும் பெண் பற்றிய அழகு, வணிகக் கம்பெனிகளின் நலன் சார்ந்தது. பெண்ணுடல் என்ற நிலையில் அதைப் புறக்கணித்த பண்டைத் தமிழர் மனப்பான்மையில் இன்று மாற்றம் ஏற்பட்டுள்ளது. அதாவது பெண்ணுடல் முழுக்க நுகர்வுப் பொருளாக உருமாற்றப்பட்டுக் கொண்டிருக்கிறது. வண்ணமும் மினுமினுப்பும் கலந்த நிலையில் கவர்ச்சியான பெண் உடல்களை உருவாக்கிடும் சூழலில், காதல் பற்றிய கருத்துகளில் பெரும் மாற்றம் ஏற்பட்டுள்ளது.

இளம்பெண்ணைப் பார்த்தவுடன் இளைஞன் ஒருவனின் மனதில் தோன்றும் ஏக்கமும், அதுபோல அப்பெண்ணின் மனதில் தோன்றும் விருப்பமும் காதல் எனப்படுகிறது. ஆணோ, பெண்ணோ ஒருவர் மனதில் மட்டும் காதல் அரும்பினால் அது ஒருதலைக்காதல் எனப்படும். வன்முறையால் பெண்ணைக் கவர்ந்து சென்று அவளிடம் காதல் விருப்பத்தைத் தெரிவிப்பதைக் காதல் என்று சொல்ல வாய்ப்புண்டா? தெரியவில்லை. காதல் வயப்பட்ட இளைஞனும், இளம்பெண்ணும் திருமணத்திற்கு முன்னர் உடலுறவு கொண்டால், 'அப்படியா?' என்று கேட்கக்கூட சங்க காலத்தில் யாருமில்லை. ஒத்த மனமுடைய ஆணும் பெண்ணும் துய்க்கும் பாலியல் இன்பத்திற்குப் பண்டைக்காலத்தில் சமூகத்தடை எதுவுமில்லை. இந்நிலையில் காதலுக்கும் உடலுறவுக்குமான தொடர்பினை ஆராய வேண்டியதில்லை. திருமணம் முடியும்வரை எவ்விதமான தொடுதல் அல்லது பாலியல் உறவு இல்லாமல் புனித உடல்களைக் கட்டமைப்பது எந்தக் காலக்கட்டத்தில் வலியுறுத்தப்பட்டது என்பது புலப்படவில்லை.

காதல் என்ற ஒற்றைச் சொல்லின் அர்த்தம் விரிந்துகொண்டிருக்கும் இயல்புடையது. காதலுக்கு வயது பொருட்டல்ல. திருமணம் இலக்கு அல்ல. எல்லா காலகட்டங்களிலும் காதல் வயப்பட்ட மனநிலை வாய்ப்பது ஆணுக்கும் பெண்ணுக்கும் சாத்தியமே. இன்று மூன்றாம்பாலினரின் குரல் ஓங்கி ஒலிக்கும் நிலையில் ஓரினக் காதல், அரவாணிக்காதல் முன்னிலைப்படுத்தப்படுகின்றன. உடலினால்

ஆணாகவும், மனதினால் பெண்ணாகவும் வாழும் உயிருக்குச் சக ஆண் மீது ஏற்படும் காதல் உக்கிரமானது. பெண்ணுக்கும் பெண்ணுக்குமிடையில் தோன்றும் காதலும் வலுவானது. ஓர் இளம்பெண் ஒரே நேரத்தில் இரு இளைஞர்கள்மீது காதல் கொள்ளுதல், ஒரு இளைஞன் ஒரேநேரத்தில் இரு இளம்பெண்களைக் காதலிப்பது என நவீன வாழ்க்கையில் காதலின் முகங்கள் மாறிக் கொண்டிருக்கின்றன. காதல் வயப்பட்ட நிலையில் ஆணுக்கும் பெண்ணுக்குமிடையில், காமமும் காதலும் ஒருங்கிணைகின்றன. காமம் அற்ற காதல் மொன்னைத்தனமானது. காதல் அற்ற காமம் வறட்டுத்தனமானது. மனித மனத்திற்கு மிகவும் நெருக்கமான காதல், காலந்தோறும் கவிஞர்களின் மனதில் சலனங்களை ஏற்படுத்திக் கொண்டேயிருக்கிறது. இதனால் தான் காதலிக்க முனையும் காதலர் நாளடைவில் கவிஞராக மாறுகின்றனர்.

நவீனத் தமிழ்க் கவிதையானது சி.மணி, எஸ்.வைத்தீஸ்வரன் எனத் தொடங்கிக் கலாப்ரியாவில் புதிய பரிமணாமம் பெற்றது. கலீல் ஜிப்ரான், உமர் கய்யாம், தாகூர் போன்ற கவிஞர்களின் காதல் கவிதைகளின் தாக்கம் எழுபதுகளில்கூடத் தமிழில் இருந்தது. 1982இல் ‘மழை வரும் வரை’ என்ற அழகிய தொகுப்பின் மூலம் அறிமுகமான கௌரி ஷங்கர், காதலின் புனைவுகளை உருக்கமான மொழியில் பதிவாக்கியிருந்தார். “தாகம் நெஞ்சைப் பிளக்கும்போது, மழை வரும்வரை காத்திருக்கும் சாதக பட்சி பற்றி அறிவாயா நீ” என்ற ஷங்கரின் வசன கவிதையில், மனம் அறுபட்ட பல்லி வாலெனத் துடிக்கிறது.

இன்று ‘காதல்’ என்ற சொல் குறிப்பாக மாறிவிட்டது. சிலவேளைகளில் அது காதலையும் குறிக்கிறது. ஆண், பெண் பற்றிய சமூக மதிப்பீடுகளின் மாற்றம், ஊடகங்களின் பெருக்கத்தினால் வாடி வதங்கித் தட்டையாகிவிடும் உடல்கள், குடும்பத்திலிருந்து மனரீதியில் வெளியேறிக் கொண்டிருக்கும் இளைய தலைமுறை... எனச் சூழலில் ஏற்பட்டுள்ள நெருக்கடிகள் காதல் பற்றிய கனவுகளைச் சிதைத்துக் கொண்டிருக்கின்றன.

நுகர்பொருள் பண்பாட்டிற்குப் பழக்கப்பட்டுவிட்ட நிலையில், காதலுக்காக வீட்டை விட்டு வெளியேறிப் பொருளாதார நிலையில் சிரமப்பட்டு வாழ்வது, காதலுக்காக உயிரைத் துறப்பது, காதலுக்காக கை நரம்பினை அறுத்துக் கொள்வது... ஒரு நிலையில் மடத்தனமாகிவிட்டது. காதலித்த பெண்ணைக் கைவிட்டுச் செல்லும் இளைஞன், தான் விரும்பிய பையனை அடைவதற்காகப் பொய்யாகப் புகார் சொல்லும் இளைஞி எனக் காவல் நிலைய வாயிலில் ‘காதல்’ தவித்துக் கொண்டிருக்கிறது. சரி, போகட்டும்.

நவீனத் தமிழ்ப் பெண் கவிஞர்கள் காதலைப் பற்றி நுட்பமாகச் சித்தரித்துள்ள வரிகள், புதிய உலகினை அறிமுகப்படுத்துகின்றன. லீனா மணிமேகலையின் 'தீர்ந்து போயிருந்தது காதல்', பெண் மனதின் விகாசத்தை நுட்பமாகப் பதிவாக்கியுள்ளது.

திடீரென்று உன் நினைப்பு
பற்றிக் கொண்ட நெருப்பாய்
ஈரமாய்
உலர்வாய்
இன்னும்
இன்னும்
என்னனென்னவெல்லாமோ
...
இறுதியில் வந்தாய்
நீ அணைத்துக் கொண்டது
கசகசப்பாய் இருந்தது
தீர்ந்து போயிருந்தது காதல்

அன்றாட நடப்பு வாழ்க்கையானது அலுவலகம், டிராபிக், வீடு, சமையல், காத்திருத்தல் என விரியும் நிலையில், காதல் என்பது சமையல் கியாஸ் போலத் தீர்ந்து போகும் சாத்தியப்பாட்டினை எளிய வரிகள் பதிவாக்கியுள்ளன. சங்க காலம் தொடங்கி, வீட்டில் 'காத்திருத்தல்' பெண்ணின் இயல்பு என்ற கற்பிதத்தைச் சிதைக்கின்ற இக்கவிதை, வாசிப்பில் கிளர்த்தும் கேள்விகள்; ஆழமானவை.

மரபு வழிப்பட்ட வாழ்க்கை சிதலமாகிக் கொண்டிருக்கும் சூழலில், கவிஞர் ரத்திகாவின் கவிதை, காதலனை அகதியாக்கிவிட்டது. 'இதெல்லாம் சகஜம்' என்ற நிலையில் விரியும் வரிகளில் வேதனை எதுவுமில்லை.

உன்னை
எந்த அறைக்குள் பூட்டுவதெனத் தெரியாமல்
ஒவ்வொரு அறையாய்
மாற்றிக் கொண்டே
இறுதியில்
ஒரு அகதியைப் போல் வெளியேற்றுகிறேன்.
சொந்த மண்ணில்
இப்போதெல்லாம்
நிகழ்வது இதுதான்
எந்தொவொரு பிரச்சினையும் இல்லை.

சொந்த மண்ணில் இதுதான் நிகழும் என்ற புரிதலோடு காதல் வயப்பட்டவள், அவனை அகதியைப்போல வெளியேற்றுகிறாள். காதலின் இன்னொரு பக்கம் நவீன கவிதையாகி உள்ளது.

மைதிலியின் 'போய் வருக' கவிதை வரிகள் நுணுக்கமாகக் காதல் விழைவைச் சித்திரித்துள்ளன. முன்னொரு காலத்தில் சேர்ந்திருந்தோம் என்ற நினைவின் தடத்தில் பிரிவின் வலியைச் செறிப்பது நவீனப் பெண்ணுக்குச் சாத்தியமாகியுள்ளது. மற்றபடி புலம்பல், ஏக்கம், தவிப்பு, அழுகை போன்றவை அர்த்தமிழந்த சொற்களாக மாறிவிட்டன.

ஒரு குறைமாதச் சிசுவின் அசைவென
அவன் நினைவு
நாம் இணைதல் அசாத்தியம்
மணலில் பதிந்த சுவடுகளனைத்தையும்
காற்று கௌவித் தின்னட்டும்
எஞ்சியவை
ஒரு சொல்
ஒரு முத்தம்

மலரினும் மெல்லிது எனப் புனையப்படும் காதலின் விளைவான துணையுடனான பிரிவனைக் காற்று போல எளியமுறையில் எதிர்கொள்ளும் மனம், இன்றைய உலகின் புதிய வெளிப்பாடு, காலந்தோறும் காதலின் காரணமாகப் பிரிவின் வலியை முன்னிறுத்தி இலக்கியப் படைப்புகள் அரற்றிய பெருங்குரலை, நவீன மனம் புறக்கணிப்பது 'போய் வருக' என்ற தலைப்பின் மூலம் பதிவாகியுள்ளது. இரவில் சலனமற்றுக் கரையும் காதல் பற்றிய மைதிலியின் வரிகள் நுட்பமானவை.

காதல் என்பது விழிகளின் வழியே ஊடாடி, வெளியில் விரிந்த என்ற புனைவு தரும் சுகத்தில் மயங்கும்' வேளையில்,

விஷப் பாம்பொன்று
என் மீதேறி
நிதானமாக
கடந்து போகிறது
புரிதலற்ற உன்
பார்வைகளைச்
சந்திக்கும் பொழுதெல்லாம்

என்ற அ.வெண்ணிலாவின் கவிதை வரிகளை எப்படி அர்த்தப்படுவது என்ற கேள்வி தோன்றுகிறது. புரிதல் என்ற ஒற்றைச் சொல்லின் வழியாகப் பார்வை, எதிராளியிடம் உருவாக்க விரும்புவது வேறு ஒன்று. புரிதலற்ற நிலையில் எதிர்பாலினர் குறித்து ஏன் ஈடுபாடு கொள்ள வேண்டும்? 'அவன் பார்வையே மோசம்' என்ற ஆய்வினூடாகவே

அவளுக்குள் எதிர்நிலையில் கிளர்ந்திடும் அனுபவங்களும் காதலின் இன்னொரு பக்கம்தான். வெறுப்பின்மூலம் நெருங்கிச் செல்வது என்பது உளவியல்ரீதியில் ஆராயப்பட வேண்டியது.

வாழ்க்கைப் பரபரப்பில் ஒவ்வொருவரின் நெருங்கிய நண்பர்களும் காதலர்களும் காணாமல் போய்க் கொண்டிருக்கின்றனர். பதின்பருவத்தில் மனதுக்குள் அடக்கி வைத்த காதல் உணர்வுகளுடன் கடந்துபோன பட்டாம்பூச்சிகளின் எண்ணிக்கைக்குக் கணக்கேது? 'தொடுவானம்' போல தெரியும் கானல் வெளியில் நினைவில் வழியே பறக்கும் காதலுக்கு வயது, மரியாதை, பணம் என எதுவும் தேவையில்லை.

வேதனையுடன் மறைந்து சென்றும்
பார்த்துவிட்டாய் நீ!
யாரோ போல் முகம் திருப்பியபோது
ஞாபகம் வந்தது...
உன்னோடு மணிக்கணக்கில்
பேசிய நாட்களும்
வெயில்படாமல் நீ என்னை
மறைத்து நின்றதுவும்

எளிய வரிகளில் மு.சத்யா விவரிக்கும் உணர்வு, எந்த நிலையிலும் காதல் உணர்வு மனதில் கொப்பளிக்கும் என்பதை வலியுறுத்துகிறது. யோசித்துப் பார்க்கையில் இன்று வாழ்ந்திடும் வாழ்க்கை யாருக்குச் சம்மதம் என்ற கேள்வி தோன்றுகிறது. இக்கவிதையில் வெளிப்படும் பெண் திறமையான நிர்வாகியாகவும், அற்புதமான குடும்பத் தலைவியாகவும் இருக்க வாய்ப்புண்டு. எனினும் இன்றைய கணத்தில், அவள் கடந்துவந்த வாழ்க்கைத் தடம் ஏற்படுத்தும் பாதிப்பு முக்கியமானது. ஒரு புள்ளியில் மொட்டென அரும்பிய காதல், இறுதிவரை மனதின் பக்கங்களில் சிறகடிக்கும் என்ற மு.சத்யாவின் கவிதை, பிரிவினைமீறி மனித இயல்பினைச் சித்தரித்துள்ளது.

காதல் என்ற சொல்லின் எதிரிணையாகக் 'கள்ளக் காதல்' என்ற சொல்லைப் பிரயோகிப்பது வழக்கினில் உள்ளது. அன்பு வயப்பட்ட இரு உள்ளங்களுக்கிடையில் தோன்றும் பாலியல் சார்ந்த விழைவு என்பது காதல்தான். எனினும் குடும்பத்திற்கு வெளியே எதிர்பாலினரிடம் தோன்றும் விருப்பம் 'கள்ளக்காதல்' எனக் கேவலமாகப் பேசப்படுகிறது. எல்லாவிதமான சமூகத் தடைகளையும் மீறி ஒத்த கருத்தும் அன்பும் மிக்க ஆணும் பெண்ணும் கொள்ளும் காதல் பற்றிய மாலதியின் கவிதை, தமிழ்ப் பண்பாட்டில் முக்கியமானது.

சோரம் மிகப் புனிதமானது
ஏனெனில் பணம் பத்திரங்கள் துச்சம் அதில்
பிறிதும் கண்மூடிக் காதல்

அதில்தான்
...
திறந்த முழு சரணடைவு
அதில்தான்,
அன்புடை நீ! மாசுபடுத்தாதே இதை.
இன்னொரு திருமணமாக்கி இதையும்.

'சோரம்' என்ற தலைப்பிலான இக்கவிதையின் மூலம் மாலதி உணர்த்த விரும்பும் காதல் பற்றிய மதிப்பீடுகள் விவாதத்திற்குரியன. திருமணம் என்ற உறவு, சோரம் என்ற செயல் என்ற இருவேறு நிலைகளின் ஊடே, காதல் என்ற அளவுகோலில் சோரம் அல்லது கள்ளக்காதல் புனிதமான நிலையை அடைவது தற்செயலானது அல்ல. அதிகார மையமாகிப்போன நிறுவனத்தின் ஆதிக்கத்தினுக்கு மாற்றாக இரு அன்புடை நெஞ்சங்களை மட்டும் முன்னிறுத்தும் கண்மூடிக் காதல் ஒருவகையில் கொண்டாட்டம்தான்.

பெண் கவிஞர்களின் பிரச்சனைகளை ஒப்பிடும்போது, ஆண் கவிஞர்களின் பாடு திண்டாட்டம்தான். எல்லாவிதமான நம்பிக்கைகளும் அடையாளங்களும் சிதைவடையும் சூழலில், ஊடகங்கள் தகவமைக்கும் மனவெளி மனிதர்களாக உருமாறும் ஆண், தறிகெட்டு அலைய நேரிடுகிறது. பதினான்கு வயதில் பாலியல் விழைவுக்குத் தயாராகும் ஆண் உடலைக் குறைந்தது பத்து அல்லது பதினைந்து ஆண்டுகள் வாட்டி உலர்த்தி தக்கையாக்கிவிடும் சூழலின் வெக்கை அளவற்றது. இன்னொருபுறம் காமம் என்பது சிற்றின்பம், எனவே புலன்களை அடக்கியொடுக்குதல் சிறந்தது என்று மதம் ஏற்படுத்தியிருக்கும் போதனை, கொடுமையானது. உடலில் இயல்பாகத் தோன்றும் விழைவின் காரணமாக நவீன இளைஞர்கள் எதிர்கொள்ளும் நெருக்கடிகளும் ஏராளம். பெரியோர் ஏற்பாடு செய்யும்வரை உடலை அடக்கியொடுக்கி வாழ்ந்திட நிர்பந்திக்கப்படும் இளம் உடல்கள், திருமணம் முடிந்தவுடன் முன்பின் அறிமுகமில்லாதவருடன் உடலைப் பகிர்ந்து கொள்வது சாதாரண விஷயம் அல்ல. சாதி, சமயம், பொருளியல் ஏற்றத்தாழ்வு எனப் பல நிலைகளில் அடக்கியொடுக்கப்பட்ட மனங்கள் நாளடைவில் கொண்டாட்டங்களை இழந்துவிடும். அப்புறம் எங்கே காதல்?

லஷ்மி மணிவண்ணனின் 'மறைந்து கொள்கின்ற எனக்கான பெண்' கவிதை வரிகள் காதல் பற்றிய புதிய திறப்புகளை உருவாக்குகின்றன.

எனது பெண்ணைக்
கண்டுபிடிக்க முடிவதில்லை
அவள் எல்லா பேருந்து நிலையங்களிலும்
என் கண்களில் படாமல் ஒளிந்து கொள்கிறாள்
அவளைத் தேடிச் சலித்த கண்களில்

முலைகளும் பிருஷ்டங்களுமே
படுகின்றன.

கனவுலகவாசியின் குறிப்பென விரியும் கவிதையில் தூய ஆன்மாவினை உடைய பெண்ணைத் தேடும் கவிஞரின் வேட்கை வெளிப்பட்டுள்ளது. அவருக்குள் பொங்கும் காதல் கபடமற்றது; பளிங்கு போன்றது. பேரண்டத்தின் அழகு சொட்டும் ஆன்மாவாக மிளிரும் காதல் பெண் குறித்த விருப்பம் அளவற்று விரிகின்றது. பெண் என்றால் முலை, யோனி, பிருஷ்டம் என்ற பால் அடிப்படையிலான பார்வைக்கு அப்பால், மணிவண்ணன் கண்டறிய முயலுவது காதலின் வழியாக வேறு ஒன்று. ஆதித்தாய், மோகினி, நீலி, சூலி எனப் பெண்ணைத் தேடுகிறாரோ என்னவோ?

தன் உடலில் தோன்றும் காமத்தை அறிதல் என்பது பேறுதான். காமம் என்பது மாயப்புனைவு போல் கற்பிதம் செய்யும் சமூகச் சூழலில், காதல்மூலம் காமத்தைக் கண்டறியலாம். உடலின் வேட்கையைப் பதிவாக்கியுள்ள மனுஷ்ய புத்திரனின் 'இணக்கம்' கவிதை வாசிப்பில் தரும் அனுபவம் நெருக்கமானது.

இன்று நான்
முழுக்க முழுக்க
காமத்தால் நிரம்பியிருக்கிறேன்
அவ்வளவு
இணக்கமாக இருக்கிறேன்
இந்த உலகத்தோடு

'தன்னை அறிந்தாலே இறைவனின் தாளினை அறிய முடியும்' என்ற மதக் கொள்கையைத் தன் காமம் அறிதல் என மாற்றிக் கொள்ளலாம். மனித இருப்பு, காமம் சார்ந்தது என்பதைத் தன்னுடல் வழியே கண்டறிய முயலும் கவிதை வரிகள் அற்புதமான பதிவுகள்.

காதல் ஏற்படுத்தும் அலைக்கழிப்பு, வேதனை, ஏக்கம் போன்றவைகளுக்கு அப்பால் சங்கர் ராமசுப்ரமணியன் அமைதியான வழியில் காதலைக் கடக்க முயலுகிறார்.

நீ பிராயத்தைக் கரையவிட்ட
அதே நதியின் கரையில்தான்
உன் மகளும் அமர்ந்திருக்கிறாள்
அமைதியாக

ஆற்று வெள்ளம் அழிந்தோடுவது போல, மனம் வழியே கடந்து போகும் காதலைச் சொல்லியுள்ள கவிஞருக்குக் காதல் குறித்து எவ்விதமான பிராதும் இல்லை. ஏகாந்த நிலையில் காதல் பற்றிய பதிவுகள் வரிகளில் மௌனமாக உறைந்துள்ளன.

'காதல் என்பது ஒருமுறை, ஒருவரிடம் மட்டும் ஏற்படும் புனிதமான உறவு' என்ற புனைவை வீணாகச் சுமந்து திரியும் தமிழர் வாழ்க்கையில் செல்மா பிரியதர்ஸனின் வரிகள் அதிர்வை ஏற்படுத்துகின்றன. வழமையான ராதாகண்ணன் என்ற பிம்பங்களின் மூலம் 'காதல் ரசம்' சொட்டக் கவிதை எழுதியுள்ள செல்மாவின் வரிகளில் புனைவு ததும்புகிறது.

> கண்ணன் தன் தோழர்களுக்குச் சொல்கிறான்
> ராதா இப்பொழுது வந்து விடுவாள்
> கண்ணன் ஒன்றும் அவ்வளவு சுயநலக்காரனல்ல
> தனது தோழர்களில் சிலரும்
> ராதாவுக்காகக் காத்திருக்கிறார்கள் என்பதை
> அறியாதவனும் அல்ல
> வீட்டு முற்றங்களில் சாலையோரங்களில் தியேட்டர் இருளில்
> போக்குவரத்து சிக்னல் விளக்குகளின் கீழ்
> இன்னும் பலரும் ஆங்காங்கே பதுங்கியிருக்கிறார்கள்.
> ...
> ஒரே நேரத்தில் உங்களுக்களுக்காவும் எல்லோருக்காகவும்
> தனித்தனியே தோன்றி
> காதலை வழங்குபவள்தான் ராதா
> பார்வையாளராகிய நீங்களும் அறிந்தேயிருக்கிறீர்கள்.

ஒவ்வொரு ஆணும் கண்ணன் ஆகவும் ஒவ்வொரு பெண்ணும் ராதா ஆகவும் உருமாறும் வேளையில் காதல் வெளியெங்கும் பரவுகிறது. ராதாவின் மீது கண்ணனுக்கு ஏற்படும் காதல்தான் முதன்மையானது. நவீன உலகில் கண்ணன்கள் எண்ணிக்கை பெருகும்வேளையில், ராதாவினால் என்ன செய்யவியலும்? புராண ராதா போல கண்ணனை மட்டும் நினைத்து உருகுவது நவீன ராதாவுக்குச் சாத்தியமில்லை. ராதா என்ற பிம்பத்தில் ஏற்பட்டுள்ள மாற்றம் குறித்து அக்கறை கொள்ளும் கவிஞர் செல்மா உருவாக்கிடும் காதல் பற்றிய புனைவு சுவாரசியமானது. இன்றைய உலகில் கண்ணனுக்கும் பிரச்சினை இல்லை, ராதாவுக்கும் பிரச்சினை இல்லை. ஆனால் காதல் மட்டும் கோப்பையிலிருந்து நிரம்பி வழிந்துகொண்டிருக்கிறது. கண்ணனுக்கு ஒரு ராதை மட்டும் போதாது என்ற உண்மையைச் சொல்லும் கவிதை வரிகள், மரபு வழிப்பட்ட மனங்களுக்கு வருத்தத்தைத் தரலாம். ஆனால் வேறு வழி?

நவீனக் காதல் கவிதையில் அப்பாஸ் முக்கியமான திருப்புமுனை. மரபு வழிப்பட்ட 'காதல்' என்ற சொல்லாடல் அர்த்தமிழந்து கொண்டிருக்கும் நவீன வாழ்க்கை முரணை அப்பாஸ் நுணுக்கமாகப் பதிவாக்கியுள்ளார்.

அடிக்கடி நாம் கூறிக்கொள்கிறோம்
அவசரப்பட்டு விட்டோம்
இன்னும் யோசித்து இருக்கலாம்.

கொண்டாட்டத்தின் மறுபக்கம் காதல். ஒவ்வொரு நொடியிலும் கொப்பளிக்கும் குதூகல உணர்வுகளும் உடல்களின் பரஸ்பர விழைவுகளும் என மிளிரும் காதல், சலிப்பை ஏற்படுத்தினால் என்ன ஆவது? துடிக்கும் மனத்துடன் பேராசையுடன் ஒருவரையொருவர் காதலித்த இருவரும் நாளடைவில் 'அவசரப்பட்டு விட்டோம்' என யோசிப்பது கவிதையை வேறு தளத்திற்கு மாற்றுகின்றது. சாகச மனநிலையுடையவர்களுக்குக் காதல் என்பது, ஒருநிலையில் பொட்டலத்தை அவிழ்த்தது போல் ஆகிவிடும். காதலுக்காகக் காலந்தோறும் ஏங்கியலைந்தது போக, நெருக்கமான பின்னர் அவசரப்பட்டு விட்டோமோ என மறுபரிசீலனை செய்வதும் விநோதமானதுதான். நவீனக் காதலின் கவிதைகள் புதிய போக்கினை முன்னிறுத்துகின்றன.

மகாதேவனின் காதல் கவிதைகள், இரண்டாயிரமாண்டுத் தமிழ்க் கவிதைப் பாரம்பரியத்தில் அழுத்தமான முறையில் கேள்விகளை எழுப்புகின்றன.

தலைவாரி பூச்சூடி மையிட்டு
நீ
காத்திருப்பது உன் கணவனுக்குத்தான் என்றாலும்
மெல்ல மெல்லப் படியேறி வரும்
என்னைக் கண்டும் சிலிர்க்கிறாய்.

'மலரினும் மெல்லிது காதல்' என்ற வரிகளுக்கு எடுத்துக்காட்டாக இக்கவிதை வரிகள் மனித மனத்தின் இடுக்குகளில் பயணிக்கின்றன. காதல் பற்றிய அதிகார மையப் புனைவுகளுக்கு மாற்றாக ஒவ்வொரு உயிரும் தனித்துவமான நிலையில் கொள்ளும் காதல் அபூர்வமானது. இக்கவிதை பொறுக்கித்தனமானது/ அடல்ட்ரி என யாராவது கொந்தளித்தெழுதால், ஒரு வாரத்துத் தினத்தந்தி செய்திகளை வாசித்தால் நவீனத் தமிழர் காதல் லீலைகள் பற்றி அறிய முடியும். ஒரு கணத்தில் பரஸ்பரம் வெளிப்படும் காதலின் மேன்மை, நவீனக் காதல்தான்.

உள்ளாடைக்குள் பணத்தை வைத்துக்கொண்டு
மேலாடையைச் சரிசெய்தபடி
கதவு திறந்து புறப்பட்ட நீ
திரும்பி வந்து தந்த முத்தத்தை
நான் மறக்க மாட்டேன்

காசுக்காகத் தனது உடலைப் பகிர்ந்துகொள்ளும் பெண்ணுக்குத் தோன்றும் காதல் பற்றிய மகாதேவனின் கவிதை செவ்வியலானது. மரபு வழிப்பட்ட காதல் பற்றிய புனைவுக்கு மாற்றாக விலைமகளிர் தந்த முத்தத்தின் வழியே கசந்திடும் உறவு, காதலின் உன்னதத்தைச் சொல்கின்றது. எந்தவொரு நிபந்தனையும் அற்று ஆண் பெண் உறவில் எந்தக் கணத்திலும் எப்படியோ வெளிப்படும் காதல் பற்றிய மகாதேவனின் வரிகள் முக்கியமானவை.

சர்ரியலிஸ பாணியில் காதலைச் சித்தரிக்கும் ஸ்ரீபதி பத்மநாபாவின் கவிதை விநோதமாக வெளிப்பட்டுள்ளது.

எறும்புத்திண்ணிகள் மிகவும் சாதுவானவை ரொம்ப நல்லவை.
எனக்கு உங்களைப் பிடித்திருக்கிறது என்றவளே!
என்னைப் போலவே ஒரு எறும்புத்திண்ணியைப்
பரிசாகத் தருகிறேன்
படுக்கைக்கருகில் வைத்துக்கொள்

இருப்பிலிருந்து அந்நியப்பட்ட மனநிலைகொண்ட இளைஞனுக்குக் காதல் அபத்தமாகத் தெரிவதில் வியப்பில்லை. படுக்கையில் தனக்குப் பதிலாக எறும்புத்திண்ணியைப் பரிசாகத் தருகிறேன் என்ற பேச்சு, புதிய காதலை முன்னிறுத்துகிறது.

காதல் என்ற உணர்வு இயற்கையின் ஆகப்பெரிய தந்திரம். எல்லாவிதமான உபாயங்களையும் கபடங்களையும் செய்து, இயற்கையானது ஆணையும் பெண்ணையும் புணர வைப்பதற்காக முன் வைப்பதுதான் 'காதல்'. மறுஉற்பத்தி மூலம் மனிதகுலம் தொடர்ந்து தழைப்பதற்குப் பாலியல் ஈடுபாடு அவசியம் என்ற நிலையில், விரும்பியோ விரும்பாமலோ காதல் என்ற பெயரில் ஆணும் பெண்ணும் எதிர்கொள்ளும் துக்கங்களும் கஷ்டங்களும் ஏராளம். அதையொட்டி உடல்ரீதியாகவும் ஏற்படும் வன்முறைகள் கொடூரமானவை. ஒரு பெண்ணுடன் சேர்ந்து வாழ வேண்டிய நிலை குறித்து அச்சமடையும் யவனிகா ஸ்ரீராமின் கவிதை வரிகளும் ஒரு நிலையில் காதலின் மறுபக்கம் தான்.

ஒரு பெண்ணைச் சேர்த்துக்கொண்டு
திரிகிற துக்கம் தாளவில்லை எனக்கு
...
என் விதைப்பையைச் சிதைப்பதற்கு
அல்லது உறங்கும் போது தலையில்
கல்லை வீசிவிட்டுப் போக
அவளுக்கு முகாந்திரங்களுண்டு

ஆணின் மொழியில் அமைந்த இக்கவிதை வரிகள், பதற்றத்துடன் வெளிப்பட்டுள்ளன. காதல் என்ற புனைவினைக் கேள்விக்குள்ளாக்கும் யவனிகாவின் கவிதை, தமிழ்க் காதல் மரபில் புதிய தடம் வகுத்துள்ளது.

காதல் என்றாலே கிளுகிளுப்பு, மகிழ்ச்சி என்று சராசரி இளைஞனும் இளைஞியும் நினைக்கும்வேளையில் தொண்ணூறுகளுக்குப் பிந்திய தமிழ்க் கவிஞர்களின் நவீனக் காதல் கவிதைகள் வேறுபட்டனவாக உள்ளன. மாறிவரும் ஆண் – பெண் உறவின் புதிய போக்குகளையும், காதலின் பன்முகத்தன்மைகளையும் எவ்விதமான மனத்தடைகளற்று விவரிக்கும் காதல் கவிதைகள், இளைய தலைமுறையினரின் மனப்பதிவுகளையும் விளக்குகின்றன. அவை, காதல் பற்றிய மரபு வழிப்பட்ட பார்வையைச் சிதைத்துப் புதிய போக்குகளை முன்னிறுத்துகின்றன.

உயிர்மை, டிசம்பர் 2010

சங்கத் திணை மரபும் நவீனத் தமிழ்க் கவிதைகளும்

எழுபதுகளின் பிற்பகுதியில் நகுலனின் 'நினைவுப்பாதை' நாவலில் 'மிகப் புதியதில் மிகப் பழையதின் சாயல்' இருக்கும் என்ற வரிகளை வாசித்தவுடன் வியப்பாக இருந்தது. எங்கும் 'நவீனம்' என்ற நிலை பரவியிருந்த சூழலில், நவீனத்துவத்தின் பிதாமகரான நகுலனின் எழுத்து யோசிக்கத் தூண்டியது. எண்பதுகளின் நடுவில் அவரை நேரில் சந்தித்தபோது, பழந்தமிழ் இலக்கியத்தில் அவருக்கு இருந்த ஆர்வம், எனக்குள் புதிய திறப்பினை ஏற்படுத்தியது. 'தேவாரனைய கயவர்' என்ற திருக்குறள் வரியைப் பற்றிய நகுலனின் விளக்கம் இன்றும் என் நினைவில் உள்ளது. மரபுக்கும் நவீனத்துவத்திற்கும் இடையிலான எல்லைக்கோடு பற்றிய புரிதல் எனக்கு ஏற்பட்டது. இரண்டாயிரமாண்டு வரலாற்றுப் பழமையான தமிழ்க் கவிதைப் போக்கில் வடிவரீதியில் ஏற்பட்டுள்ள மாற்றங்களுள், நவீனத்துவத்தின் விளைவுகள் அழுத்தமானவை. 'கவித்துவச் செழுமை' என்ற அளவுகோலுடன் அணுகும்போது கவிதை மரபின் தொடர்ச்சியைக் கண்டறிய முடிகின்றது. சங்கக் கவிதைக்கும் நவீனத் தமிழ்க் கவிதைக்கும் இடையில் ஊடாடும் உறவினைத் (தேர்ந்த வாசகரால்) அவதானிக்க முடியும்.

இலக்கிய படைப்பூக்கத்தின் ஆதாரமான கவிதையானது, காலந்தோறும் மனித இருப்புடன் ஊடாடும் வல்லமையுடையது. மொழியின் அதிகபட்சமான சாத்தியங்களைப் பதிவாக்கும் கவிதை, வாசிப்பவரின் மனம் சார்ந்து அர்த்தப்படுகின்றது. சொற்களின் இடையே மௌனத்தைப் பொதிந்துள்ள கவிதை, ஒழுங்கற்று மங்கலாக வெளிப்பட்டாலும், அழகியல்ரீதியில் உணர்த்தும் இயல்பு காரணமாகவே, கவிதை மொழியானது இருண்மைக்குள் சிக்கிக் கொள்கிறது. மொழியின் வழியே மர்மப்படுத்தும் தன்மை மிக்க கவிதைப்போக்கில், சங்கத் திணைசார் மரபிலான கவிதைக்கும் நவீன கவிதைக்கும் என்ன தொடர்பு இருக்க முடியும்? யோசிக்க வேண்டியுள்ளது.

கி.மு. 2 ஆம் நூற்றாண்டு முதல் கி.பி. 2 ஆம் நூற்றாண்டு வரையிலான காலகட்டம் சங்க காலம் எனக் குறிக்கப்படுகிறது. வேறுபட்ட நிலவெளிகளில் இனக்குழுச் சமூகங்களாக வாழ்ந்துவந்த மக்களைத் தமிழ் அடையாளம் ஒருங்கிணைக்க முயன்றது. புலவர், பாணர், விறலியர் போன்ற கலைஞர்கள் மூலம் தமிழக நிலப்பரப்பு விரிவாகியது. நிலத்தைத் திணை அடிப்படையில் பகுத்த பாகுபாடுகள் கவிதை மரபாக உருவெடுத்தன. யாரோ சிலரால் தொகுக்கப்பட, அவை பொருள் அடிப்படையில் பிற்காலத்தில் சங்கப் பாடல்கள் எனக் குறிக்கப்பட்டன.

சங்கப்பாடல்களில் நுட்பமாக வினையாற்றுவது இயற்கை. அதேவேளையில் இயற்கை பற்றிய புரிதல் முயற்சி தொடர்ந்து நடைபெறுவதனால், மனிதர்களுடைய தேடுதல் இன்றளவும் தொடர்கின்றது. இயற்கை மீது ஆளுகை செலுத்த முயன்ற மனித ஆளுமையின் விளைவுதான் நிலம் பற்றிய பிரக்ஞை. கண்ணெதிரே விரிந்து பரந்திருக்கும் நிலம், எல்லையற்றுத் திசைகளெங்கும் விரிந்துகொண்டே போவது பண்டைய மனிதர்களுக்கு அச்சத்தை ஏற்படுத்தியிருக்க வேண்டும். இயற்கையைத் தொகுத்து, வகுத்து அடையாளப்படுத்த முயலும்போது, நிலம் முதன்மையாகக் கொள்ளப்பட்டது. மலை எனில் குறிஞ்சி, காடு எனில் முல்லை, வயல் எனில் மருதம், கடல் எனில் நெய்தல், மலையும் காடும் திரிந்த வறண்ட பகுதி பாலை எனவும் பெயரிட்டுக் குறிக்கும்போது, பரந்த நிலவெளியானது, பண்டைத் தமிழர்களின் புரிதலுக்குள் அடங்கியது.

நிலம் பற்றிய புரிதல் ஏற்பட்டவுடன், செயல் நடைபெறும் ‘காலம்’ பற்றிய முயற்சியும் தொடங்கியது. பெரும்பொழுது, சிறுபொழுது எனக் காலம் இரண்டாகப் பகுக்கப்பட்டது. அவை ஒவ்வொன்றும் இன்னும் சிறிய ஆறு உட்பிரிவுகளாகப் பிரிக்கப்பட்டன. மேலும் ஒவ்வொரு நிலத்திற்கும் உரிய பொழுது இதுவென வரையறுக்கப்பட்ட நிலையில், நிலமும் பொழுதும் ஒருங்கிணைந்தன. இத்தகைய நுட்பமான பணியைச் சங்கப் பாடல்கள் அழுத்தமாகச் செய்துள்ளன. இன்னும் சொன்னால், தமிழ்மொழி என்னும் கருவி மூலம் சங்கப்பாடல்கள் நிலத்தையும் பொழுதையும் தமிழர் மனங்களில் தகவமைத்தன. சுற்றுச்சூழலியல் குறித்த தமிழரின் பிரக்ஞையில், மனித மனத்திற்கு வெளியே இயற்கை எனத் தனியே எதுவும் இல்லை.

குறிஞ்சி என்றால் மலையும் மலை சார்ந்த இடமும் என்ற வரையறையை இன்னும் ஆழமாக விளக்கிட கருப்பொருட்கள் பயன்பட்டன. ஒவ்வொரு நிலத்திற்கும் எனத் தனிப்பட்ட சிறப்புமிக்க பறவை, மலர், விலங்கு, பறை, இசை, மக்கள், தொழில் என் வரையறுத்ததன் மூலம், அந்நிலமானது முழுக்க தமிழர்களின் நினைவுக்குள் சேமிக்கப்பட்டது.

தமிழ் மொழி அடையாளப்படுத்திய மக்கள் அன்றாட வாழ்வில் எதிர்கொண்ட ஆணுக்கும் பெண்ணுக்குமிடையிலான காதல், புணர்ச்சி, ஊடல், பிரிவு, ஏக்கம், விழைவு, காத்திருத்தல் போன்ற கொந்தளிக்கும் உணர்ச்சிகளை உரிப்பொருள் என வரையறுத்தனர். மேலும் அவ்வுணர்ச்சிகளை நிலத்துடன் பொருத்திக் காண முயன்றனர். இதனால் நிலத்துக்கும் மனித இருப்பினுக்குமான தொடர்பு இன்னும் வலுவடைந்தது. தலைவனும் தலைவியும் கூடி இருத்தலுக்குக் குறிஞ்சி நிலமும், தலைவி காத்திருத்தலுக்கு முல்லை நிலமும், தலைவி இரங்கியிருத்தலுக்கு நெய்தல் நிலமும், ஊடலுக்கு மருத நிலமும், பிரிவினுக்குப் பாலை எனப் பொருத்தியது திணை மரபில் குறிப்பிடத்தக்கது. இதனால் சங்க அகத்திணைப் பாடல்களில் இயற்கை பெரிய அளவில் ஊடாடியுள்ளது. சங்கத்திணை மரபு என்பது முழுக்க இயற்கையுடன் ஒருங்கிணைந்தது ஆகும். பரந்துபட்ட நிலத்தின்மீதும், நிலத்திற்கே உரிய இயற்கைப் பொருட்கள் மீதும் மனித உணர்ச்சிகளை ஏற்றி, நிலத்தை மனிதமயமாக்கியது, சங்கத்திணைப் பாடல்கள் மூலம் துரிதப்பட்டது. இந்நிலையில் புறத்தில் குறிப்பிட்ட நிலத்தின்மீது அதிகாரம் செலுத்துவதன் மூலம் 'நாடு' என்ற கருத்தியல் உருவானது. புறத்தில் போர், கொடை, வீரம், நிலையாமை போன்றவற்றை முன்னிறுத்திப் புறத்திணை என்ற பாகுபாடு உருவாக்கப்பட்டது. சங்கப் பாடல்களைப் பொறுத்தவரையில் அகத்தில் பெண்ணுடலைத் துய்ப்பதும், புறத்தில் நிலத்தைத் துய்ப்பதும் முன்னிலைப்படுத்தப்பட்டன. மனித இருப்பினை அகம் x புறம் என எதிரிணையாகப் பகுத்த திணைக் கோட்பாடு, புறநிலையில் நாடு, நகரத்தை அதிகார வரம்பினுக்குள் கொண்டு வரும் அரசியலை நுட்பமாகச் செய்தது.

திணை மரபு வகுத்த பண்டைத் தமிழர், இயற்கையைச் சூழல் என்ற சொல்லால் அறிந்திருந்தனர். சூழலைப் பேணியதுடன் தங்களையும், காத்துக் கொண்டனர்; தாவரங்களையும் அவற்றின் பூக்கள், காய்கள், கனிகள் போன்றவற்றையும் அன்றாட வாழ்வில் துய்த்தனர். மனிதனின் தோற்றத்தையும், வளர்ச்சிப் போக்குகளையும் செடி, கொடியுடன் இணைத்துக் காண்கின்ற போக்கு, இன்றுவரை தமிழரிடையே தொடர்கின்றது. விதை எனில் நல்ல பண்பு, முளை எனில் தொடக்கம், தளிர் எனில் மழலை, மலர் எனில் பெண் குழந்தை, பிஞ்சு எனில் குழந்தை, மலர்தல் எனில் பெண் வயதுக்கு வருதல், கனி எனில் பலன், கொடி எனில் பெண், முள் எனில் குறை என இயற்கையின் அங்கமாகக் கருதுவது வழக்கினில் உள்ளது. குழந்தைப் பிறப்பு முதலாகத் தமிழர் வாழ்க்கையில் பூக்கள் பெற்றுள்ள இடம் வலுவானது. சோலை வழிபாடு, மர வழிபாடு, நீர்நிலை வழிபாடு, குன்று வழிபாடு, மழை வழிபாடு, பாம்பு வழிபாடு என இயற்கையை வழிபட்ட சங்க மரபு இன்றும் தமிழரிடையே தொடர்கின்றது.

இயற்கையோடு இயைந்த நிலையில் சங்கப் பாடல்கள் சித்திரிக்கும் இயற்கை வருணனை, இயற்கைக் காட்சிகள் மனித இருப்பினுக்குப் பின்புலமாக விளங்குகின்றன. பத்துப்பாட்டு நூல்களான ஆற்றுப் படைகளில் விவரிக்கப்படும் நிலக்காட்சிகளும், வையை ஆறு பற்றிய பரிபாடல் வருணனையும் நிலம் பற்றிய அற்புதமான பதிவுகள். உவமை, உருவகம், இறைச்சி எனப் பதிவாகியுள்ள சங்கக் கவிதை வரிகள் பெரிதும் இயற்கையை முன்னிறுத்தியுள்ளன. இளம்பெண்ணின் காதல் வேட்கையின் உச்சத்தை விளக்க 'சிறுகோட்டுப் பெரும் பழம்' என இயற்கை பயன்படுத்தப்பட்டுள்ளது. மரத்தின் சிறிய கிளையில் தொங்கும் பெரிய பழம் போன்று, சின்னப் பெண்ணின் மனதில் இருக்கும் காமம் பெரியது என்ற புலவரின் கற்பனை இயற்கையில் தோய்ந்துள்ளது.

தன்னை விட்டுப் பிரிந்து போய்விட்ட காதலன் பற்றி வருந்தும் பெண், 'இரவு நேரத்தில், தோட்டத்தில் இனிய துணையாக விளங்கிய வேங்கை மரத்திடம் கூடவா தூது சொல்ல காதலன் மறந்துவிட்டான்.' என ஆதங்கப்படுகிறாள் (குறுந்தொகை:260). தான் சிறுமியாக இருந்தபோது செடியாக இருந்து, இன்று பெரிய மரமாக வளர்ந்துவிட்ட புன்னை மரத்தைத் தனது உடன்பிறந்தவளாகக் கருதி, அம்மரத்தின் அடியில் தனது காதலனைச் சந்திக்க மறுக்கிறாள் இளம்பெண் (நற்றிணை:172). இவ்விரு பாடல்களிலும் இயற்கையுடன் தன்னை அடையாளப்படுத்துவதன்மூலம், பிரிவினால் வாடும் மனதினைத் தேற்றுவது இயல்பாக நடந்தேறியுள்ளது. சங்கத் திணைசார் வாழ்க்கையில் இயற்கைக்கும் மனித இருப்பினுக்குமான உறவு, பல்வேறு நிலைகளில் சங்கப் பாடல்களில் ஆழமாகப் பதிவாகியுள்ளது. அவை மறுவாசிப்பினுக்குட்படுத்தப்பட வேண்டும்.

சங்கத் திணைசார் இயற்கைக்கும் இன்றைய தமிழக இயற்கைக்கும் இடையில் பெரிய இடைவெளி உள்ளது. இயற்கைக்கும் மக்களுக்குமிடையிலான உறவு பெரிதும் சிதிலமடைந்துள்ளது. ஆங்கிலேயரின் காலனிய ஆட்சிக்காலத்தில் மழைக்காடுகளும், சோலைகளும், அழிக்கப்பட்டன. கானகத்தில் வாழும் உயிரினங்கள் வேட்டையின்மூலம் கொல்லப்பட்டன. சூழலியல் சீர்கேட்டினால் நீருற்றுகள் அற்றுப்போய் ஆறுகள் வறண்டு போய்விட்டன. பூச்சிக்கொல்லி மருந்து, உரங்கள்மூலம் நிலம் மலடாகி விட்டது. பாலீத்தின் பைகள், சாயக்கழிவுகள், ஆலைகளின் புகைகள், சாக்கடைகள் என மாசடைந்துள்ள நகரங்களில் பிதுங்கி வழியும் மக்கள் தொகைப் பெருக்கத்தினால், மனித வாழ்க்கை இயற்கையிலிருந்து முழுக்க அந்நியமாகியுள்ளது. இதனால் தனிமனிதரிதியில் தனக்குள்ளாகவே குமைந்து கொண்டிருக்கும் நிலையில், உளவியல் அடிப்படையில் புதிய பிரச்சினைகள் ஏற்படுகின்றன. பதற்றம், பயம், நம்பிக்கை வறட்சி,

குற்றமனம் மீதான ஈடுபாடு அதிகரித்துள்ள சூழலில், ஒவ்வொரு மனிதனும் தனக்குத்தானே அந்நியமாகிக் கொண்டிருக்கிறான்.

பிரமாண்டமான அறிவியல் கண்டுபிடிப்புகள், கார்ப்பரேட் நிறுவனங்கள், ஏகாதிபத்திய அரசுகள் என எல்லா மட்டங்களிலும் சுரண்டல் ஒடுக்குமுறை, அதிகாரம் ஆதிக்கம் செலுத்தும் நிலையில், மனிதனின் இருப்பு கேள்விக்குள்ளாகிறது. நுகர்வுப்பண்பாடும் ஊடகங்களின் ஆளுகையும் எங்கும் மேலோங்கும் சூழலில் மனிதனின் நிலை அபத்தத்திற்குள்ளாகிறது. இத்தகைய சூழலில் நவீனத் தமிழ்க் கவிதைகள் பீதி, பயம், நாடோடித்தன்மை, குழப்பம் போன்ற உணர்வுகளை முன்னிலைப்படுத்துவதில் வியப்பில்லை. நவீனத்தமிழ்க் கவிதையும், சங்கத் திணைசார் கவிதையும் எதிரெதிர் முனைகளில் உள்ளன என்பது ஒருவகையில் உண்மைதான். இன்னொரு நிலையில் சங்கத் திணைசார் மரபு முன்னிறுத்தும் வாழ்நிலை, இன்றைய நவீன கவிதையிலும் தொடர்கின்றது என்பது மறுக்கமுடியாது.

ஐந்திணை நிலப்பாகுபாட்டின் வழியே விரியும் நிலக்காட்சிகள் கவர்ச்சிகரமானவை. இயற்கையை வாழ்வின் அங்கமாகக் கருதும் மனநிலை, புதிதுபுதிதான காட்சிகளைப் புலப்படுத்துகின்றது. குறிஞ் சியில் கூதிர்காலம் எனத் தொடங்கிப் பாலையில் முதுவேனில் காலம் எனக் காலம் நிலத்துடன் ஒன்றிணைவது, கவிதைக்கு வசீகரத் தன்மையை ஏற்படுத்துகின்றது.

பெண்ணின் காதல், அக உணர்வுகள் போன்றவற்றை மாறிவரும் ஆண் மேலாதிக்கச் சமூகத்திற்கேற்ப மாற்றும் பணியைச் சங்கக் கவிதைகள் நுட்பமாகச் செய்துள்ளன. காதல் புனிதமானது, காதல் போன பிறவியின் தொடர்ச்சி, காதல் அடுத்த பிறவியினும் தொடர்வது... இப்படிக் காதலைப் பற்றிக் கட்டமைக்கப்படும் புனைவுகள் முழுக்கப் பெண்ணைக் குறி வைக்கின்றன. பெண்ணின் பாலியல் விழைவைக் காதல் என நெறிப்படுத்தும் நிலையில், அவளின் புழங்கு வெளியானது குடும்பம் என்ற பெயரில் கணவன், குழந்தைகள் எனச் சுருங்குகின்றது. தன்னை விட்டுப் பிரிந்துபோன ஆணுக்காக வீட்டில் காத்திருக்கும் பெண் பற்றிய சித்திரத்தை மகிமைப்படுத்துவது சங்கப் பிரதிகளில் இடம்பெற்றுள்ளது, அரசியல் சார்ந்தது. ‘சிறு வெள்ளாங்குருகே! சிறு வெள்ளாங்குருகே! எனக் குருகு என்ற பறவையை அழைத்து, “வயல்களுடைய நல்ல ஊரைச் சார்ந்த என் அன்பருக்கு என் அணிகள் கழன்ற நிலையை நீ ஏன் கூறவில்லை. நீ அப்படிப்பட்ட பறவையா அல்லது ஞாபக மறதியுடைய பறவையா? எனக்கு விளங்கவில்லை” என் வெள்ளிவீதியார் புலம்புவது, பெண்ணின் மனநிலையைப் புலப்படுத்துகிறது. பிரிந்து சென்ற காதலன்/ கணவன் எங்கு சென்றான்? எப்பொழுது திரும்பி வருவான்? எவ்விதமான தகவல் தொடர்பும் இல்லாத நிலையில் வீட்டில் தனித்திருக்கும் பெண், தனிமையைச்

சகித்துக் கொள்வது எப்படி என்பது முக்கியமான கேள்வி. இந்நிலை இன்று வரை தொடர்கின்றது. நவீனமாக வாழ்க்கை வாழ்வதாகக் கருதும் இன்றைய இளம் பெண்ணும், வெளியே போன கணவன் எப்பொழுது வருவாரோ எனக் குழந்தைகளுடன் காத்திருக்கிறாள். குடும்ப அமைப்பில் பெண்ணின் இருப்பைப் பொறுத்தவரையில் பெரிய அளவில் மாற்றம் எதுவுமில்லை. வீடு என்பது முழுக்கப் பெண்ணுக்கானது. கணவன், குழந்தைகள்மீது அன்பு செலுத்தும் பெண்ணின் நோக்கில் குடும்ப நிறுவனமும் ஒருவகையில் பெண்ணைச் சார்ந்ததுதான்.

சங்கப் பெண் கவிஞரான வெள்ளிவீதியாரின் பாடல்.

திங்களும் திகழ் வான் ஏர் தரும்; இமிழ் நீர்ப்
பொங்கு திரைப் புணரியும் பாடு ஓவாதே;
ஒலி சிறந்து ஓதமும் பெயரும்; மலிபுனற்
பல் பூங்கானல் முள் இலைத் தாழை
சோறு சொரி குடையின் கூம்பு முகை அவிழ,
வளி பரந்து ஊட்டும் விளிவு இல் நாற்றமொடு
மை இரும் பனைமிசைப் பைதல் உயவும்
அன்றிலும் என்புற நாலும்; அன்றி,
விரல் கவர்ந்து உழந்த கவர்வின் நல்யாழ்
யாமம் உய்யாமை நின்றன்று;
காமம் பெரிதே; களைஞரோ இலரே; (நற்றிணை : 335)

நிலவு ஒளிர்கின்றது; கடல் அலை கரையில் மோதுகின்றது; மலரின் மணம் காற்றில் வீசுகின்றது; அன்றில் பறவை எலும்புருகக் கத்துகின்றது; நள்ளிரவுவரை என் காமம் மிகப் பெரியது. அக்காமத்தைப் போக்கிடும் காதலன்/ கணவன் இல்லையே என்று இரவு வேளையில் தனித்திருக்கும் பெண்ணின் காம வேட்கை அழுத்தமாக இக்கவிதையில் வெளிப்பட்டுள்ளது.

திணை சார்ந்த சங்க கால இயற்கையான வாழிடச் சூழல் இன்று மாறித் தமிழகமெங்கும் வறண்ட பாலையாகியுள்ள நிலையிலும். சக்தி ஜோதியின் கவிதை வரிகளில் இரண்டாயிரமாண்டு மனத்தின் தொடர்ச்சியைக் காண முடிகின்றது. இந்தக் கவித்துவ மனவுணர்வு மிகவும் முக்கியமானது; நுண் அரசியல் சார்ந்து கோட்பாடுகள் உருவாக்கப்பட்டாலும், பெண்ணின் உடலும் மனமும் புனைந்திடும் கற்பிதங்கள் காலத்தைமீறி ஒரு புள்ளியில் தொடர்வது இயல்பாக நடந்தேறுகிறது. சக்தி ஜோதியின் 'துணை' கவிதையின் பாடுபொருளும் நினைவின் வழியே இரவின் தனிமையில் பயணப்பட்டுள்ளது.

இந்த
இரவு

உறங்க மறுத்து
உன் நினைவுகளால்
என்னை நிரப்புகிறது

என்னை விட்டு அகலாத
இரவின் நிழல்
மணித்துளிகளின் கசிவில்
நனைக்கிறது

அந்த வனத்தில்
நீ அருகில் இருக்கும்போது
உண்டாகும் தவிப்பு
பலமடங்கு
பெருகிக்
கொந்தளிக்கும்

என் தனிமையின்
இரவில்
கனலும்
உடல் தணிய
உன் நினைவைத் தவிர
துணை
ஏது எனக்கு

தனிமையில் இரவு வேளையில் தனது துணைவனை எண்ணிக் கலங்கும் பெண்ணின் வேட்கை கண்டறிய முயலுவது, வெறுமனே காமம் மட்டுமல்ல என்று தோன்றுகின்றது. நினைவின் வழியே தனது இருப்பினையும் உடலினையும் கண்டறிய முயலும் சக்தி ஜோதியின் கவிதை வரிகள்; இரவு பற்றிய மர்மத்தையும் கட்டவிழ்க்க முயன்றுள்ளன; வெள்ளிவீதியாரைப் பின்தொடர்கின்றன.

யாரும் அறியாமல் தன்னை மணந்து, பின்னர் பிரிந்து சென்றவன் பற்றிய பெண்ணின் மன உணர்வுகளைக் கபிலர் இயற்கை சார்ந்து பதிவாக்கியுள்ளார்.

யாருமில்லைத் தானே கள்வன்
தானவன் பொய்ப்பின் யானெவன் செய்கோ
தினைத்தா ளன்ன சிறுபசுங் காஅல
ஒழுகுநீ ராரல் யார்க்கும்
குருகு முண்டுதா மணந்த ஞான்றே! (குறுந்தொகை,பா.எண்:25)

காதலனும் காதலியும் மணம் செய்துகொண்டபோது அருகில் யாருமில்லை. ஓடும் நீரில் ஆரல் மீனை நோக்கிக் காத்திருந்த நாரைதான்

இருந்தது. கள்வன் அவன் பொய்த்தால் நான் என்ன செய்வேன் எனப் புலம்பும் பெண்ணின் மனது துயரத்தில் தோய்ந்துள்ளது. பிரிவினையும் இயற்கைச் சூழலையும் ஒருங்கிணைக்கும் இளம்பிறையின் வரிகள், ஆழமான சோகத்தை உள்ளடக்கியுள்ளன.

"நெஞ்சையடைக்கும் துயரங்களைப்
பூவரச மொட்டுக்கள் பார்த்துப்
புலம்பினேன்
பூத்து விசிறியபோது
அறிந்து நெகிழ்ந்தேன்
அதன் ஆறுதல் மொழியை,
ஆண்டனாவில் உட்கார்ந்திருந்த
காகத்திடம் சொன்னேன்
கரைந்து... பறந்தது
பகிர்தலாய்
பூனையின்
பளிங்குக் கண் பார்த்துக் கூறினேன்
"நானிருக்கிறேன்"
வால் உரச
நெருங்கி உட்கார்ந்து கொண்டது
...
விட்டிருக்கலாம் அத்துடன்
உன்னிடம் கூறாமல்

பூவரசம் பூ, காகம், பூனை போன்ற அஃறிணை உயிர்களை முன்னிறுத்தி இளம்பிறை விவரிக்கும் மனப்பதிவுகள் பெண் மனதிற்கே உரியன. ஆண்பெண் என்ற எதிரிணையின் விளைவாகப் பெண் மனம் எதிர்கொள்ளும் துயரமானது சங்கக் கவிஞரான கபிலரிடமிருந்து, இளம்பிறையின் வழியாகக் கடந்து செல்கிறது.

குறுந்தொகை, நற்றிணை போன்ற தொகை நூல்களிலும் முல்லைப்பாட்டு, நெடுநல்வாடை ஆகிய நெடுங்கவிதைகளிலும் முல்லைத்திணை விவரிப்பு அற்புதமாகப் பதிவாகியுள்ளது. முல்லைமலர் பூத்திருக்கும் குளிர்காலத்தில், இல்லத்தில் காத்திருக்கின்ற இளம்பெண்ணின் மன உணர்வுகள் ஈரம் ததும்புகின்றன. கார் காலமாகிய இளம் பனி பொழியும் சூழலில், எங்கும் குளிர்மை ததும்பும் நிலையில் மனமெங்கும் உணர்வுகள் நிரம்பி வழிகின்றன. உடலுக்கு இதமான தட்பவெட்பம் உள்ளத்தில் ஏற்படுத்தும் உணர்வுகளை விவரிப்பது சங்ககாலத்திலிருந்து இன்று வரை தொடர்கிறது.

மா மேயல் மறப்ப, மந்தி கூர
பறவை படிவன வீழ, கறவை

கறவை கன்று கோள் ஒழியக் கடிய வீசி
குன்று குளிர்ப்பன்ன கூதிர்ப்பானாள் (நெடுநல்வாடை: 912)

விலங்குகள் மேய்ச்சலை மறந்தன் குரங்குகள் ஒடுங்கி இருந்தன; மரத்திலிருந்த பறவைகள் வாடைக்காற்றினால் கீழே விழுந்தன; பால் குடிக்க வரும் கன்றினைப் பசுக்கள் உதைத்துத் தள்ளின. மலையைக் குளிர்ச்சி அடையச் செய்வது போலக் கூதிர்காலம் வெளிப்பட்டது. தலைவனைப் பிரிந்து ஏங்கும் தலைவியின் மனவுணர்வினை வெளிப்படுத்த கூதிர்கால வருணனை பயன்படுத்தப்பட்டுள்ளது.

ஆண்டாள் திருப்பாவையில் விவரித்திருக்கும் கூதிர்கால காட்சிகள் செவ்வியல் தன்மையுடையன. மார்கழி மாதப் பனியின் ரம்மியமான விவரிப்பு, இயற்கையுடன் தோய்ந்து அற்புதமாக வெளிப்பட்டுள்ளது. ஆண்டாளின் கூதிர்கால வருணனை, சமயவேலின் கவிதையில் வேறொரு தளத்தில் பதிவாகியுள்ளது.

குளிரும் வாழ்வும்
கார்த்திகை தீபங்களிடம்
மாரிக்காலம் விடைபெற்ற அன்று
இரவு நீண்டுகொண்டே இருந்தது

.....
நான் எழுந்து குளிரில் நடுங்கியபடி
வெளிவந்தபோது தெரு, வீடுகள் மரங்கள்,
மின்கம்பங்கள், தூரத்தில் மலைகள், வானம்
எல்லாம் பனியில் குளிரில் ஈரச் சிறுகாற்றில்
நனைந்து உருகின

என்னையும் சேர்த்து அந்த அதிகாலையில்
நாங்கள் எல்லாரும் எல்லாமும்
ஒரேயொரு
விஷயம் ஆகிக் கொண்டிருந்தோம்

பூமி முழுதும் குளிரில் குழைய
ஒரு அதியற்புதம் நிகழத் தொடங்கியது

அந்த நிமிஷத்தில் அந்த பரிசுத்தமான
வெண்பனியைத் தவிர எங்களுள்
வேறு ஏதுமற்று ஆனோம்
அளவற்ற சந்தோஷம் எங்கும் நிரம்பியது
நான் தெருத் தெருவாக நடந்தேன்
எல்லோரையும் எழுப்பி

எல்லோரோடும் சேர்ந்து
உரத்துப் பாட வேண்டும் அந்த
அதிகாலையைப் போற்றிப் புகழ்ந்து வாழ்த்தி
வாயாரப் பாட வேண்டும்
.....

ஈரம் ததும்பும் பனியின் குழைவு, எல்லோருக்குள்ளும் ஏதோ ஓர் அளவில் நெகிழ்வை ஏற்படுத்துகின்றது. பனிக்காலம் விளைவிக்கும் மந்திரத்தினால் மனதில் பூக்கும் கிளர்ச்சிக்கு அளவேது? சமயவேலின் எளிய கவிதைவரிகள் மனிதனுக்கும் சூழலுக்குமிடையிலான நெருக்கமான உறவினைப் பதிவாக்கியுள்ளன. கவிஞர் தான் பெற்ற அரிய அனுபவத்தை எல்லோருடன் பகிர்ந்து கொள்ள விழைவதுடன், அந்தக் காலை வேளையையும் மனதாரப் போற்றிப் பாட விருப்பம் கொள்கின்றார். எதை நாம் இழந்து கொண்டிருக்கிறோம் என்பதை அறியாமல், எதைஎதையோ தொலைக்கின்ற நவீன வாழ்வில், மார்கழிப் பனியுடன் சமயவேல் முன்வைக்கின்ற காட்சிகள், திணைசார் மரபின் தொடர்ச்சி அன்றி வேறு என்ன?

புறத்திணை வாழ்க்கையை முன்னிறுத்திய புறப்பாடல்களில் பாரி மகளிர் பாடிய பாடல், சோகத்தின் உச்சம், தனது தந்தையையும், நாட்டையும் இழந்த பாரியின் மகள்களான அங்கவையும் சங்கவையும் பாடியுள்ள பாடல், இழப்பின் வலியை ஆழமாகப் பதிவாக்கியுள்ளது. உலகத்துச் செவ்வியல் பாடல்களில் இப்பாடலுக்கு நிகரான வேறு பாடல் இருக்குமா என்பது சந்தேகமே.

அற்றைத் திங்கள் அவ்வெண் நிலவின்
எந்தையும் உடையேம் எம்குன்றும பிறர் கொளார்
இற்றைத் திங்கள் இவ்வெண் நிலவின்
வென்று எறிமுரசின் வேந்தர் எம்
குன்றும் கொண்டார் யாம் எந்தையும் இலமே   (புறநானூறு:112)

அன்றைய திங்களில், அவ்வெண்ணிலவில் எங்கள் தந்தை இருந்தார் எனத் தொடங்கும் பாடல், இன்றைய திங்கள் இவ்வெண்ணிலவில், எங்கள் தந்தை இல்லை என முடிகின்றது. பாடலைப் பாடியுள்ள பாரி மகளிர் அன்று x இன்று என்ற முரணில், அரசியல் காரணமாகத் தந்தையை இழந்த துக்கத்தை உருக்கமாகப் பாடியுள்ளனர். இந்நிலைக்கு என்ன செய்யமுடியும் என்ற கேள்வியும் இப்பாடலில் தொக்கியுள்ளது.

ஈழத்துக் கவிஞர் தமிழ்நதி, புலம்பெயர்ந்து முகமற்று வாழ நேர்ந்திட்ட வாழ்வினை 'அற்றைத் திங்கள்' எனக் கவிதையாக்கியுள்ளார்.

அற்றைத் திங்கள்
நேற்றொரு சனவெள்ளத்தில் மிதந்தேன்
ஒரு துளிப் புன்னகையுமற்றுக்

கடந்துபோகிற மனிதர்கள் வாழும்
அந்நியத் தெருக்களில்
அடையாளமற்றவளாகச் சபிக்கப்பட்டுள்ளேன்
என்னைக் குறித்து அவர்களும்
அவர்கள் குறித்து நானும்
அறியாதொரு மாநகரின் தனிமை
...
நான் முகமற்றவள்
எந்த மலையிடுக்கிலோ
எந்த நதிக்கரையிலோ
விரித்த பக்கங்கள் படபடத்துக் கலங்க
இல்லாதொழியலாம் எனதிருப்பு
என்போலவே நாடோடியாய் அலையட்டும்
நிறைவுறாத என் பாடல்களும்
அற்றைத் திங்கள்அவ்வெண்ணிலவில்
இப்படியா கசிந்தழுதீர் தோழியரே...

நெருக்கடி, அரசியல் காரணமாகச் சொந்த மண்ணை விட்டுப் பிரிந்து, ஏதோ ஒரு நாட்டில் வாழ நேர்கின்றவரின் பிரக்ஞையில் எப்பொழுதும் உறுத்திக் கொண்டிருக்கும் கடந்த கால நினைவுகள். இழந்தது நாடு மட்டுமல்ல மரம், செடி, கொடி தொடங்கி ஊர், தெரு, வீடு, மனிதர்கள் எல்லாமும்தான். இன்றைய ஈழத்து அரசியலினால் நாட்டை விட்டு வெளியேறியவர்கள் படும் துயரத்தைப் பாரி மகளிர் கண்ணீருடன் ஒப்பிட்டுக் கசிந்தழும் தமிழ்நதியின் கவிதைவரிகளில் சோகம் கொப்பளிக்கின்றது. பாரி மகளிரும் தமிழ் நதியும் ஒரு புள்ளியில் ஒத்திசைவது, சங்கப் புறத்திணை மரபின் தொடர்ச்சியாகும். ஆண்களின் ஆதிக்க அரசியல், போரினால், பெற்ற குழந்தைகளைப் பறி கொடுத்துவிட்டுத் துயரமடையும் பெண்களின் அவலம் இன்றும் தொடர்கின்றது. இயற்கையின்மீதும் சக உயிரினங்கள்மீதும் அன்பு செலுத்துவதை இயல்பாகக்கொண்ட பெண்கள் அதிகாரம், வன்முறையினால் துயரத்தை எதிர்கொள்வது 'அற்றைத் திங்கள்' என்ற தலைப்பு மூலம் நுட்பமாகப் பதிவாகியுள்ளது.

இயற்கையைப் போற்றி அல்லது வியந்து அல்லது மிகைப்படுத்திப் பாடும் மரபு தமிழ்க் கவிதையில் தொடர்ச்சியாக உள்ளது. யாப்பு வடிவிலான செய்யுள்களில் புலவர்கள் மரபான நிலையில் ரசனை அடிப்படையில் இயற்கையைப் போற்றினர். பொதுவாக 1980களில் வெளியான ஈழத்துத் தமிழ்க் கவிதைகளில், சங்கத் திணைசார் மரபிலான இயற்கைச் சித்திரிப்புகள் பெரிதும் இடம்பெற்றிருந்தன.

நவீனத் தமிழ்க் கவிதைகளில் இயற்கையைப் படைப்பாக்கும் முயற்சி வ.ஐ.ச.ஜெயபாலன் போன்றோரால் மேற்கொள்ளப்பட்டுள்ளது.

நம்பிக்கை
துணை பிரிந்த குயில் ஒன்றின்
சோகம் போல
மெல்ல மெல்லக் கசிகிறது
ஆற்று வெள்ளம்
காற்றாடும் நாணலிடை
மூச்சுத் திணறி
முக்குளிக்கும் வரால் மீன்கள்,
ஒரு கோடை காலத்து மாலைப்பொழுது அது,
என்னருகே
வெம்மணலில்
ஆலம் பழக்கோதும்
ஐந்தாறு சிறு வித்தும்
காய்ந்து கிடக்கக் காண்கின்றேன்
என்றாலும்
எங்கோ வெகு தொலைவில்
இனிய குரலெடுத்து
மாரிதனைப் பாடுகிறான்
வன்னிச் சிறான் ஒருவன்.

எளிய வரிகளில் ஜெயபாலன் பதிவாக்கியுள்ள காட்சிகள், அருமையான சித்திரமாகியுள்ளன. மெல்லக் கசியும் ஆற்று வெள்ளத்தைத் துணையைப் பிரிந்த குயிலின் சோகம் போல எனச் சொல்லப்பட்டுள்ள உவமை, சங்கத் திணைமரபின் தொடர்ச்சியாகும். மழையைப் பாடும் வன்னிச் சிறுவன் மூலம் கோடை காலத்து மாலைப்பொழுதில் வறண்ட நிலம் வேறு ஒன்றாக உருமாறுகிறது என்ற ஜெயபாலனின் வரிகளின் மீது ஏற்றிச் சொல்ல எதுவுமில்லை. இயற்கையைப் போல இப்பாடலும் வெளிப்படையானது.

இயற்கையிலமைந்த மரம் எப்பொழுதும் கவிஞர்களுக்கு ஈடுபாட்டினை ஏற்படுத்துகின்றது. கிளை பரப்பி விண்ணில் துளாவி நிற்கும் மரத்தின் மீதான ப்ரியம் முக்கியமானது. மரத்தை வெட்டிச் சாய்க்கிற செயலுக்குப் பின்னால் ஒளிந்துள்ள வன்முறை கொடூரமானது. மரம் குறித்த பஹீமா ஜஹான் கவிதையானது பறவையை முன்னிறுத்தி விரிகின்றது.

அழிவின் பின்னர்
வெட்டி வீழ்த்தப்பட்ட மரத்தின்
அடிக்கட்டை மீது
அமர்ந்துள்ளது பறவை
இன்று அதனிடம்
பறத்தலும் இல்லை

ஒரு பாடலும் இல்லை
அதன் விழிகள் எதிரே
வெயில் காயும்
பெருவெளி விரிந்துள்ளது
அந்த மனிதர்களைச் சபிக்கிறதோ
தனது கூட்டை எண்ணித் தவிக்கிறதோ

பறவையின் வாழ்விடமான மரம் வீழ்த்தப்பட்ட பின்னர் அப்பறவை என்ன செய்யும்? வெட்டப்பட்டது மரம் மட்டுமல்ல, ஒரு பறவையின் இருப்பிடமும்தான். மரததின் மீதான நெருக்கத்தினைப் பறவையின்மூலம் கவிதையாக்கியுள்ள பஹீமாவின் அக்கறை, இன்றைய காலகட்டத்தின் தேவை.

பறவைகள் போலவும்
பூக்கள் போலவும்
இயல்பாய்
மனிதர் இருக்கும் நாளில்
நானும் உனது அருகில்
நெருங்குவேன்

என்ற ஈழத்துக் கவிஞர் சங்கரியின் கவிதை வரிகள், இயற்கையை முன்வைத்து ஆணின் இயல்பைக் கேள்விக்குள்ளாக்கியுள்ளன. பறவை, மலர் போல இயற்கையாக வாழத் தெரியாத ஆணின் அதிகார உலகு காலங்காலமாகத் தொடர்கிறது. சங்கரியின் கவிதை கருத்தியலை முன்வைத்தாலும், இயற்கை பற்றிய மதிப்பீட்டில் சங்கத் திணை மரபின் நீட்சியைக் காணமுடிகின்றது.

மரம் பற்றிய மாலதி மைத்ரி, தமிழச்சி ஆகிய இரு கவிஞர்களின் கவிதைகளும் இயற்கை மீதான நெருக்கத்தினைப் புலப்படுத்துகின்றன. மரத்துக்கும் மனித இருப்பினுக்குமான உறவு காலந்தோறும் தொடர்கின்றது. மரத்தைத் தாயாகவும் சிநேகிதியாகவும் நோக்குகின்ற அணுகுமுறை, திணைசார் மரபிலான கவிதைப் போக்கில், அடுத்த கட்ட வளர்ச்சியாகும்.

வேம்பாயி

பெண்வாசனை வேம்புக்கு
வேப்பமணம் காற்றெல்லாம்
கோடையில் தழைத்துப்பூதுக்குலுங்கும்
முதல் மசக்கையின் பூரிப்போடு வேப்பமரம்
பச்சை அழகு
பூமி கண்திறந்தால் பச்சை
சிறுவயதில் அடிவேப்பமரத்தில்
கட்டியிருந்த மஞ்சள் ஆடைக்குள்

கைவிட்டுத் தொட்டுப்பார்த்தேன்
அடிவயிறு வெம்மையாக இருந்தது
காது பொருத்திக் கேட்டேன்
உயிர் அசையும் முனகல் கேட்டது
இது அம்மாவின் வயிறு.
...

வேப்பமரத்தைப் பெண்ணாகக் கருதும் மாலதி மைத்ரியின் கவிதை, தொன்மம் சார்ந்தது. வேம்பு, வேம்பாயி எனப் பெண்பாலாகும்போது, அதன் அடிமரத்தில் கட்டியிருந்த மஞ்சள் ஆடைக்குள் கதகதக்கும் வெப்பம் உயிரோட்டமானது. வேப்பமரத்தைப் பெண்ணாகப் போற்றி வழிபடும் மரபின் நீட்சியான இக்கவிதை, இயற்கை மீதான ஈடுபாட்டின் விளைவாகும்.

தமிழச்சியின் 'மஞ்சணத்தி' கவிதை, மரத்துடன்கொண்ட தோழமையைச் சொல்வதன் மூலம், இயற்கையை வேறு ஒன்றாக்குகிறது.

மஞ்சணத்தி மரம்
முறுக்கேறிய உன் மரக்கிளையில்
சிராய்த்துக் கழிந்தது
என் சிறு பிராயம்
மூச்சிறைக்க ஓடி வந்து என்
முதல் ருதுவை
உன் இலையொன்றைக்
கிள்ளியபடியே பகிர்ந்தபோது
தொடங்கிற்று என் பதின் பருவம்.
...
உன் செதில் புடவையெங்கும்
சிறு முடிச்சுக்களாய் என் நினைவை
முடிந்து வைத்திருக்கும்
உன் பெரு உடல் நீவிப்
பிசின் எடுத்துக் கோந்து ஒட்டிக்
கழிந்தது என் வளர் பருவம்.
...
தாயிடமும் பகிராத
என் மொட்டவிழ்ப்பை
தாழ் சடையின் கர்வத்தை,
உன் தண் நிழலில் தலை சாய்ந்த
தனிமையுடன் நகர்ந்தது
என் இளம் பருவம்
...

பேரிளம் பெண், தனது வாழ்க்கையில், ஒவ்வொரு காலகட்டத்திலும் மஞ்சணத்தி மரத்துடன் தன்னைப் பகிர்ந்து கொண்டாள் என்ற தமிழச்சியின் கவிதை வரிகள், இன்றைய வாழ்நிலையில் முக்கியமானவை. தொட்டியில் குரோட்டன்ஸ் வளர்த்து திருப்தியடையும் நகரவாசிகளுக்குத் தோட்டம், மரம் பற்றிய தொடர்பு இருக்க வாய்ப்பில்லை. பெண்ணின் மனம் மரத்துடன் பகிர்ந்து கொள்ளப்படுவது மாந்திரிக யதார்த்தமா என்ற கேள்வி தோன்றுகிறது. மரத்தைத் தனது முன்னோர் வாழுமிடம் என்று நம்பி தலைமுறைகள் தோறும் வழிபடும் வழக்கம் இன்றும் கிராமப்புறங்களில் உள்ளது. மரம் கடவுளாகும் விந்தை எளிதாக நடந்தேறும் நிலையில், மஞ்சணத்தி மரத்துடன் சொல்லாடலைத் தொடங்குவதற்கு இடமுண்டு.

மரத்தை உடன்பிறந்தவளாகக் கருதிய இளம்பெண், தனது காதலுக்குத் துணையாக இருந்த மரத்தைத் தோழமையாகக் கருதும் இளம்பெண் ஆகிய இரு சங்கப் பெண்களின் வழியில் நவீனக் கவிஞர்கள் மாலதிமைத்ரி, தமிழச்சி ஆகியோரின் கவிதைகளில் மரங்கள் உயிர்பெற்று எழுந்துள்ளன. அவை திணைசார் மரபின் வளர்ச்சிப் போக்கினை நவீனத் தமிழ்க் கவிதைகளில் அடையாளப்படுத்தியுள்ளன.

ஒப்பீட்டளவில் இயற்கையுடன் தனது கவிதைகளை அடையாளப்படுத்துவது பெண்கவிஞர்களின் கவிதைகளில் கூடுதலாக இடம்பெற்றுள்ளது. பெண்ணுடல் அரசியல் ஈடுபாடுடைய பெண் கவிஞர்கள்கூட மனித இருப்பின் ஆதார உணர்ச்சிகளான பிரிவு, காத்திருத்தல் பற்றிய கவிதையாக்கத்தில், சங்க மரபினைப் பின்பற்றியுள்ளனர்.

பொதுவாகத் தமிழில் நவீன கவிதை என்பது இருண்மை, மௌனம், அபத்தம், மனமுறிவு, அகப்பயணம் எனப் பூடகமாக்கப்பட்ட நிலையில், தரையில் கால் பாவாமல் உள்ளது. இதனால் நவீன கவிதையாக்கத்தில் 'நகல் எடுத்தல்' துரிதமாக நடைபெற்றுக் கொண்டிருக்கிறது. தமிழ் மரபு சார்ந்த நிலையில், சங்கத்திணை மரபிலிருந்து நவீன கவிதை பெற்றுக் கொள்வதற்கு விஷயங்கள் உள்ளன. முதல், கரு, உரி என அகத்திணையை அப்படியே ஏற்றுக்கொள்வது இயலாதது. மனித வாழ்க்கையின் ஆதாரமான இயற்கையின் அங்கமான மரங்கள், உயிரினங்கள்மீது ஈடுபாட்டினை வளர்த்துக்கொள்ள வேண்டியது அவசியம். இயற்கையிலிருந்து முற்றிலும் துண்டிக்கப்பட்ட நிலையில், மனித வாழ்க்கையானது சபிக்கப்பட்டதாகிறது என்ற புரிதல் இன்றைய தேவை. தமிழ் மரபின் வேர்களையும், அடையாளத்தையும் மறந்துபோன தமிழகச் சூழலில், நவீனத் தமிழ்க்கவிதையில் சங்கத்திணைமரபு சிறிய அளவில் தொடர்கின்றது என்பது ஆறுதலாக உள்ளது.

உயிர்மை, மே – *2012*

நவீனத் தமிழ்க் கவிதைத் தொகை நூல்கள்

இரண்டாயிரமாண்டுப் பாரம்பரியமுடைய தமிழ்க் கவிதை வரலாற்றில், கவிதைகளைத் தொகுப்பது காலந்தோறும் நடைபெற்று வருகின்றது. பண்டைக்காலத்தில் தமிழ்மொழியினால் அடையாளப்படுத்தப்பட்ட நிலப்பரப்பில் வாழ்ந்த புலவர்கள் எழுதிய கவிதைகளைத் தொகுத்து எட்டுத்தொகையும் பத்துப்பாட்டும் உருவாக்கப்பட்டது தற்செயலானது அல்ல. சங்க காலத்தில் ஒரு புலவர் நூற்றுக்கணக்கான பாடல்கள் எழுதியிருக்க வாய்ப்புண்டு. அவற்றிலிருந்து சில பாடல்கள் மட்டும் தொகுப்பாளரால் தேர்ந்தெடுக்கப்பட்டமைக்கான காரணங்கள் ஆய்விற்குரியன. மேலும், ஒரு காலகட்டத்தில் பல புலவர்கள் பாடல்கள் எழுதிக் கொண்டிருக்கும்போது, சிலரின் சில பாடல்கள் மட்டும் தேர்ந்தெடுக்கப்படுவதில், நுண் அரசியல் பொதிந்துள்ளது. பாடல்களைத் தேர்ந்தெடுத்துத் தொகுப்பாக்க வேண்டுமென்ற முயற்சியில் முனைப்புடன் ஈடுபட்டோர் பெரும்பாலும் புரவலராக இருக்க வாய்ப்புண்டு, அல்லது புலவரின் முயற்சிக்குப் பின்புலமாகத் தொகுப்பித்தவர் இருக்கலாம். கவிதைகளின் மீது மதிப்பும் அக்கறையும் மிக்க புலவருக்குத்தான் தொகுப்பு முயற்சியில் ஈடுபடுவதற்கான சாத்தியப்பாடுகள் அதிகம். கவிதைத் தொகுப்பு என்பது வெறுமனே தொகுப்பாளரின் இலக்கிய ரசனை சார்ந்ததாக மட்டும் அமைய வாய்ப்பில்லை. இனக்குழு, பால் வேறுபாடு. சாதிய ஏற்றத்தாழ்வு, பொருளியல் போன்றவை கவிதைத் தேர்வினில் ஆளுகை செலுத்துகின்றன.

தனிப்பட்ட கவிஞர் எழுதிய கவிதைகளிலிருந்து தேர்ந்தெடுக்கப்பட்ட கவிதைகள், தொகுக்கப்பட்ட கவிதைகள் தொகுக்கப்படுவதற்கும் பல்வேறு கவிஞர்களின் சில கவிதைகள் மட்டும் தொகுக்கப்படுவதற்கும்

பருண்மையான வேறுபாடுகள் உள்ளன. கவிஞர்கள் பலரின் கவிதைகள் அடங்கிய தொகுப்பு, சமகாலத்திய இலக்கியப் போக்கினை முன்னிலைப் படுத்துகிறது. தொகுப்பாளரின் நோக்கம், சமூக அக்கறை, இலக்கிய மதிப்பீடு போன்றன கவிதைத் தொகுப்பாக்கத்தில் நுட்பமாகச் செயல்படுகின்றன.

தமிழைப் பொறுத்தவரையில் சங்க இலக்கியம், பதினெண்கீழ்க்கணக்கு எனத் தொடங்கிய தொகுப்பு முயற்சி இருபதாம் நூற்றாண்டின் முற்பகுதியிலும் தொடர்ந்தது. இத்தகைய மரபின் நீட்சியாகத்தான் புதுக்கவிதைகளின் தொகுப்பு நூல்களும் தமிழில் தொடர்ந்து வெளியாகிக் கொண்டிருக்கின்றன. இத்தகைய தொகுப்பு நூல்கள் மூலம் வெளிப்படும் போக்குகள் ஆழ்ந்த ஆய்விற்குரியன.

யாப்பினை அடிப்படையாகக்கொண்டு எழுதப்பட்ட தமிழ்ச் செய்யுள் வடிவமானது. காலந்தோறும் மாறி வந்துள்ளது. மருத்துவம், சோதிடம் போன்றவற்றைப் பதிவு செய்யவும் செய்யுள் வடிவம்தான் பயன்பட்டது. உரைநடையில் எழுதுவது பெரிதும் வழக்கற்ற சூழலில், ஐரோப்பியரின் இந்திய வருகைக்குப் பின்னர் மாற்றமேற்பட்டது. இராமலிங்கரின் அருட்பா, பாரதியாரின் மரபுக் கவிதைகள், வசன கவிதைகள் ஆகியன தமிழ்க் கவிதைப் போக்கினை மாற்றியமைத்தன. இத்தகு சூழலில், ஆங்கில இலக்கியத்தின் தாக்கத்தினால், தமிழில் புதுக்கவிதை என்ற புதிய இலக்கிய வடிவம் உருவானது. ந.பிச்சமூர்த்தி எழுதிய 'காதல்' என்ற கவிதை 1934 ஆம் ஆண்டு 'மணிக்கொடி' இதழில் வெளியானது. இதுவே தமிழில் வெளியான முதல் புதுக்கவிதை. அன்றைய காலகட்டத்தில் யாப்பின் ஆதிக்கம் தமிழில் வலுவாக இருந்தது. புதுக்கவிதை முயற்சிக்கு வரவேற்பில்லை. புதுக்கவிதை என்பது 'கோவேறு கழுதை', 'விஜிடபிள் பிரியாணி' எனக் கேவலமாகக் குறிப்பிடப்பட்டது. மரபு வழிப்பட்ட புலவர்களால், புதுக்கவிதை இலக்கிய வடிவம் பெரிதும் கண்டனத்திற்குள்ளானது. கு.ப.ரா., வல்லிக்கண்ணன், க.நா.சுப்ரமணியன் போன்றோர் தொடக்கக்காலத்தில் புதுக்கவிதை எழுதியவர்களில் முக்கியமானவர்கள்.

புதுக்கவிதை வரலாற்றில் 1959இல் சி.சு செல்லப்பாவினால் தொடங்கப்பெற்ற 'எழுத்து' இதழ் தனித்துவமானது. பசுவய்யா, நகுலன், சி.மணி, எஸ்.வைத்தீஸ்வரன், தி.சோ.வேணுகோபாலன், தருமு சிவராமு போன்ற கவிஞர்களின் முதல் கவிதை முயற்சிகள் 'எழுத்து'வில் தான் வெளியாகின. இலக்கிய விமர்சனத்திற்காகத் தொடங்கப்பெற்ற 'எழுத்து' இதழ், நாளடைவில் புதுக்கவிதை வெளியீட்டினுக்கு முக்கியத்துவம் தந்தது. சிவாஜி, சூறாவளி, கலாமோகினி, கிராம ஊழியன், மணிக்கொடி போன்ற இதழ்களும் புதுக்கவிதையை வெளியிட்டன. தமிழ் இலக்கியப் பரப்பில் புதுக்கவிதை வடிவம் காலூன்ற முயன்றது ஓரளவு வெற்றியடைந்தது. மரபுக்கவிதை, புதுக்கவிதை

எனப் பிரித்துக் குறிப்பிடும் வழக்கம் ஏற்பட்டது. இன்று தற்கால இலக்கியத்தைப் பொறுத்தவரையில் கவிதை என்று குறிப்பிட்டால், அது பெரும்பாலும் புதுக்கவிதையைக் குறிக்கின்றது. கவிதைக்கு முன்பிருந்த 'புது' என்ற ஒட்டு மறைந்துவிட்டது. யாப்புடன் கவிதை எழுதுகின்ற தமிழ்க் கவிஞர்களின் கவிதை முயற்சிகளுக்கு இன்று வரவேற்பில்லை. மரபுக்கவிதைகள் அருகிக் கொண்டிருக்கின்றன.

முதல்கவிதைத் தொகுப்பு

தமிழில் புதுக்கவிதை, 1950களில் ஆங்கில இலக்கியப் பழக்கமுள்ள நகர்ப்புற நடுத்தரவர்க்கத்தினரிடம் மெல்ல அறிமுகமானது. மரபுக் கவிதையில் மேலோங்கியிருந்த சப்த ஒழுங்கும் சப்தமும் சிதைந்த நிலையில், கூர்மையான சொற்கள்; மூலம் நம்பிக்கை வறட்சியையும் மனத்தின் நுணுக்கத்தையும் புதிய மொழியில் அறிமுகப்படுத்திய புதுக்கவிதை பற்றிய விமர்சனக் கட்டுரைகள் வெளியானது, புதுக்கவிதைக்கு இலக்கிய மதிப்பீட்டினை ஏற்படுத்தியது. இலக்கிய விமர்சகரும் தமிழ்ப் பேராசிரியருமான சி.கனகசபாபதி, புதுக்கவிதையைத் தமிழ்த்துறையினர் ஏற்றுக்கொள்ள வேண்டுமென எழுதிய கட்டுரைகளும் பல மொழிபெயர்ப்புக் கவிதைகளும் வெளியாகியுள்ளன. பல்வேறு இளைஞர்கள் உற்சாகத்துடன் புதுக்கவிதை முயற்சிகளில் ஈடுபட்டனர். இத்தகு சூழலில், சி.சு.செல்லப்பா 'எழுத்து' பதிப்பக வெளியீடாக 1962இல் ந.பிச்சமூர்த்தியின் முப்பத்தைந்து கவிதைகள் அடங்கிய 'காட்டு வாத்து' தொகுப்பினை வெளியிட்டார். அதே ஆண்டில் அக்டோபர் மாதம் 24 கவிஞர்கள் எழுதிய 63 கவிதைகளைத் தொகுத்து 'புதுக்குரல்கள்' என்ற தலைப்பில் 'எழுத்து' பிரசுரமாகக் கொண்டுவந்தார். இதுவே தமிழில் தொகுக்கப்பெற்றுள்ள புதுக்கவிதைத் தொகுப்புகளுக்கு முன்னோடியும் முதலாவதுமான தொகுப்பாகும். புத்தகத்தின் முகப்பு அட்டையில் 'புதுக்குரல்கள்' என்ற தலைப்பு மேலிருந்து கீழாகவும், '24 கவிகளின் 63 கவிதைகள்' என்று கிடைமட்டமாகவும் அச்சிடப்பட்டிருந்தன. 'நுழைவாசல்' என்ற பெயரில் சி.சு.செல்லப்பா 16 பக்கங்களுக்குத் தொகுப்பு பற்றிய தனது கருத்துக்களைப் பதிவாக்கியுள்ளார். 'எழுத்து இதழில் முதல் நான்கு ஆண்டுகளில் வெளியான இருநூறு கவிதைகளிலிருந்து தேர்ந்தெடுக்கப்பட்ட 58 கவிதைகளுடன் வேறு இதழ்களிலிருந்து எடுக்கப்பட்ட கு.ப.ரா.வின் மூன்று கவிதைகளும் ந.பிச்சமூர்த்தியின் இரு கவிதைகளும் தொகுக்கப்பட்டிருந்தன. நூலின் அட்டையில் 63 கவிதைகள் எனக் கொட்டை எழுத்தில் அச்சிடப்பட்டிருந்தாலும், தொகுப்பில் 62 கவிதைகள்தான் இடம் பெற்றுள்ளன. ஒரு கவிதை எண்ணிக்கையில் குறைவது எப்படி என்பது புலப்படவில்லை.

ந.பிச்சமூர்த்தி, வல்லிக்கண்ணன், சி.மணி, எம்.பழனிச்சாமி, ஆர்.வெங்கடேசன், என்.முத்துசாமி போன்ற நண்பர்கள் தேர்வு செய்த

கவிதைகளுடன், தன்னுடைய தேர்வினையும் சேர்த்துத் தொகுப்பைக் கொண்டு வந்துள்ளதாக சி.சு.செல்லப்பா குறிப்பிட்டுள்ளார். எனவே, தமிழின் முதல் புதுக்கவிதைத் தொகுப்பாக்கத்தில் சி.சு.செல்லப்பா உள்ளிட்ட எழுவரின் முயற்சி உள்ளடங்கியுள்ளது. எனவேதான் நூலின் தொகுப்பாசிரியர் எனத் தனியே குறிப்பு எதுவுமில்லை.

'பசுவய்யா' என்ற பெயரில் 'எழுத்து' இதழில் கவிஞராக அறிமுகமான சுந்தர ராமசாமியின் ஐந்து கவிதைகள் அவருடைய பெயரில் வெளியாகியுள்ளன. நகுலன் என்ற புனைப்பெயரில் பிரபலமாக அறியப்பட்ட கவிஞரின் கவிதைகள், அவருடைய இயற்பெயரான டி.கே.துரைஸ்வாமி என்ற பெயரில் வெளியிடப்பட்டிருந்தன.

தொகுப்பில் இடம்பெற்றிருந்த 24 கவிதைகளில் தருமு சிவராமு, நகுலன், பசுவய்யா, சி.மணி, ந.பிச்சமூர்த்தி, தி.சோ. வேணுகோபாலன், எஸ்.வைத்தீஸ்வரன் போன்றோர்தான் கவிதை முயற்சிகளில் தொடர்ந்து ஈடுபட்டுத் தங்களுடைய ஆளுமையைத் தக்கவைத்துக் கொண்டுள்ளனர். எஸ்.வைத்தீஸ்வரன் இன்னும் உற்சாகத்துடன் இளமை ததும்பக் கவிதை எழுதிக் கொண்டிருக்கிறார்.

டி.எஸ் எலியட்டின் கவிதையின் தாக்கத்தினால் எழுதப்பட்ட சி.மணியின் 'நரகம்' கவிதை, வாசிப்பில் கிளர்த்தும் அனுபவங்கள் முக்கியமானவை. மனித இருப்பினைக் காலங்கடந்த நிலையிலும் அசலாக விசாரிக்கும் 'நரகம்' தமிழில் முக்கியமான கவிதை.

தருமு சிவராமுவின் 'விடிவு' கவிதை படிமக் காட்சி வெளிப்பாட்டில் நூதனமானது.

பூமித் தோலில்
அழகுத் தேமல்
பரிதி புணர்ந்து
படரும் விந்து
கதிர்கள் கமழ்ந்து
விரியும் பூ
இருளின் சிறகைத்
தின்னும் கிருமி
வெளிச்சச் சிறகில்
மிதக்கும் குருவி

எளிய சொற்கள் மூலமாகப் பிரேமிள் படைத்த படிமங்கள் பலருக்கு ஈர்ப்பை ஏற்படுத்தின.

சுந்தர ராமசாமியின் 'என் எழுத்து' என்ற கவிதை, அவருடைய படைப்பு மனம் பற்றிய பிரகடனமாக வெளிப்பட்டிருந்தது...

என்னை அழிக்க யாருண்டு?
எழுத்தில் வாழ்பவன் அன்றோ யான்

என்ற கவிதை வரிகள் கவித்துவச் செருக்குடன் சு.ரா.வைப் பதிவாக்கியிருந்தன.

நகுலனின் கடன்பட்டார், அறியாதவர் ஒருவருமில்லை, ந.பிச்சமூர்த்தியின் கிளிக்கூண்டு, பூக்காரி போன்ற கவிதைகள் தனித்துவம் மிக்கவை.

"...நூதன நடையும் ஆழ்ந்த நோக்கமும் இல்லாமல், இன்றைக்கான சொல்லாட்சியும், புதுப்பாங்கான படிமப் பிரயோகமும் இல்லாமல், தீபாவளிக்கும் பொங்கலுக்கும் பாராட்டுக்கும், வாழ்த்துக்கும் பத்திரிகைச் செய்யுள்களாக ஃபார்முலா உருவமும் உள்ளடக்கமும் கொண்டு வரும் சொல்லோசைச் செய்யுள்களும் மெட்டுப் பாட்டுகளும் எத்தனை கவிதை என்ற பெயரில்?" என நூலின் முன்னுரையில் சி.சு.செல்லப்பா குறிப்பிட்டிருப்பது பரிசீலனைக்குரியது. எதுகை, மோனை, சந்தம், வார்த்தை ஜாலம் என மரபு வழிப்பட்ட நிலையில் வறண்டுபோன மரபுக் கவிதைக்கு மாற்றாகப் புதுக்கவிதையை முன்னிறுத்துவது, அவரின் தெளிந்த மனநிலையைப் புலப்படுத்துகிறது. "புதுவிதமான சொல்திறன் தான் காண்கிற அது முழுமையானதாக இல்லாமல் இருக்கலாம். மதிப்பு, முக்கியத்துவம் இரண்டையும் வெளிப்படுத்தி, யதார்த்தத்தின் எல்லைகளை நமக்கு விரிவுபடுத்திக் காட்டுகிறது" எனப் புதுக்கவிதையின் இலக்கினை வரையறுக்க, புதுக்கவிதை முதன்மையிடம் பெறும் என்ற நம்பிக்கை வெளிப்பட்டது.

இருபதாம் நூற்றாண்டு விநோதமானது. மனிதனுக்கு ஏற்படும் பிரச்சினைகள் தாங்க முடியாதவை. ஒவ்வொருவரும் அவரவருக்கான உலகை நிறுவ முயலுகின்றனர். உழைப்பிலிருந்து அந்நியப்பட்டுச் சோம்பித் திரிந்து, தனக்குத் தானே வேறு ஒன்றாகக் காட்சியளிக்கும் நவீன மனவெளி மனிதர்களின் குரல்கள் தனித்துவமானவை. தன்னம்பிக்கை x மனஉறுதி, இலட்சியம் x யதார்த்தம், உண்மை x போலி, மேன்மை x கீழ்மை போன்ற எதிர்நிலைகளில் மனிதனின் இருப்பு, கேள்விக்குள்ளாகியுள்ளது. இந்நிலையில் புதிய மொழியில் கவிதை சொல்ல முயன்ற கவிஞர்கள் சிலரின் குரல்கள் கோபத்துடன் ஓங்கி ஒலிக்கின்றன; சிலரின் கவிதை வரிகள் இருண்மையைச் சித்திரிக்கின்றன; சிலருடைய கவிதைகள் தத்துவத்தைச் சுமந்து திரிகின்றன. புதுக்குரல்கள் என முன் வைக்கப்பட்டுள்ள பலரின் எழுத்துகள் புதியவை என்பதுடன், அவை படைப்புரீதியில் புதிய தடத்தை வகுக்க முயன்றுள்ளன என்பதும் உண்மை.

நகர்ப்புறத்துப் படிப்பாளிகள், பார்ப்பனர் உள்ளிட்ட உயர்சாதியினரின் இருண்மைப் போக்கு, நம்பிக்கை வறட்சி, சமூக வெறுப்பு போன்றவற்றைப்

புதுக்குரல்களாக ஒலிக்கும் நவீன கவிஞர்களின் கவிதை முயற்சிகளைப் பிற்போக்கானவை என்று தொ.மு.சி.ரகுநாதன், நா.வானமாமலை, க.கைலாசபதி போன்ற இடதுசாரி சார்புடைய விமர்சகர்கள் குறிப்பிட்டதை இங்குப் பதிவு செய்ய வேண்டியுள்ளது. தொடக்ககாலப் புதுக்கவிதைகளை முன்வைத்துப் புதுக்கவிதை வடிவத்தையே நிராகரித்த போக்கு நிலவியதையும் கவனத்தில்கொள்ள வேண்டும்.

புதுக்குரல்களாகக் கவிதை படைத்த 24 கவிஞர்களில் பலர் கால வெள்ளத்தில் காணாமல் போனாலும், முதல் தொகுப்பு என்ற நிலையில், அது இன்றும் குறிப்பிடத்தக்கதாக உள்ளது. சில கவிதைகள் மறுவாசிப்பிலும் ஈர்ப்பை ஏற்படுத்துவது, அத்தொகுப்புக்குப் பெருமை சேர்ப்பதாகும்.

சமூக விமர்சனத் தொகுப்புகள்

'புதுக்குரல்கள்' வெளியான பின்னர், தனிப்பட்ட கவிஞரின் கவிதைகள் அடங்கிய சில தொகுப்புகள் வெளியாகிப் புதுக்கவிதைகள் பரவலாக அங்கீகாரம் பெற்றிருந்தாலும், பல்கலைக்கழக அளவில் ஒதுக்கி வைக்கப்பட்டிருந்தன. இந்நிலையில் 1973ஆம் ஆண்டு மதுரை பல்கலைக்கழகத்தில் முதுகலை (தமிழ்) பாடத்திட்டத்தில் புதுக்குரல்கள் தொகுப்பின் திருத்தப்பட்ட இரண்டாம் பதிப்பு பாடமாக வைக்கப்பட்டது. 1970 அக்டோபர் மாதம் வெளியான 'கசடதபற' இதழ், வெகுசனப் படைப்புகள், பத்திரிகைகள் குறித்து அதிருப்தியடைந்திருந்த படைப்பாளர்களின் பொதுமேடையாக விளங்கியது. கலாப்ரியா, ஞானக்கூத்தன், கோ.ராஜாராம், கங்கை கொண்டான் போன்ற கவிஞர்களின் படைப்புகள் பிரசுரமாயின. கோவையிலிருந்து 1971ஆம் ஆண்டு வெளியான 'வானம்பாடி' இதழ் சமூகப் பிரச்சினைகளுக்கான தீர்வுகளையும் சமூக அவலங்களையும் வெளிப்படுத்தும் புதுக்கவிதைகளை வெளியிட்டது. அபி, இன்குலாப், சிற்பி, மீரா, பிரபஞ்ச கவி, மு.மேத்தா, அப்துல் ரகுமான் போன்றோர் சமூக அக்கறையுடன் புதுக்கவிதை எழுதினர். பொதுவாக இளைஞர்கள் சமூகரீதியிலான பிரச்சினைகளையும், எரிச்சலையும், கோபத்தையும் வெளிப்படுத்த புதுக்கவிதை வடிவத்தை வெற்றிகரமாகக் கையாண்டனர். இதுவரை புதுக்கவிதை என்பது மேல்தட்டினர், உயர்சாதியினருக்கு மட்டும் உரியது என்ற பொதுப்புத்தி சிதைக்கப்பட்டது. மாணவர் உள்ளிட்ட விளிம்பு நிலையினரின் மனக்குமுறல்களை வெளிப்படுத்த புதுக்கவிதை பெரிதும் பயன்பட்டது. இப்போக்கினில் எழுதப்பட்ட கவிதைகளைத் தொகுத்து 1975ஆம் ஆண்டு வெளியிடப்பட்ட 'ஆக்டோபஸும் நீர்ப்பூவும்' தொகுப்பு முக்கியமானது. குவேரா, தமிழவன், ஆராமுதம், பிரம்மா, ரிஷிதேவன், தீர்த்தங்கரன் என்ற அறுவரின் முப்பத்தேழு கவிதைகள் தொகுப்பில் இடம்பெற்றிருந்தன. கல்லூரி, பல்கலைக்கழகத்தினரைப் பகடி செய்யும் கவிதைகளை எழுதியிருந்தவர்கள்

மாணவர்கள். எனவே, எல்லோரும் புனைப்பெயருக்குள் மறைந்து கொண்டனர். ஆராமுதம் என்பது மு.ராமசுவாமி, கார்லோஸ் எனப்படும் தமிழவன் அதே பெயரில் பிரபலமடைந்தார். பிற நால்வரைப் பற்றி அறிய இயலவில்லை. முற்போக்கு புதுக்கவிதைகள் என்ற துணைத் தலைப்புடன் வெளியான ஆக்டோபஸும் நீர்ப்பூவும் தொகுப்பில் இடம்பெற்றுள்ள கவிதைகள் அந்தக் காலகட்டத்தில் பரபரப்பை ஏற்படுத்தின. தமிழ்த்தாய் வாழ்த்து என்ற பெயரில் பாயிரம் பாடுவதாக மிஸ்.தமிழ்தாயே நமஸ்காரம் என எழுதப்பட்ட வரிகள் எல்லாவற்றையும் பகடி செய்தன. "புரியாப் படிமங்கள், மருட்டும் பதச் சேர்க்கைகள், தலை தடுமாற்றங்கள் போன்ற சண்டப் பிரசண்ட எத்து வேலைகள் இல்லாமலேயே ஒரு புதிய உலகைக் காட்ட முயன்றிருக்கிறார்கள்" என நூலின் முன்னுரையில் கவிஞர்களின் நண்பரும் இளைஞருமான முத்து எழுதியிருப்பது, 'எழுத்து' காலக் கவிதைகளிலிருந்து இவர்கள் வேறுபடுவதை வெளிப்படுத்துகின்றது. "...தமிழ்ப் பிரச்சினைகளின் வேரை இவர்கள் விஞ்ஞானப்பூர்வமான தத்துவ ஒளி வெள்ளத்தில் பார்க்கப் பழகியவர்கள். ஏனெனில், புதிய பாஷையின் செயற்பாட்டை புதுமரபில் கையாண்டுள்ளார்" எனப் பதிப்புரையில் குறிப்பிடப்பட்டுள்ளது ஒப்பு நோக்கத்தக்கது.

பசிக்கடியில்/பலநாள் செத்து/ நேற்று 12.30க்குத் தண்டவாளத்தில் வாழ்ந்தாள்/அந்தப் பிச்சைக்காரி/நாங்கள்/பார்த்து சிரித்து விட்டு/மேட்னிக்குப் போனோம்' என்ற தமிழவனின் கவிதை, மனிதர்களின் ஒதுங்கிப்போகும் இயல்பைச் சித்திரிக்கிறது.

வேட்கையில் அகப்பட்ட
வேழத்தை
முடிந்தமட்டும் உண்டு
முன்னோடிகள் போனபின்
எஞ்சிய எச்சிலை நக்கும்
நரிகள்

என முடியும் கவிதையின் தலைப்பு 'அரசியல்வாதிகள்'. சமூக அவலங்களால் கோபமடைந்த இளைஞர்கள் எளிய மொழியில் தங்களுடைய எரிச்சலைக் கவிதைகளாக மாற்ற முயன்றுள்ளனர். வானம்பாடிக் கவிஞர்கள் அதே காலகட்டத்தில் பயன்படுத்திய வசந்தம், புல்லாங்குழல், அஸ்தமனம், புஷ்பம் போன்ற அலங்காரச் சொற்களைத் தவிர்த்துவிட்டு, யதார்த்தமான சொற்களைக் கவிதையாக்கத்தில் கையாண்டுள்ள இளம் கவிஞர்களுக்கென நோக்கம் இருக்கிறது. எனவேதான் புதுக்கவிதை என்னும் வாளேந்தி அக்கிரமத்தை ஒழிக்கப் புறப்பட்டுவிட்டனர். இவை இன்னும் கவிதைகளாக உருமாறவில்லை என்று யாராவது சொன்னால், கவிஞர்கள் பொருட்படுத்த மாட்டார்கள். ஏனெனில் 'ஆக்டோபஸும் நீர்ப்பூவும்' மூலம் கவிஞர்கள் கட்டமைக்க

விரும்பும் உலகம் யதார்த்தமானது. அங்கு கலையின் உச்சம், அழகியல் போன்ற சொற்களுக்கு அர்த்தமில்லை.

வானம்பாடிகள் நாங்கள் / வசந்த மின்னல்கள் நாங்கள் எனத் தங்களை இலக்கிய இயக்கமாக அடையாளம் கண்ட, வானம்பாடி இதழில் கவிதைகள் எழுதிய கவிஞர்களின் தொகுப்பு 'வெளிச்சங்கள்' என்ற பெயரில் 1973இல் வெளியானது. முப்பத்து மூன்று கவிஞர்களின் ஐம்பத்தைந்து கவிதைகள் தொகுப்பினுள் இடம்பெற்றுள்ளன. கவிதைகளைத் தொகுத்தவர் பெயர் நூலில் இடம்பெறவில்லை. எனவே பலரின் கூட்டு முயற்சியில் 'வெளிச்சங்கள்' தொகுப்பு உருவாக்கப்பட்டிருக்க வேண்டும். "வானம்பாடி கட்சி சார்பற்ற ஒரு கவிதை இயக்கம். சமுதாயப் பார்வையை முன்வைத்துக் கவிதை படைப்பவர்களின் இயக்கம் இது. முற்போக்குச் சிந்தனையுடைய அனைவரையும் ஏற்றுக்கொள்ளும் இயக்கம் இது" என வாம்பாடிகள் பற்றி நூலின் முன்னுரையில் குறிப்பிடும் ஞானி, "இவர்களால் தமிழ்க் கவிதை, உலகக் கவிதையின் உயரத்திற்கு நிமிர்ந்து நிற்கும்" என்று நம்புகிறார்.

1960களின் பிற்பகுதியில் இந்தியாவெங்கும் அரசியல் விழிப்புணர்வு மக்களிடையே கூர்மையடைந்தது. குறிப்பாக, மேற்கு வங்கத்தில் வசந்தத்தின் இடி முழக்கமாகத் தோற்றுவிக்கப்பட்ட 'நக்சல்பாரி இயக்கம்' இளைஞர்களிடையே வீச்சாகப் பரவியது. நாடு விடுதலையடைந்த பின்னர் பிறந்து வளர்ந்த இளைய தலைமுறையினர் ஆட்சியதிகாரத்திலிருந்து ஊழல் செய்யும் கட்சிகளை வெறுத்தனர். பொருளாதாரம், சாதி, சமயம், பால் எனப் பல நிலைகளில் அடக்கியொடுக்கப்பட்ட மக்களிடையே விழிப்புணர்வை ஏற்படுத்த முயன்றவர்கள் கலை, இலக்கியத்திலும் வெளிப்பட்டனர். இந்நிலையில் சமூகப் பிரக்ஞையுடன், ஒடுக்கப்பட்ட மக்களுக்கு ஆதரவாகக் குரல் கொடுக்க முயன்ற நடுத்தர வர்க்கத்துப் படிப்பாளிகளின் இலக்கிய வெளிப்பாடு வானம்பாடிக் கவிதைகளாக வெளிப்பட்டது. சமூக மாற்றத்தினைப் பிரகடனப்படுத்தும் கவிதைகள், எல்லோருக்குள்ளும் ஊடுருவி, கெட்டிதட்டிப் போயிருக்கும் மனங்களை அசைக்கும் என்ற நம்பிக்கை வானம்பாடிகளுக்கு இருந்தது.

வானம்பாடிக் கவிஞர்களில் சிற்பி, மீரா, பாலா, இன்குலாப், மேத்தா, கங்கைகொண்டான், புவியரசு, சக்திக்கனல், அப்துல்ரகுமான், அபி, கலாப்ரியா, கல்யாண்ஜி போன்றோர் பின்னர் பிரபலமடைந்தனர். விளிம்பு நிலையினரை விடுவிக்கும் ஆயுதமாகக் கவிதையைக் கருதிய வானம்பாடிக் கவிஞர்கள், தமிழுக்குப் புதிய போக்கினை அறிமுகப்படுத்தினர். புஷ்பம், மன்மதக் கனவு, வசீகரக் கனி, ஜனனம், காராகிருகம் போன்ற சமஸ்கிருத மொழிச் சொற்களைக் கவிதையாக்கத்தில் பயன்படுத்தியது வாசிப்பில் ஈர்ப்பினை

ஏற்படுத்தியது. புதுக்கவிதையின் வாசகத் தளத்தினை விரிவடையச் செய்ததில் வானம்பாடிகளின் பங்கு கணிசமானது. அரசியல், பொருளாதாரம், சாதி, சமய ஒடுக்குமுறையினால் அடக்கப்பட்ட விளிம்பு நிலையினருக்காகக் குரல் கொடுத்த வானம்பாடிகளின் கவிதை, அதிகார மையங்களுக்கு எதிராக இருந்தது. இந்த/பூமி உருண்டையைப்/புரட்டி விடக்கூடிய/நெம்புகோல் கவிதையை/ உங்களில் யார் பாடப் போகிறீர்கள் என வானம்பாடிகளை நோக்கி மேத்தா எழுதிய அரசியல் முழக்கம் பலரையும் கவர்ந்தது. 'எழுத்து' காலகட்டத்தில் தனிமனித உணர்வுகளுக்கு முக்கியத்துவம் தந்து, இருண்மையுடன் புரியாத மொழியில், மங்கலாக விளங்கிய கவிதைப் போக்கினை மாற்றி, புறவயமாக்கியது வானம்பாடிகளின் தனித்துவம்

வெளிச்சங்கள் தொகுப்பிலிருந்து சில கவிதைகள்.......

நாங்கள்

எங்கள்மீது
சாம்பலைத்
தூவாதீர்கள்!
நாங்கள்
நெருப்புக் கோழிகள்.	ப.கங்கைகொண்டான்

சிலுவைப்பாடு

... ...
ஓ! இதென்ன?
சிலுவையா?
தோள் மீது சுமத்துகிறீர்களா?
பாரம் தாங்காமல்
நான் அழுவேன் என்றா
எதிர்பார்க்கிறீர்கள்?
... ...	புவியரசு

சமூகப் புரட்சிக்காகக் காத்திருந்து, கவிதை வரிகள்மூலம் மாற்றத்தைக் காண முயன்ற வானம்பாடிகளின் முயற்சிகள் மேம்போக்கானவை என்ற குற்றச்சாட்டு பின்னர் சுமத்தப்பட்டது. நவீன கவிதை என்பது சிலருக்கு மட்டும் விளங்கக் கூடிய 'பரிபாஷை' என்ற நிலையை மாற்றி, வெகுசனத் தளத்தில் கவிதையைப் பரப்பியதில் வானம்பாடிக் கவிஞர்களின் முயற்சிகள் தனித்துவமானவை. சமூகப் பிரச்சினையை மையமிட்டு, உணர்ச்சிப்பூர்வமாக எழுதப்படும் கவிதைகள், சூழல் மாறும்போது தானாகவே மதிப்பிழக்கின்றன. அவ்வகையில், இன்றைய சமுதாயப் போராட்டங்களைக் கவிதையாக்க நவீன வானம்பாடிகள் தேவைப்படுகின்றனர்.

எழுபதுகளில் சில தொகுப்புகள்

எழுபதுகளில் புதுக்கவிதையானது பரந்துபட்ட நிலையினை அடைந்தது. பல்வேறு புதிய கவிஞர்கள் ஆக்கமுடன் கவிதை எழுதினர். நா.காமராசன் கறுப்பு மலர்கள், மு.மேத்தா கண்ணீர்ப் பூக்கள், அபி மௌனத்தின் நாவுகள், அப்துல் ரகுமான் பால்வீதி, ஷண்முக சுப்பையா கண்ணன் என்தம்பி, பசுவய்யா நடுநிசி நாய்கள், கலாப்ரியா தீர்த்த யாத்திரை..... போன்று பல கவிதைத் தொகுதிகள் எழுபதுகளில் வெளியாகின. பல கவிஞர்களின் முதல் கவிதைத் தொகுப்புகள் எழுபதுகளில் வெளியிடப்பட்டன. 'கசடதபற' உள்ளிட்ட பல்வேறு சிறுபத்திரிகைகள் கவிதை வெளியீட்டினுக்கு முன்னுரிமை தந்தன. இத்தகு சூழலில் எம்.சுப்ரமணியன் தொகுத்த 'நாற்றங்கால்', நா.சிவசுப்ரமணியன். எம்.முத்துக்கிருஷ்ணன் தொகுத்த 'சலனம், த.பீ.செல்லம் தொகுத்த 'விதி' ஆகிய மூன்று தொகுப்புகள் குறிப்பிடத்தக்கன.

"பழக்கப்பட்டு விடுகிற மரபை மீறிக்கண்ட சுதந்திரம்தான் புதுக்கவிதை. ஒரு புதிய மரபில் சிக்கிக் கொள்ளாமல் கவனத்துடன் இருப்பதில்தான் புதுக்கவிதை இருக்கிறது" என்ற ந.முத்துசாமியின் முன்னுரையுடன் வெளியான 'நாற்றங்கால்' தொகுப்பில் முப்பத்திரண்டு கவிஞர்களின் நாற்பத்திரண்டு கவிதைகள் இடம்பெற்றிருந்தன. ஆத்மாநாம், கல்யாண்ஜி, கலாப்ரியா, ஞானக்கூத்தன், தேவதச்சன், நகுலன், எஸ்.வைத்தீஸ்வரன், தி.சோ.வேணுகோபாலன் போன்ற இலக்கிய ஆளுமைகள் பலரின் கவிதைகள் தொகுப்பாக்கப்பட்டிருந்தன

தொகுப்பாளர் எம்.சுப்ரமணியம் எழுதிய 'விதி' என்ற கவிதை, தொகுப்பில் இடம்பெற்றுள்ளது. இருந்த மாதிரியில்/இருப்பதை ஏற்று/இருப்பதின் சுகமே பெரிதென/ இருந்ததில் மூழ்கி/ இருந்தவர் பார்த்தார் இருந்தபடி... எனத் தொடங்கும் தொகுப்பாளரின் கவிதையை வாசிக்கும்போது, நவீன கவிதைகள் மீதான ஆர்வம் காரணமாக இம்முயற்சியில் ஈடுபட்டுள்ளார் என அறிய முடிகிறது. தொகுப்பிற்கான நோக்கம் பற்றி நூலில் குறிப்பு எதுவும் இல்லை. பல்வேறு கவிஞர்களின் வேறுபட்ட மனநிலைகளைச் சித்திரிக்கும் கவிதைகள் வாசிப்பில் கிளர்த்தும் அனுபவங்கள் முக்கியமானவையாக உள்ளன. தொகுப்பிலிருந்து சில கவிதை வரிகள்...

பூமி

பிஞ்சுக் கதிர் விரல்கள்
உரித்து உரித்துப் பார்த்தும்
முடியாத
ஆரஞ்சுக்காய்

தோலுரிய இன்னும்
எத்தனை யுகங்களாகும்? எஸ்.வைத்தீஸ்வரன்

தொகுப்பாளர் எம்.சுப்ரமணியத்தின் கவிதைத் தேர்வு, புத்தக வடிவாக்கம் நேர்த்தியாக உள்ளது. எழுபதுகளில் நவீன கவிதைகளின் இன்னொரு முகத்தைச் சித்திரிப்பதாக 'நாற்றங்கால்' தொகுப்பு உள்ளது.

சிவசு எனப்படும் நா.சிவசுப்ரமணியனும் எம்.முத்துக்கிருஷ்ணனும் இணைந்து தொகுத்த 'சலனம்' கவிதைத் தொகுப்பு, பல்வேறு புதிய போக்குகளைப் பிரதிபலிப்பதாக உள்ளது. இருபத்தாறு கவிஞர்களின் 143 கவிதைகள் இடம்பெற்றுள்ளன கவிதைகள், அன்றைய காலகட்டத்திய கவிதைப் போக்குகளுக்கு எடுத்துக்காட்டுக்களாய் உள்ளன. கவிஞர்.ந.பிச்சமூர்த்திக்கு சமர்ப்பிக்கப்பட்டுள்ள தொகுப்பில் கவிதைகள் மட்டும் இடம்பெற்றுள்ளன. தொகுப்பாளரின் நோக்கம், முயற்சி, தேர்வு பற்றி அறிய இயலவில்லை. எனவே, ஒட்டுமொத்தக் கவிதைகள் மூலம் தொகுப்பினை மதிப்பிட வேண்டியுள்ளது. எனினும் "புதுக்கவிதை நிகழ்ந்து கொண்டிருக்கிற காலத்தின் பிரதிபலிப்பாய்... இந்தக் காலகட்டம் இதனால் என்றும் உணரப்படும் என்ற நப்பாசையுடன்... நம்பிக்கையுடன்..." என நூலின் முகப்புப் பக்கத்திற்குப் பின்னர் இடம்பெற்றுள்ள கருத்தினைக் கவனத்தில் கொள்ளவேண்டும்.

நா.சுகுமாரன், நகுலன், தேவதேவன், ஷண்முக சுப்பையா, தக்ஷிணாமூர்த்தி, மாலன், காசியபன், ஜோதி விநாயகம்... எனப் பலரின் கவிதைகள் இடம்பெற்றுள்ள தொகுப்பு, தொகுப்பாளர்களின் ரசனை அடிப்படையில் அமைந்துள்ளது.

யாப்பென்னும் காப்பெதற்கு?
புபூப்பெய்தும் பெண்ணின் முலை வளம் போல்
வளர்கிறதென் கவிதை
இவள் செழுமையைக் கட்டியணைக்க
யாப்பும் அணியும் வேண்டுமோ?
யாப்பெனும் காப்பெதற்கு
இவள் பொன்மேனிக்கு?
அவிழ்த்து அவிழ்த்துப் பார்க்கத்தான் மீண்டும்
அணிதல் வேண்டுமோ?

மா.தக்ஷிணாமூர்த்தியின் கவிதை வரிகள் நவீன கவிதை பற்றிய விமரிசனம் போல உள்ளன. கவிதை என்பது கவிமனத்தின் நுட்பங்களின் வெளிப்பாடு போல மங்கலாகிய நிலையில், எளிமையாகக் கவிதை எழுதியுள்ள ஜோதி விநாயகத்தின் முயற்சி குறிப்பிடத்தக்கது.

ரஜா

பள்ளி லீவில்
பிள்ளைகள் வந்து போனதின்
நினைவாய்
மேஜை பைபிளின்
மேல் ஒரு பலூன்
கிடக்கும்
படுத்து

புறக்காட்சியை அலங்காரம் எதுவுமற்றுப் பதிவாக்கியுள்ள ஜோதிவிநாயகத்தின் கவிதை முயற்சி, புதிய போக்கினை அறிமுகப்படுத்தியுள்ளது.

நாற்றங்கால், சலனம் தொகுப்புகளிலுள்ள கவிதைகள், ஒருநிலையில் ‘புதுக்குரல்கள்’ தொகுப்பின் நீட்சியாகத்தான் உள்ளன. கவிதை பற்றிய மேன்மையான அபிப்ராயத்துடன் தொகுக்கப் பெற்றுள்ள கவிதைகள் பெரும்பாலும் அகவயப்பட்டவையாக உள்ளன.

த.பீ.செல்லம் தொகுத்த விதி(1974) தொகுப்பு கிடைக்கப் பெறாமையினால், இவ்ஆய்வில் உட்படுத்த இயலவில்லை.

ஈழத்துக் கவிதைத் தொகுப்புகள்

ஈழத்திலே நூற்றுக்கணக்கானோர் எழுதிய கவிதைகளிலிருந்து பதினோரு கவிஞர்களை மட்டும் எம்.ஏ நுஃமானும், அ.யேசுராசாவும் தேர்ந்தெடுத்து 1984இல் வெளியிட்ட ‘பதினோரு ஈழத்துக் கவிஞர்கள்’ அதிகம் கவனம் பெறாத தொகுதியாகும். மஹாகவி முதல் சேரன் வரை ஐந்து தலைமுறையைச் சார்ந்த பதினொரு கவிஞர்களின் 55 கவிதைகள் தேர்வானது, முழுக்கத் தொகுப்பாளர்களின் ரசனை சார்ந்தது என்று முன்னுரையில் குறிப்பிட்டுள்ளனர். “எமது ரசனைக்கேற்ப, இன்றைய ஈழத்துக் கவிதையின் வெவ்வேறு தலைமுறைகளைப் பிரதிபலிக்கும் மிக முக்கியமான கவிஞர்கள் என்று கருதும் சிலரை, முதன்மையாகப் பிறநாட்டினருக்கு அறிமுகப்படுத்துவதே இத்தொகுப்பின் நோக்கமாகும்”.

1940களில் தொடங்கிய ஈழத்து நவீனத் தமிழ்க் கவிதைப் போக்குகளைப் பற்றிப் பெரிதும் அக்கறையற்று இருந்த தமிழக இலக்கியச் சூழலில், சிறிய அறிமுகத்தை இத்தொகுப்பு ஏற்படுத்தியது. தமிழகத்தைப் பொறுத்தவரையில் இருண்மை செறிந்த நிலையில் படிமங்கள், குறியீடுகள் என கலங்கலான மொழியில் நவீன கவிதை வெளியாகிக் கொண்டிருந்தபோது, ஈழத்து நவீன கவிதைகள் பெரும்பாலும் சமூகச் சார்புடையவையாக வெளியானதை அறியமுடிகின்றது. தனிமனிதன் அகநிலைக்கு முக்கியத்துவம் தரும் தமிழகத்துப் புதுக்கவிதையுடன் ஒப்பிடும்போது, ஈழத்துக் கவிதைகள்

நேரடியாகப் பொருளினைப் புலப்படுத்துவதைக் கண்டறிய முடியும். வானம்பாடிக் கவிஞர்களின் அலங்காரமான மொழிநடை சமூகநோக்கில் வேறுவகையான கவிதைகளை வெளிப்படுத்தியுள்ளது என்பதைக் கவனத்தில் கொள்ளவேண்டும். இத்தகு சூழலில் ஈழத்து நவீனத் தமிழ்க் கவிதையின் தனித்துவமான போக்கினை முதன்மைப்படுத்தும் வகையில் வெளியாகியுள்ள 'பதினோரு ஈழத்துக் கவிஞர்கள்' சிறந்த தொகுப்பாக இன்றும் விளங்குகிறது.

1960-1980 வரை ஈழத்தில் வெளியான நவீனத் தமிழ்க் கவிதைப் போக்குகளை அடையாளப்படுத்தும் தொகுப்பாளர்களின் முயற்சி, பருண்மையான கருத்தியல்களின் அடிப்படையில் அமைந்துள்ளது. ஈழத்துப் போராட்ட வாழ்க்கை வீச்சாகப் பரவிடாத நிலையில், சமூகப் பிரச்சினைகளை மையமிட்ட கவிதைகள் எளிய வரிகளில் வெளிப்பட்டுள்ளன.

"ஊரெல்லாம் கூடி ஒரு தேர் இழுக்கிறதே
வாருங்கள் நாமும் பிடிப்போம் வடத்தை"
என்று
வந்தான் ஒருவன்

என இளைஞனைப் பற்றிக் குறிப்பிடும் மஹாகவி சாதிய வெறியர்களால் அவன் கொல்லப்பட்டதைக் கவிதையாக்கியுள்ளார்.

தொகுப்பில் சில கவிதை வரிகள்

... ...
ஆற்றின் பழுப்பு உடலின்மீது
தேமல் போன்று தேங்கிய நிலை
பகலில் மண்ணும் பாசியும் கல்லும்
மெல்லச் சறுக்கும் மீனும் தெரியும்
... ... சி.சிவசேகரம்

துணை பிரிந்த குயிலொன்றின்
சோகம் போல
மெல்ல மெல்ல
கசிகிறது ஆற்று வெள்ளம்
... ... வ.ஐ.ச.ஜெயபாலன்

மண்ணும் தாவரமும் வெளியும் சார்ந்த சங்கத் திணைசார் மரபின் நீட்சி, ஈழத்து நவீனத் தமிழ்க் கவிதைகளில் வெளிப்பட்டுள்ளது. சமூகப் பிரச்சினைகளை எளிய கவிதை வரிகளாக்கும்போது, இயற்கை சார்ந்த வாழ்நிலைக்கு முக்கியத்துவம் தந்துள்ளனர் பெரும்பாலான கவிஞர்கள்.

ஈழத்தில் சிங்களவர்களின் ஆட்சியில் தமிழர்களின் மீதான ஒடுக்குமுறையினால் ஏற்படும் மனக்குமுறல்கள் சேரன், அ.யேசுராசா, வ.ஐ.ச.ஜெயபாலன் போன்றோரின் கவிதைகளில் வெளிப்பட்டுள்ளன. 1980களுக்கு முன்னர் வளர்ந்து கொண்டிருந்த தமிழர் விடுதலைப் போராட்டச் சூழலில், அரச பயங்கரவாதம் குறித்த அ.யேசுராசாவின் 'உன்னுடையவும் கதி' என்ற கவிதை அழுத்தமான பதிவு.

எண்பதுகளுக்குப் பின்னர் ஈழத்தில் ஏற்பட்ட அரசியல் போராட்டம், மக்களின் வாழ்க்கையைப் புரட்டிப் போட்டது. சிறுபான்மையினரான தமிழர்கள் அரசப் பயங்கரவாதத்தை எதிர்த்துப் போராட வேண்டிய கடும் நெருக்கடிக்குள்ளாக்கப்பட்டனர். 1981ல் யாழ்ப்பாண நூலகம் சிங்கள ராணுவத்தினரால் தீயிலிட்டுக் கொளுத்தப்பட்டது, தமிழர்மீது பண்பாட்டுரிதியில் விடப்பட்ட பெரும் சவால். 1983க்குப் பின்னர் ஆயுதப் போராட்டம் உச்சநிலை அடைந்தது. பீரங்கிக் குண்டுகளின் தாக்குதல், ஏ.கே.47களின் முழக்கம், போர் விமானங்களின் குண்டு வீச்சு என எங்கும் பேரழிவும் கூட்டக்கொலைகளும் நடந்தேறின. சொந்த மண்ணிலே வாழ வழியற்று வன்னிக்காட்டில் தமிழர்கள் தஞ்சம் புகுந்தனர். லட்சக்கணக்கான தமிழர்கள் அகதிகளாகப் புலம்பெயர்ந்து உலகமெங்கும் சென்று அல்லல்பட்டனர். போராளிக் குழுக்களிடையே நடைபெற்ற சகோதர மோதல்கள் இன்னொருபுறம். ஆயுதமேந்திய இயக்கத்தினரின் சாகச மனநிலை, ஆயுதங்களின் மீதான ஈடுபாடு, சராசரித்தமிழர்கள் அன்றாட வாழ்க்கை வாழ முயலுதல் எனக்குழம்பிய சூழலில், வாழ்க்கை மீது நம்பிக்கை கொள்ளும் கவிதைகள் எழுதப்பட்டது தற்செயலானது அல்ல. அன்றைய கொதிப்பான சூழலில், போராட்டத்தின் உலைக் களத்திலிருந்து வெளிப்பட்ட கவிதை வரிகளை உ.சேரன், அ.யேசுராசா, இ.பத்மநாப ஐயர், மயிலங்கூடலூர் பி.நடராசன் ஆகிய நால்வரும் தொகுத்து 'மரணத்துள் வாழ்வோம்' என்ற தொகுப்பாக 1985இல் வெளியிட்டனர். ஈழத்துத் தமிழர்களுக்கு ஆதரவான அரசியல் சூழல் நிலவிய தமிழகத்தில் அத்தொகுப்பு பரவலாகக் கவனம் பெற்றது. மனித மனத்தின் இடுக்குகளில் கசியும் வாழ்வின் வெக்கையை நவீன கவிதையாக்க முயன்று கொண்டிருந்த தமிழகச் சூழலில் போராட்டம், ஆயுதம், மரணம் பற்றிய கவிதைகள் பெரும் அதிர்ச்சியை ஏற்படுத்தின. முப்பத்தொரு கவிஞர்களின் கவிதைகள் 169 பக்கத் தொகுப்பாக வெளியாகியுள்ளது. முருகையன் தொடங்கிப் பல்வேறு கவிஞர்களின் மனக் கொந்தளிப்பான கவிதைகள் தொகுப்பில் இடம்பெற்றுள்ளன. ஔவை, மைத்ரேயி, ஊர்வசி போன்ற பெண் கவிஞர்களின் ஆவேசமான கவிதைகளும் தொகுக்கப்பட்டிருந்தது இத்தொகுப்பின் தனித்துவமாகும்.

நாளையக் கனவுகள் இன்று கலைந்தன
நேற்றைய உணர்வுகள் இன்று சிதைந்தன

காக்கி உடையில்
துப்பாக்கி அரக்கர்
தாண்டவம் ஆடினர்
ஒரு பெரும் நகரம் மரணம் அடைந்தது.

என்ற எம்.ஏ நுஃமானின் வரிகள், எதுவும் நடைபெறுவதற்கான சாத்தியப்பாட்டைப் பதிவாக்கியுள்ளன.

'எவரையும் சுடலாம் விசாரணையின்றியே
எரிக்கலாம் அன்றிப் புதைக்கலாம்' என்று
இயற்றப்பட்ட புதிய விதிகளால்
குருதியும் தோயும் நிகழ்வுகள் இங்கே
... ... வில்வரத்தினம்

... ...
அவர்களுக்குத் தெரிந்த தெல்லாம்
நானும் நீயும்
மனிதர்கள் அல்ல
என்பதுதான் துஷ்யந்தன்

ராணுவத்தினரின் கொடூரமான சித்ரவதைகள், கொலைகள் தொடர்ந்து நிகழ்ந்தாலும், சமகாலப் பதிவுகள் என்ற நிலையில் பெரும்பாலான கவிதைகள் மனித இருப்பின்மீது நம்பிக்கையை ஏற்படுத்துகின்றனவாக உள்ளன. போர்க்களத்தில் ஒப்பாரி பாடுவதாக நவீனக் கவிதைகள் எழுதப்படவில்லை. மக்கள்மீது சுமத்தப்படும் வன்முறையை அம்பலப்படுத்தும் வேளையில் அதற்கெதிரான துணிச்சலும் கவிதைகளில் வெளிப்பட்டுள்ளது. இன்று ஈழத்தில் ஏற்பட்டுள்ள பேரழிவுகளையும் தமிழர் மீதான நெருக்கடிகளையும் அவதானிக்கும்போது, 'மரணத்துள் வாழ்வோம்' தொகுப்பு, சமூக ஆவணமாகியுள்ளது.

ஈழத்துப் பெண் கவிஞர்களின் தொகுப்புகள்

யாழ்ப்பாணம், பெண்கள் ஆய்வு வட்டம் சார்பில் வெளியான 'சொல்லாத சேதிகள்' தான் தமிழில் வெளியான முதல் பெண் கவிதைத் தொகுப்பு. எட்டுப் பெண் கவிஞர்களின் இருபத்து ஒன்று கவிதைகள் தொகுப்பில் இடம்பெற்றிருந்தன. அதே நூல் சிறிய திருத்தமுடன் 1987ஆம் ஆண்டு சிலிக்குயில் பதிப்பகத்தினரால் தமிழகத்தில் வெளியிடப்பட்டது. இத்தொகுப்பில் இடம்பெற்ற சிவரமணியும் செல்வியும் உலகிலிருந்து அகற்றப்பட்டுவிட்டனர். ஏனையோர் வெவ்வேறு இடங்களில் உறைந்துள்ளனர். சிங்களவ ராணுவத்துடன் முரண்பட்டுப் போராடும் சூழலில், சக போராளி இயக்கத்தினருடன் முரண்பட்டு நிற்கும் நிலையை 'சொல்லாத சேதிகள்' சொல்ல முயன்றுள்ளது.

'இடைவெளி' கவிதையில் அ.சங்கரி, தனக்கும் தனது ஆண் நண்பருக்குமான இடைவெளியைக் காட்சிப்படுத்தியுள்ளார். வழமையான பெண் மனத்திலிருந்து தன்னை விலக்கிப் பார்க்கும் சங்கரியின் குரல் தனித்துவமானது.

என்னை
மேகத்திற்குள்ளும்
மண்ணிற்குள்ளும்
மறைக்க எண்ணிய வேளையில்
வெளிச்சம் போட்டுப் பார்த்தனர்.
அவர்களின்
குரோதம் நிறைந்த பார்வையும்
வஞ்சகம் நிறைந்த சிரிப்பும்
என்னைச் சுட்டெரித்தன.

என எழுதிய சிவரமணி, அரசியல் நெருக்கடி காரணமாக 1991இல் தற்கொலை செய்து கொண்டார்.

போராட்டத்தில் வீரத்துடன் போராடி ஆண்கள் இறந்து போகின்றனர். அத்துடன் அவர்களுடைய துயரம் நீங்குகின்றது. வீட்டில் குழந்தைகளுடன் காத்திருக்கும் கணவனை இழந்த இளம் பெண்ணுக்கு ஒவ்வொரு நாளும் துயரம்தான். இராணுவத்தினரின் வன்புணர்ச்சிக்குள்ளாகும் பெண்ணுடல்கள் எதிர்கொள்ளும் வாதைகள் வேறு. பெண்ணின் இருப்பே போராட்டமயமாகும் சூழலில், இதுவரை தமிழ்ச் சமூகம் புனைந்திருந்த பெண் பற்றிய பிம்பம் சிதலமடைகின்றது. மாிவரும் புதிய சமூகத்தை வரவேற்பனவாகப் பெண் கவிஞர்களின் கவிதைகள் உள்ளன.

இயற்கைக் காட்சிகளைச் சித்திரிக்கும் ஊர்வசியின் கவிதைகள் வாசிப்பில் அதிர்வை ஏற்படுத்தக்கூடியன. அளவில் சிறியது எனினும், 'சொல்லாத சேதிகள்' தொகுப்பு தமிழ்ப் பெண் கவிஞர்களின் கவிதை வரலாற்றில் தனித்து விளங்குகிறது.

'பெயல் மணக்கும் பொழுது' என்ற தலைப்பில் அ.மங்கை தொகுத்த ஈழப் பெண் கவிஞர்களின் கவிதைகள் 2001ல் வெளியாகியுள்ளன. தொண்ணூற்று மூன்று பெண் கவிஞர்களின் கவிதைகள் அடங்கிய பெரிய தொகுப்பு, இத்தனை பெண்கள் கவிதை எழுதுகின்றனரா என்ற வியப்பை ஏற்படுத்துகின்றது. ஈழப் போராட்டத்தில் பெண் போராளிகள் ஆயுதமேந்தியபோது வெளிப்பட்ட பெண் கவிதைகள், கடந்த இருபதாண்டுகளில் அடைந்துள்ள வளர்ச்சி நிலையை இத்தொகுப்பில் காணவியலும். போரினால் ஏற்படும் இழப்பு ஒருபுறம், புலம்பெயர்ந்த தேசத்தில் வாழும் அவலநிலை மற்றொருபுறம் என இருவேறு போக்குகளும் பெண் எழுத்தில் பதிவாகியுள்ளன.

தமிழ்ப் பெண் என இதுவரை மரபுரீதியாகப் புனையப்பட்டுள்ள பிம்பங்களைத் தகர்த்துவிட்டுப் பெண் தனக்கான புழங்குவெளியை உருவாக்கிக்கொள்வதை இத்தொகுப்பின் மூலம் அறிய முடிகிறது.

ஈழத்து எழுத்தாளர் சித்ரலேகா, தமிழகத்தைச் சார்ந்த வ.கீதா, தொகுப்பாளர் அ.மங்கை ஆகியோர் 'பெயல் மணக்கும் பொழுது' நூலின் தேவை பற்றியும் இத்தொகுப்பிலுள்ள கவிதைகள் பற்றியும் கருத்துரைத்துள்ளனர்.

சங்கரியின் 'உயிர்வெளி' மாறுபட்ட தொனியில் பெண் மனத்தினையும் உடலையும் பதிவாக்கியுள்ளது. நள்ளிரவில் வானத்தைப் பார்த்தபடி புல்தரையில் கவிதைசொல்லி படுத்துள்ளனர். தொலைவில் மத்தள ஒலியும் துப்பாக்கி வெடியொலியும். பாடல் வரிகள்:

தென்றல் தடவும்
எனது தலைமயிரில்
காதில் பெருவிரலில்
மார்பகத்தின் மேட்டில்
இன்பம் கொப்பளிக்கும்
எனதுயிரும்
எனதுடலும்
இவ்விரவின் தேன் பருகும்.

இயற்கைப் பரப்பில் தன்னையிழந்து துயர் மறக்கும் சங்கரியின் மனம் காற்றில் மிதக்கிறது.

ஆணின் குறி இருப்பதனால் ஆணாகச் சிலாக்கியப்படுகிறவனைப் பற்றிய கல்யாணியின் கவிதை, ஆண் மேலாதிக்கச் சூழலை நுட்பமாகப் பதிவாக்கியுள்ளது.

முத்தங்களாகி கலவியில் மயங்கி
இறுக அணைத்து வியர்வையில் ஒட்டி
கரைந்து போகும் அடுத்த நிமிடமே
நீ! ஆணாகி விடுகிறாய்

என்ற றஞ்சனியின் 'புரிதல் அவலம்;' கவிதை, நவீனப் பெண் மனம் பற்றிய நுண் பதிவு.

லுணுகலை ஹஸீனா புஹார் என்ற பெண் கவிஞர் எழுதிய 'அம்மா வந்துவிடேன்' கவிதை, தாயைப் பிரிந்த இளம் பெண்ணின் மனத்தை வெளிப்படுத்தியுள்ளது.

"தனிப்பட்ட ரசனை மட்டங்கள் போன்றவற்றை இதுபோன்ற தொகுதிக்குள் கொண்டு வர நான் விரும்பவில்லை. வாழ்வா சாவா என்ற போராட்டத்தில், மூச்சுவிடத் திணறும் சூழலில் வெளிவரும்

இக்கவிதைகளைக் கூறுபோட்டு, கூவி விற்க நான் தயாராக இல்லை. அதற்கான மனம் என்னிடம் இல்லை' என்று தொகுப்பாளர் அ.மங்கை நூலின் பதிப்புரையில் குறிப்பிட்டிருப்பது வாசிப்பில் பதற்றத்தை ஏற்படுத்துகிறது.

எண்பதுகளில் சில தொகுப்பு

ஆனந்த் தேவதச்சன் ஆகிய இரு கவிஞர்களின் கவிதைகளும் தொகுக்கப்பட்டு 1981இல் 'அவரவர் கை மணல்' என்ற பெயரில் வெளியானது. "லௌகீக உலகத்தை, அதன் ரேஷன் க்யூவை அதன் அமிலத்தை அதன் வைரங்களை ஏற்றுக்கொள்ளும் தேவதச்சன் கவிதைகள் சூடேறியபோது, வேற்று யதார்த்தக் காட்சிகளைக் காணத் தொடங்கிவிடும்" என தேவதச்சன் கவிதைகள் பற்றிய குறிப்பு நூலில் உள்ளது. "ஆனந்த் இன் கவிதைகள் லௌகீக உலகை விரோத பாவம் காட்டாமல் புறக்கணித்து விட்டவை" என்ற அறிமுகம் ஆனந்தின் கவிதைகளைப் புரிந்துகொள்ள உதவலாம்.

புதுக்குரல்கள் என ஒலித்த தமிழ் நவீன கவிதை, தொடக்கத்திலிருந்தே தத்துவத்தைத் தாங்கிக் கொண்டு வெளிப்பட்டுள்ளது. ஆனந்த், தேவதச்சன் ஆகிய இருவரும் தங்கள் இருப்பின் வழியே கண்டறிந்த மெய்மைகளைக் கவிதையாக்க முயன்றுள்ளனர். எனவே கவிதையின் மொழி வேறு ஒன்றாக உருமரியுள்ளது.

எண்பதுகளில் மதுரை அமெரிக்கன் கல்லூரியில் பயின்ற மாணவர்கள் 'கனவைத் தொலைத்தவர்கள்', 'நொடிகளின் உறைப்பு' என இரு கவிதைத் தொகுதிகளை வெளியிட்டுள்ளனர்.

தீர்க்கவாசன் எனப்படும் அ.ராமசாமி, முத்துராமலிங்கம், மகுடி, பாணன், இரா.ப்ரபாகர் ஆகிய ஐவரின் கவிதைகளும் 'கனவைத் தொலைத்தவர்கள்' என்ற பெயரில் வெளியாகியுள்ளன. பேராசிரியர் தி.சு. நடராசன் கவிதை வடிவில் அறிமுக உரை தந்துள்ளார். இளைஞர்களுக்கே உரிய ஆவேசம், எரிச்சல், மிடுக்கு, கேலி, பகடி என வெளிவந்த கவிதைகளில், அன்றைய இளைய தலைமுறையினரின் மனம் பதிவாகியிருந்தது. இதுபோல கல்லூரி மாணவர்கள் சேர்ந்து கவிதைப் புத்தகம் வெளியிடும் வழக்கம் தொண்ணூறுகளில் கூட இருந்தது. அவை தொகுத்து ஆராயப்பட்ட வேண்டியன.

சிறுபத்திரிகை கவிதைகளின் தொகுப்புகள்

'எழுத்து' இதழ் முதலாகவே தமிழில் கவிதை முயற்சிகளுக்குப் பெரிதும் ஆதரவு அளித்தவை சிறுபத்திரிகைகள்தான். ஒவ்வொரு காலகட்டத்திலும் படைப்புரிதியில் நடைபெற்ற சோதனை முயற்சிகளுக்கும் காத்திரமான கண்டுபிடிப்புகளுக்கும் களம் அமைத்துத் தந்துள்ளன சிறுபத்திரிகைகள். ஒரு சிறுபத்திரிகையில் வெளியிடப்படுவதற்காகத் தேர்ந்தெடுக்கப்படும்

கவிதைத் தேர்வில் ஆசிரியரின் அரசியல் உள்ளது. சில ஆண்டுகளாக அப்பத்திரிகையில் வெளியான கவிதைகளிலிருந்து, குறிப்பிடத்தக்க கவிதைகளை மட்டும் தேர்ந்தெடுத்து நூலாக வெளியிடுவது என்பது தொகுப்பாளரின் விருப்பு வெறுப்பு சார்ந்தது. எனினும், குறிப்பிட்ட காலக்கட்டத்திய கவிஞர்களின் பதிவுகளாக அத்தொகுப்புகள் விளங்குகின்றன.

1978 முதல் பத்தாண்டுகள் வெளியான 'ழ' எனும் கவிதைக்கான இதழில் வெளியான கவிதைகளிலிருந்து தேர்ந்தெடுக்கப்பட்ட ஐம்பத்திரண்டு கவிஞர்களின் கவிதைகள் 'ழ கவிதைகள்' என்ற பெயரில் 1990ல் வெளியிடப்பட்டது. ஞானக்கூத்தன், ஆர்.ராஜகோபாலன், எஸ்.வைத்தியநாதன், அழகியசிங்கர் ஆகிய நால்வரும் தொகுப்பாசிரியர்களாகச் செயற்பட்டுள்ளனர். "மணிக்கொடிக்காரர்கள் சிறுகதைத் துறையில் சாதித்ததை 'ழ' கவிஞர்கள் கவிதைத் துறையில் சாதித்திருக்கிறார்கள்' எனத் தொகுப்பின் முன்னுரையில் ஐராவதம் குறிப்பிட்டிருக்கிறார். "கவிஞனின் நெருக்கமான குரல், தனிப்பட்ட முறையில் மனம் விட்டுப் பேசும் த்வனி" என நவீன கவிதை பற்றிய அணுகுமுறை, தொகுப்பாக்கத்தில் மேற்கொள்ளப்பட்டுள்ளது. கவிதையின்மூலம் கவிஞன் தனது அகத்தேடலை மேற்கொள்கிறான். தனிமனிதப் போக்கினை வலியுறுத்தும் கவிதைகளுக்குத் தொகுப்பில் முன்னுரிமை தரப்பட்டுள்ளது.

பலமுறை
பஸ்ஸிலும் சைக்கிளிலும்
போகுமிடம் போகையில்
இரண்டு பக்கமும் வயல்களைப் பார்த்துப்
போனதுதான் இந்த ரோடு:
சும்மா உலாவ வருகையில்
இன்று தெரிந்தது
வயலுக்கு நடுவேதான் ரோடு போகின்றது.

என்ற பிரதீபனின் சிறந்த கவிதையை 'ழ கவிதைகள்' தொகுப்புப் பற்றிய மாதிரிக் கவிதை என்று சொல்ல முடியுமா? தெரியவில்லை.

பத்தாண்டுகள் வெளியான 'ழ' இதழில் முக்கியமான கவிஞர்களின் கவிதைகளிலிருந்து தொகுக்கப்பட்டுள்ள இத்தொகுப்பு, ஒருநிலையில் காலத்தின் பதிவாக உள்ளது.

விருட்சம் இதழில் 1988 முதல் 1992 வரை ஐந்தாண்டுகள் வெளியான கவிதைகளிலிருந்து அழகியசிங்கர் தொகுத்த கவிதைகள், 'விருட்சம் கவிதைகள் தொகுதி' என்ற பெயரில் 1994இல் வெளியாகியுள்ளது. விருட்சம் இதழில் 1993–1998 வரை வெளியிடப்பட்ட கவிதைகளைத் தொகுத்த ரா.ஸ்ரீனிவாசன், 'விருட்சம் கவிதைகள். தொகுதிகள்'

என்ற பெயரில் வெளியிட்டுள்ளார். விருட்சம் இதழின் ஆசிரியரான அழகியசிங்கரின் தேர்வின்படி கவிதைகள் பிரசுரமாகியுள்ளன. எனவே இவ்விரு தொகுதிகளிலும் இடம்பெற்றுள்ள கவிதைகள் பெரிதும் அழகியசிங்கரின் விருப்பு வெறுப்பு சார்ந்தவையாக உள்ளன.

முதல் தொகுதியில் தொண்ணூற்று நான்கு கவிஞர்களின் நூற்று அறுபத்து மூன்று கவிதைகள் இடம்பெற்றுள்ளன. நகுலன், பசுவய்யா, எஸ்.வைத்தீஸ்வரன் போன்ற மூத்த கவிஞர்கள் தொடங்கி, ஓரிரு கவிதைகள் மட்டும் எழுதியுள்ள கவிஞர்களும் தொகுப்பில் உள்ளனர். 'விருட்சம் கவிதைகள் ஓர் அறிமுகம்' என்ற அறிமுகத்தை ஸ்ரீனிவாசனும், 'ஒரு சாஸ்திரியவாதக் கண்ணோட்டம்' என்ற கட்டுரையை ஞானக்கூத்தனும் எழுதியுள்ளனர். "கவிதை எழுதும்போதும் சரி, படிக்கும் போதும் சரி, நமக்கு விநோதமான அனுபவத்தைக் கவிதை தருகிறது. ஒரு தீர்க்கதரிசியின் சூட்சமத்தை கவிதை படைப்பவனுக்குத் தெரியாமல் அளிக்கிறது. எளிதில் வார்த்தைகள்மூலம் விளக்க முடியாத ஆச்சரியம் கலந்த மகிழ்ச்சியைக் கவிதையைப் படிக்கும்போது அறிய முடிகிறது" என்ற அழகியசிங்கரின் பதிப்புரை, கவிதைத் தேர்வில் செயற்பட்டுள்ள மனநிலையை அறிய உதவுகிறது. சமயவேலின் 'எங்களுக்கு ஒரு அறை இருந்தது' என்ற பிரபலமான கவிதை விருட்சம் இதழில்தான் வெளியாகியுள்ளது. கவிதைக்கான சொற்சிக்கனத்துடன், வாசிப்பில் எளிதாகப் புரிந்துகொள்ளும் வகையில் தொகுப்பிலுள்ள பெரும்பாலான கவிதைகள் உள்ளன.

'விருட்சம் கவிதைகள் தொகுதி–2 'இல் தொண்ணூற்று மூன்று கவிஞர்களின் நூற்று ஐம்பத்திரண்டு கவிதைகள் இடம்பெற்றுள்ளன. விருட்சம் கவிதைகளின் இரு தொகுப்பு நூல்களையும் வாசிக்கும்போது, ஓர் இலக்கிய இதழ், இத்தனை கவிஞர்களின் கவிதைகளுக்கு இடம் அளித்துள்ளதா என்ற வியப்பு தோன்றுகின்றது. ஒரு கவிஞரின் ஒரு கவிதை வெளியாகியிருந்தால், அது நிச்சயம் சேர்க்கப்படவேண்டும் என்ற அழகிய சிங்கரின் முயற்சியில், சக கவிஞர்களை மதிக்கும் தன்மை வெளிப்பட்டுள்ளது. நகுலன் போன்ற மூத்த கவிஞர் தொடங்கி, அன்றையக் காலகட்டத்தில் கவிதை எழுதிக்கொண்டிருந்த பல கவிஞர்களின் கவிதைகள் அடங்கியிருப்பது தொகுப்பினுக்குப் பன்முகத்தன்மையை அளிக்கின்றது. 'விருட்சம் கவிதைகள் ஓர் அறிமுகம்' என்ற தொகுப்பாசிரியர் ரா.ஸ்ரீனிவாஸனின் கட்டுரை, கவிதை பற்றிய பொதுவான பேச்சைப் பதிவாக்கியுள்ளது. விருட்சம் கவிதைகளின் தனித்துவமான போக்கு, தேர்வில் எதிர்கொண்ட அனுபவம் என நெருக்கமாக அக்கட்டுரை இல்லை.

பொதுவாக, விருட்சம் கவிதைகளின் இரு தொகுப்புகளும், நவீனத் தமிழ்க் கவிதை பற்றிப் பல்லாண்டுகளாக நிலவி வரும் பேச்சை நிஜமாக்குகின்றனவாக உள்ளன.

1994 முதல் 2003 வரை காலச்சுவடு இதழில் வெளியான கவிதைகளிலிருந்து, நூற்றுக்கும் மேற்பட்ட கவிஞர்களின் இருநூறு கவிதைகள், 'காலச்சுவடு கவிதைகள்' தொகுப்பில் இடம்பெற்றுள்ளன. சிபிச்செல்வன் தொகுப்பாசிரியராகக் கவிதைகளைத் தேர்ந்தெடுத்துள்ளார். பத்தாண்டுகளில் நவீனத் தமிழ்க் கவிதைகளின் போக்குகளை அவதானிக்க ஒருவகையில் இத்தொகுப்பு உதவியாக உள்ளது. குறுங்கவிதை, நெடுங்கவிதை, கதை சொல்லும் பாணியிலான கவிதை, இறுதி வரியை நோக்கி நகரும் கவிதை, தாள லயத்தில் அமைந்த கவிதை எனப் பல்வேறு வகைகளைத் தனது தொகுப்பாக்கத்தில் கையாண்டிருப்பதாகத் தொகுப்பாளர் சிபிச்செல்வன் குறிப்பிட்டுள்ளார்.

மூத்த எழுத்தாளரான பசுவய்யா தொடங்கி, பல்வேறு கவிஞர்களின் கவிதைகளும் தொகுப்பைக் கனமானதாக்கியுள்ளன. ஈழத்துக் கவிஞர்கள், பெண் கவிஞர்கள் ஆகியோரின் கவிதை முயற்சிகளுக்குக் காலச்சுவடு பெரும் இடம் அளித்துள்ளதனைத் தொகுப்பில் காணமுடிகின்றது. மாலதிமைத்ரி, கனிமொழி, சுகிர்தராணி போன்ற பெண் கவிஞர்களின் கவிதைகள் வெளியீட்டில் 'காலச்சுவடு' இதழின் பங்கு கணிசமானது. காலச்சுவடு கவிதைகள் தொகுப்பில் இடம்பெற்றுள்ள கவிஞர்களின் அட்டவணையைப் பார்த்தால் வியப்பாக இருக்கிறது. 'காலச்சுவடு அதிகார மையமாகிவிட்டது' என அதற்கெதிராகக் கலகக்குரலை உயர்த்தும் பல கவிஞர்கள் முன்னர் காலச்சுவட்டில் கவிதை எழுதியுள்ளனர். காலப்போக்கில் ஏற்பட்ட கருத்து வேறுபாடு எவ்வாறாயினும், காலச்சுவடில் அன்றையக் காலக்கட்டத்தில் கவிதைகளைத் தேர்வு செய்த மனுஷ்யபுத்திரனின் தேர்வுதான் இத்தொகுப்பினுக்கான மூல ஆதாரமாக உள்ளது. தொகுப்பிலுள்ள சில கவிதை வரிகள்:

> புரிதலின் முடிவில்
> போகின்ற போது
> தோட்டத்தில்
> தங்களுக்கிடையேயான தொடுசுவரை
> மது ஊற்றி
> கரைத்துக் கொண்டிருக்கும்
> இருவரைப் பார்த்தேன்
> வருகின்றபோது
> குறுக்கும் நெடுக்குமாய்
> அவர்களுக்கிடையில்
> உயர்ந்திருந்தன
> அநேக சுவர்கள் ராஜன் ஆத்தியப்பன்.

தொடர்ந்து கவிதைத் தளத்தில் பல்லாண்டுகளாக இயங்கி வரும் கவிஞர்களைப் புரிந்து கொள்ள முடிகிறது. 'காலச்சுவடு' போன்ற

பத்திரிகைகளில் ஒரு கவிதையை மட்டும் எழுதிவிட்டு காணாமல் போகும் ராஜன் ஆத்தியப்பன் போன்ற கவிஞர்களைக் கண்டறிய இத்தொகுப்புகளே ஆதாரமாக உள்ளன. என்ன ஆச்சு கவிஞர் ஆத்தியப்பனுக்கு? இவர் ஒரு மாதிரி. இவரைப் போல நூற்றுக்கணக்கான கவிஞர்கள் தொலைந்து போவதன் சூட்சுமத்தைக் கண்டறிய வேண்டியுள்ளது.

தமிழ் நவீன கவிதை வெளியீட்டில் முன்னிலை வகித்த 'கணையாழி' இதழில் வெளியான கவிதைகள் தொகுக்கப்பட்டு நூல் வடிவம் பெற்றுள்ளன. அத்தொகுப்பு கிடைக்காமையால் இவ் ஆய்வில் சேர்க்கப்படவில்லை.

சிறுபத்திரிகைக் கவிதைகளிலிருந்து தொகுப்பு

தமிழில் நவீன கவிதை வெகுசன அச்சு ஊடகங்களிலும் சிறு பத்திரிகைகளிலும் தொடர்ந்து வெளியாகின்றது. வாலி, வைரமுத்து, மு.மேத்தா, பா.விஜய் போன்ற பிரபலங்கள் மட்டுமின்றிப் பல்வேறு கவிஞர்கள் கவிதைகளை வெளியிட்டு வருகின்றனர். எனினும் 'எழுத்து' இதழ் முதலாகக் காத்திரமான சிறுபத்திரிகைகளில் வெளிவருபவைதான் தீவிரமான கவிதைகள் என்ற நம்பிக்கை பலருக்கு உண்டு. கவிதை வெளியீடு, கவிதை விமர்சனம் என இரு வேறு தளங்களின்மூலம் கவிதைப் போக்கினை வடிவமைக்கும் சிறுபத்திரிகைகள், பல்வேறு சோதனை முயற்சிகளுக்கும் இடமளிக்கின்றன. மேலும் மொழியின் அதிகபட்ச சாத்தியங்கள் மூலம் கவிதையைச் செறிவுமிக்கதாக்கும் முயற்சியும் இங்கு நடைபெறுகின்றது. வெகுசனப் பண்பாட்டின் விளைவாகப் பிரபலமானவர்களின் கவிதை முயற்சிகளை மதிப்பிட வேண்டும். மற்றபடி சிறுபத்திரிகைகள்தான் தமிழில் நவீன கவிதையைக் காலந்தோறும் வடிவமைத்திருக்கின்றன என்று சொல்ல இடமுண்டு.

பூமா ஈஸ்வர மூர்த்தியும் லதா ராமகிருஷ்ணனும் பல்வேறு சிறுபத்திரிகைகளில் இருந்து தேர்ந்தெடுத்த நூற்றுக்கும் மேற்பட்ட கவிஞர்களின் இருநூறுக்கும் கூடுதலான கவிதைகள் 'சிற்றகல்' என்ற பெயரில் 2003ல் வெளியிடப்பட்டுள்ளன. "பல்வேறு காலகட்டங்களில் பல்வேறு சிறுபத்திரிகைகளில் வெளிவந்த பன்முக ஆளுமை கொண்ட, முரணான, எதிர் எதிரான கருத்துருவங்களைப் பின்புலமாகக்கொண்ட பல்வேறு கவிஞர்களின் கவிதைகளை ஒரே தொகுப்பில் பதிவு செய்ய வேண்டிய நிலையில்தான் நாம் இருக்கிறோம். தமிழ்க் கவிதைகளில் இருக்கும்/ இயங்கும் பல்வேறு கவி மனதின் இன்றைய ஆவணங்களாகவே இவைகளை நாம் எடுத்துக்கொள்ள வேண்டும்" என்று தொகுப்பாளர் பூமா ஈஸ்வரமூர்த்தி குறிப்பிட்டுள்ளார். சிறுபத்திரிகையில் மட்டும்தான் உன்னத இலக்கியம் வெளியாகும் என்ற 1970களின் நம்பிக்கை, இன்று பொருந்தாது. எனினும் ஒரு கருத்து அடிப்படையில் தொகுப்பாளர்களின் முயற்சியானது

பரந்த காலகட்டத்தை அடையாளப்படுத்த முயலுகிறது. கவிஞர் ந.பிச்சமூர்த்தியின் கவிதையிலிருந்து, இன்றைய இளம் கவிஞர்களின் கவிதைகள் வரையிலான தேர்வு நவீனத் தமிழ்க் கவிதை பற்றிய 'பருந்துப் பார்வை' யின் வெளிப்பாடாகும். சிறுபத்திரிகைகளிலிருந்து தேர்ந்தெடுக்கப்பட்ட கவிதைகள் எனினும், தொகுப்பாளர்களின் கவிதை சார்ந்த ரசனை ஸ்தூலமாகத் தொகுப்பில் வெளிப்பட்டுள்ளது.

நிலவியல் சார்ந்த கவிதைத் தொகுப்பு

நவீன கவிதை என்பது இடமும் வெளியும் தாண்டி, பிரபஞ்ச உண்மைகளைத் தேடுகின்றது என்று வாதிடுவோரிடையே, 'தெற்கிலிருந்து சில கவிதைகள்' தொகுப்பு சலசலப்பை ஏற்படுத்தும். பன்னிரு கவிஞர்களின் அறுபத்தேழு கவிதைகளைத் தொகுத்து சமயவேல், 1992இல் வெளியிட்டுள்ள தொகுப்பில் இடம்பெற்றுள்ளவர்கள் தென் மாவட்டத்தில் வாழ்கிறவர்கள் ஆவர். "வேலைப் பளுவையும் பிரசுர செலவையும் கருத்தில்கொண்டு, 'தெற்கிலிருந்து' எனப் பிரித்துக்கொண்டோம். வேறு பிரத்யேகக் காரணம் எதுவுமில்லை' எனத் தொகையுரையில் தொகுப்பாசிரியரான சமயவேல் குறிப்பிட்டுள்ளார். தென்மாவட்டங்களில் நிறையக் கவிஞர்கள் இருப்பதும், அவர்களிடையேயுள்ள பொதுத்தன்மையை அறிவதும், தமிழ்க் கவிதைக்கு அவர்களுடைய கவிதை பங்களிப்பதும் தொகுப்பாளரின் நோக்கமாக இருப்பதாயும் தொகுப்புரை மூலம் அறிய முடிகின்றது. 'கரிசல் கவிதைகள்' என்ற பெயரில் தொகுப்பு வந்துள்ளது. அன்றைய காலகட்டத்தில் வட்டார இலக்கியத்தின்மீது ஏற்பட்ட கவர்ச்சியின் விளைவுதான், நவீன கவிதைத் தொகுப்பினைப் பிரதேசம் சார்ந்ததாக மாற்றிவிட்டது. முத்து மகரந்தன், கல்யாண்ஜி, ஜெயமோகன், எம்.ஈஸ்வரமூர்த்தி, அப்பாஸ், விக்ரமாதித்யன் போன்ற கவிஞர்களைத் தெற்கினுக்குள் அடைத்தது சோதனையளவிலே தேங்கிப் போய்விட்டது. நவீன கவிதைகளை வட்டாரத்தினுள் அடைக்கமுயன்றது வேடிக்கையானதுதான்.

பெண் கவிஞர்களின் கவிதைத் தொகுப்புகள்

இருபதாம் நூற்றாண்டின் தமிழ்ப் பெண் கவிஞர்களின் கவிதைகள் அடங்கிய தொகுப்பான 'பறத்தல் அதன் சுதந்திரம்' க்ருஷாங்கினியால் தொகுக்கப்பட்டுள்ளது. 2001இல் வெளியான இத்தொகுப்பில் 52 பெண் கவிஞர்களின் 97 கவிதைகள் இடம்பெற்றுள்ளன. தமிழகம் மட்டுமின்றி ஈழத்துப் பெண்கவிஞர்களின் கவிதைகளும் சேர்க்கப்பட்டுள்ளன. இரா. மீனாட்சி போன்ற மூத்த பெண் கவிஞர்களிலிருந்து தொண்ணூறுகளுக்குப் பின்னர் 'பெண் எழுத்து' எனத் தனித்த அடையாளத்துடன் எழுதும் இளம் கவிஞர்களின் கவிதைகள் வரை தொகுக்கப்பட்டுள்ளன. தமிழில் பெண் என்ற ஓர்மையுடன் எழுதுகின்ற பெண் கவிஞர்களின் எழுத்துகளைப் பதிவாக்க வேண்டும் என்ற தொகுப்பாளரின் முயற்சியின்

விளைவாகத்தான் இத்தொகுப்பைக் கருத வேண்டியுள்ளது. பெண் கவிதைத் தொகுப்பிற்கான தொடக்கமாகத்தான் இத்தொகுப்பு முயற்சி உள்ளது. தொகுப்பினுக்கு வ.கீதா எழுதியுள்ள முன்னுரை, பரந்துபட்ட நிலையில் பெண் எழுத்தினையும், நவீன பெண் கவிதைகளின் தனித்துவத்தையும் விளக்கியுள்ளது. புலம்பெயர்ந்த நாட்டில் பெண்ணின் எதிர்கொள்ளல், ஈழத்தில் போரின் காரணமாக பெண் அடையும் வேதனை, தமிழகத்துப் பெண்களின் உடல்ரீதியான வலி, பால் வேறுபாடு காரணமாக அடையும் இழிவுகள் எனப் பல்வேறு நிலைகளில் பெண் கவிஞர்களின் பிரத்யேக மனநிலையைச் சித்திரிப்பதாக இத்தொகுப்பு உள்ளது.

பெண்ணுடல் பற்றிக் காலந்தோறும் சமூகம் புனைந்துள்ள புனைவுகள், யதார்த்தத்தில் சிதிலமாகின்றன. அதிலும் உடல் பற்றிய மர்மங்களைக் கட்டமைத்து உடலைப் பூடகப்படுத்தும் தமிழ்ச் சூழலில், கவிஞர் அ.வெண்ணிலா எழுப்பும் குரல் முக்கியமானது.

பேற்றின் வலியோடு
அலறும் குரலில்
இணைந்தே ஒலிக்கிறது
என் நிர்வாணத்திற்கான
அழுகையும்

இத்தகைய வரிகள் ஆணுக்கு முற்றிலும் அந்நியமானவை. பெண் என்ற நிலையில் 'பறத்தல் அதன் சுதந்திரம்' தொகுப்பு புதிய வழியை அமைத்துள்ளது. அது இன்றைய தேவையும்கூட.

புலம்பெயர்ந்தோர் கவிதைகளின் தொகுப்பு

ஈழத்தில் நடைபெற்று வரும் தமிழின ஒடுக்குமுறை காரணமாகத் தமிழர்கள் புலம்பெயர்ந்து உலகமெங்கும் ஏதிலிகளாக வாழவேண்டிய நெருக்கடி ஏற்பட்டது. இத்தகு நிலையில் தங்களுடைய சொந்த ஊர் பற்றிய ஏக்கமும், புதிய இடத்தின் சூழலும், வயிற்றுப் பிழைப்புக்காகச் செய்யும் வேலையும் புலம்பெயர்ந்தோரின் மனத்தில் சலனமேற்படுத்திக் கொண்டேயிருக்கின்றன. புலம்பெயர்ந்த தமிழர்களின் மனவோட்டம் கவிதைகளாகப் பல்வேறு இதழ்களில் வெளியாகியுள்ளது. இத்தகைய கவிதைகளைத் தொகுத்து ப.திருநாவுக்கரசு, 'புலம் பெயர்ந்தோர் கவிதைகள்' என்ற தலைப்பில் 2001ஆம் ஆண்டில் நூலாக்கியுள்ளார். அறுபத்தைந்து கவிஞர்களின் எண்பத்தொன்பது கவிதைகள் தொகுப்பில் இடம்பெற்றுள்ளன.

மேலைநாடுகளில் பனிபடர்ந்த புதிய பிரதேசத்தில் வாழ நேர்ந்திட்ட தமிழர்களின் புலம்பெயர் வாழ்க்கை பற்றிய பதிவுகள் முக்கியமானவை. அந்நிய நாட்டில் வேற்று மொழி பேசும் சூழலில், முகமிழந்து

அடையாளமற்றுப் போகும் புலம்பெயர்ந்த தமிழர்களின் மன வேதனையின் வடிகால்களாகச் சில கவிதைகள் உள்ளன.

“எட்டி நில் கறுப்பனே!
வெண் முகங்கள்
விட்டெறியும்
ஏளனப் பார்வையில்
தலைகுனியும் மௌனமாய்”

என நிருபா பாடும் வேதனையை எப்படி சமாதானப்படுத்த முடியும். இப்பிரச்சினை புலம்பெயர்ந்த தமிழருக்கே உரித்தானது.

“வெள்ளிப்பனி படிந்த
இலையுதிர்ந்த நெடு மரங்கள்
பெருங் கட்டட சாலைகளில்
எலும்பையும் ஊடுருவும்
ஊசிப் பனித்துளிகள்

எனச் சத்தியா விவரிக்கும் காட்சி முக்கியமானது. இயற்கைச் சூழலுடன் உடல் பொருந்திப் போவது எளிது அல்ல. குற்றேவல் செய்தும் உணவகங்களில் தட்டுக் கழுவியும் ‘பிழைப்பு’ நடத்த வேண்டிய நிலைக்குத் தள்ளப்பட்ட புலம்பெயர்ந்தோரின் கவிதை வரிகளில் ஈரம் ததும்புகிறது.

ஈழப் பிரச்சினைக்கு ஆதரவான கவிதைத் தொகுப்பு

ஈழத்தில் சிறுபான்மையினராக வாழ நேர்ந்திட்ட தமிழர்கள்மீது, மொழி அரசியலை முன்னிறுத்தி சிங்கள அரசாங்கம் நடத்தும் வன்முறை, கொடூரம் இன்றளவும் தொடர்கின்றது. மொழியினால் ஒன்றுபடும் இந்தியத் தமிழர்கள் பல்லாண்டுகளாக ஈழத் தமிழருக்கு ஆதரவாகக் குரல் கொடுத்து வருகின்றனர். தொப்புள்கொடி உறவு எனப் போற்றப்படும் நிலையில், ஈழத் தமிழருக்கு ஆதரவாக எழுதப்பட்ட கவிதைகளைத் தொகுத்துக் கவிஞர் அறிவுமதி 2009 இல் வெளியிட்ட ‘அரைக்கம்பத்தில் தொப்புள்கொடி’ கவிஞர்களின் உணர்ச்சிப்பூர்வமான கருத்துகளைப் பதிவு செய்துள்ளது.

யூமா வாசுகி, அய்யப்ப மாதவன், பவுத்த அய்யனார், தமிழச்சி தங்கபாண்டியன், கலாப்ரியா, தமிழ்நதி, என்.டி.ராஜ்குமார், குட்டி ரேவதி, கரிகாலன், பிரபஞ்சன், தேன்மொழிதாஸ், அழகிய பெரியவன், கல்யாண்ஜி... என நூற்றுக்கணக்கான கவிஞர்கள் ஈழத் தமிழர் போராட்டம் குறித்து எழுதிய கவிதைகள் கொதிப்புடன் விளங்குகின்றன. தமிழர் என்பதற்காக வன்முறைக்குள்ளாகும் மக்களின் அவலநிலை கண்டு சீறிய கவிஞர்களின் கவிதைகளில் ‘அறச் சீற்றம்’ பொதிந்துள்ளது.

… … …
நான்
எதுவும் பேசக்கூடாது
எதுவும் எழுதக் கூடாது
ஏனென்றால்
நான் தமிழன்

என்ற பவுத்த அய்யனாரின் கவிதை, ஈழத்தில் நடைபெற்ற பேரழிவினுக்குச் சாட்சியாக உள்ளது.

ஈழப் பிரச்சினையை முன்னிறுத்தித் தமிழகத்தில் நடைபெற்ற பல்வேறு முயற்சிகளும், தமிழக அரசியல்வாதிகளால் காட்டிக்கொடுக்கப்பட்ட நிலையில், பெரும்பான்மை மக்கள் மௌனத்தில் பேச்சற்றுப் போயினர். நம் கண்முன்னர் நடைபெற்ற பேரழிவின் மௌனசாட்சிகளாகத் தமிழகத் தமிழர்கள் மாற்றப்பட்டதின் சாட்சியமாக 'அரைக் கம்பத்தில் தொப்புள் கொடி' தொகுப்பு உள்ளது. தமிழர் வரலாற்றில் முக்கியமான வரலாற்று ஆவணமாக இக்கவிதைத் தொகுப்பு விளங்குகிறது.

தனிப்பட்ட கவிதைத் தொகுப்புகள்:

ராஜமார்த்தாண்டன் தொகுத்த 'கொங்கு தேர் வாழ்க்கை' தொகுதி 2இல் 93 கவிஞர்களின் 893 கவிதைகள் இடம்பெற்றுள்ளன. 2004இல் வெளியான இத்தொகுப்பில் தொகுப்பாளர் ராஜமார்த்தாண்டனின் தனிப்பட்ட கவிதை ரசனைக்கேற்ப கவிதைகள் தேர்வு செய்யப்பட்டுள்ளன. எழுபதாண்டுகள் நவீன கவிதை வரலாற்றில் பிச்சமூர்த்தி தொடங்கிப் பல்வேறு போக்குகளைப் பிரதிநிதித்துவப்படுத்தும் கவிஞர்களின் கவிதைகள், தலித் கவிஞர்களின் கவிதைகள் எனப் பலரின் கவிதைகள் தொகுப்பில் இடம்பெற்றுள்ளன.

"கவிதை என்றும் புதியதாக இருக்க வேண்டும். கவிஞனின் தனித்துவம், அவனுக்கேயான பார்வை, அவனது சிறப்பான மொழியாளுமை, எல்லாவற்றுக்கும் மேலாக அவனது அபூர்வமான கற்பனையாற்றல் கவிதையில் இந்தப் புதுமை சாத்தியமாகின்றது. நேற்றைய கவிதையை இன்று நாம் அனுபவித்து ரசிப்பதற்கும் இந்தப் புதுமையும் கற்பனையும் காரணங்களாகின்றன. இந்த அடிப்படையிலேயே இந்தத் தொகுப்பிலுள்ள கவிதைகள் தேர்ந்தெடுக்கப்பட்டுள்ளன" எனத் தொகுப்பாளர் ராஜமார்த்தாண்டன் முன்னுரையில் குறிப்பிட்டுள்ளார். எனினும் அவர் தேர்ந்தெடுத்துள்ள கவிஞர்களின் அட்டவணை, கருத்து முரணை ஏற்படுத்துவதாக உள்ளது. பிரம்மராஜன், யவனிகா ஸ்ரீராம் போன்ற கவிஞர்களின் கவிதைகளைத் தொகுப்பாளர் ஏன் சேர்க்கவில்லை என்ற கேள்வி தோன்றுகின்றது. எல்லோருடைய ரசனையையும் திருப்தி செய்யும் வகையில் கவிதைகளைத் தொகுக்க முடியாததற்குத் தொகுப்பாளரின் தனிப்பட்ட தேர்வுதான் காரணம்

தமிழில் வெளியான சிறந்த கவிதைகள் அனைத்தும் இத்தொகுப்பில் சேர்க்கப்பட்ட வேண்டுமென்ற தொகுப்பாளரின் எண்ணம் காரணமாகத் தொகுப்பு பெரிதாக விரிவடைந்துள்ளது. இத்தொகுப்பு குறித்துக் கருத்து வேறுபாடுகள் இருப்பினும், இதில் இடம்பெற்றுள்ள நவீன கவிதைகள் ஆகச் சிறந்தவை என்பதில் ஐயமில்லை. நவீனத் தமிழ்க் கவிதைகளின் குறுக்குவெட்டுத் தோற்றமாக இத்தொகுப்பு உள்ளது. எனவே, இத்தொகுப்பிலிருந்து தேர்ந்தெடுக்கப்பட்ட குறைந்த எண்ணிக்கையிலான கவிதைகள், வேறு மொழிகளுக்கு மொழிபெயர்க்கப்பட வேண்டும். அப்பொழுது நவீனத் தமிழ்க் கவிதை பற்றிய புரிதல் வேற்று மொழியினருக்கு ஏற்படும்.

'நாடோடிகள் விட்டுச் சென்றிருப்பது' என்ற தலைப்பில் பா.தேவேந்திரபூபதி தொகுத்துள்ள கவிதைத்தொகுதி 2009 ஆம் ஆண்டில வெளியாகியுள்ளது. புத்தகக் கண்காட்சியையொட்டி நடைபெறும் இலக்கிய நிகழ்வுகளில் பதினைந்து கவிஞர்களால் வாசிக்கப்பட்ட கவிஞர்களின் சொந்தக் கவிதைகளும், அவர்களுக்குப் பிடித்த சமகாலத் தமிழ்க் கவிதைகளும், மொழிபெயர்ப்புக் கவிதைகளும் என வாசிக்கப்பெற்றவை தொகுக்கப்பட்டு, நூல்வடிவம் பெற்றுள்ளன. பிற்சேர்க்கையில் பிரமிள், நகுலன் தொடங்கி ஐம்பத்திரண்டு கவிஞர்களின் கவிதைகள் இணைக்கப்பட்டுள்ளன. யூமா வாசுகி, கரிகாலன், தமிழ்நதி, குவளைக் கண்ணன் உள்ளிட்ட கவிஞர்களின் கவிதைத் தேர்வு வாசிப்பில் சுவாரசியமானதாக உள்ளது. தொகுப்பாளர் தேவேந்திர பூபதியின் வித்தியாசமான முயற்சி, தொகுப்பாக்கத்தில் வெளிப்பட்டுள்ளது.

இறுதியாகச் சில சொற்கள்:

தமிழில் நவீனக் கவிதைத் தொகுப்புகள் என் பார்வையில் படாமல் இன்னும் சில/பல இருக்கலாம். என் தேடல் ஓர் எல்லையில் நின்று விட்டது.

- நான்கைந்து நண்பர்கள் ஒன்று சேர்ந்து கைக்காசைப் போட்டு, ஒரு தொகுப்பின்மூலம் தங்களுடைய கவிதைகளை வெளியிடும் போக்கு தமிழில் பரவலாக உள்ளது. அவை சேகரிக்கப்பட வேண்டும்.
- கல்லூரி மாணவர்கள் ஒன்று சேர்ந்து, தங்களுடைய கவிதைகளை ஒன்றாக ஒரே தொகுப்பில் வெளியிடும் போக்கு, எழுபதுகளில் தொடங்கித் தமிழகமெங்கும் பரவலாக இருந்தது.
- வெகுசனரிதியில் தினமலர் வாரமலர் போன்ற பத்திரிகைகளில் கவிதை எழுதுகிறவர்கள் ஒன்று சேர்ந்து கவிதைத் தொகுப்புகள் கொண்டு வந்திருக்க வாய்ப்புண்டு.

- 1980களுக்குப் பின்னர் இடதுசாரி இலக்கிய அமைப்பில் செயல்படும் கவிஞர்கள் சேர்ந்து கவிதைத் தொகுப்புகள் கொண்டு வந்திருக்கலாம்.
- தலித் கவிஞர்களின் கவிதைகள் தனியே தொகுக்கப்பட்டு வெளிவந்திருக்க வாய்ப்புண்டு.
- எழுபதாண்டு வரலாற்றுப் பின்புலமுடைய நவீனத் தமிழ்க் கவிதைத் தொகுப்புகளின் பின்னர் பொதிந்துள்ள பல்வேறு அம்சங்களை அறிமுகநிலையில் இக்கட்டுரையில் பதிவு செய்துள்ளேன். அவை இன்னும் ஆய்விற்குரியன.
- இக்கட்டுரையை எழுத எனக்கு உதவிய தொகுப்பு நூல்களின் பட்டியல் இத்துடன் இணைக்கப்பட்டுள்ளது. அது உங்கள் தேடுதலைத் துரிதப்படுத்தும்.

உதவிய நூல்கள்

1. புதுக்குரல்கள்: 24 கவிஞர்களின் 63 கவிதைகள் எழுத்து பிரசுரம், சென்னை 1962.
2. குவேரா, பிறர்,(தொ.ஆ) ஆக்டோபஸும் நீர்ப்பூவும்: முற்போக்குப் புதுக் கவிதைகள், சிவப்பு ரோஜா பதிப்பகம், பாளையங்கோட்டை, 1972 (06 கவிஞர்களின் 37 கவிதைகள்).
3. வெளிச்சங்கள்: வானம்பாடிகளின் மானுடகீதம், வைகறை வெளியீடு, கோவை, 1973.
4. சுப்பிரமணியன். எம் (தொ.ஆ.) நாற்றங்கால், தலைஞாயிறு இலக்கிய அமைப்பு, தஞ்சாவூர், 1974.
5. சிவசுப்பிரமணியன். நா மற்றும் முத்துக்கிருஷ்ணன் கே.(தொ.ஆ)., சலனம். எஸ்.விஜயலெட்சமி, பாளையங்கோட்டை, 1978.
6. ஆனந்த் தேவதச்சன், அவரவர் கைமணல், மூ வெளியீடு, சென்னை, 1981.
7. தீர்க்கவாசகன், பிறர்(தொ.ஆ). கனவைத் தொலைத்தவர்கள், கனா வெளியீடு, மதுரை, 1984.
8. நுஃமான் எம்.ஏ., யேசுராஜா, அ(தொ.ஆ), பதினோரு ஈழத்துக் கவிஞர்கள், க்ரியா, சென்னை 1984.
9. சேரன், உ பிறர் (தொ.ஆ), மரணத்துள் வாழ்வோம், தமிழியல், யாழ்ப்பாணம், 1985.
10. சொல்லாத சேதிகள், சிலிக்குயில், குடந்தை, 1987.

11. ஞானக்கூத்தன், பிறர் (தொ.ஆ), ழ கவிதைகள், விருட்சம் வெளியீடு, சென்னை, 1990.

12. சமயவேல் (தொ.ஆ), தெற்கிலிருந்து சில கவிதைகள், வயல் வெளியீடு, சென்னை, 1992.

13. அழகிய சிங்கர் (தொ.ஆ) விருட்சம் கவிதைகள் தொகுதி–1, விருட்சம் வெளியீடு, சென்னை, 1994.

14. திருநாவுக்கரசு, ப. (தொ.ஆ), புலம் பெயர்ந்தோர் கவிதைகள், நிழல் வெளியீடு, சென்னை, 2001.

15. க்ருஷாங்கினி (தொ.ஆ), பறத்தல் அதன் சுதந்திரம், காவ்யா, சென்னை, 2001.

16. பூமா. ஈஸ்வரமூர்த்தி,ரூ லதா ராமகிருஷ்ணன் (தொ.ஆ), சிற்றகல்: சிறுபத்திரிகைக் கவிதைத் தொகுப்பு, அருந்ததி நிலையம், சென்னை, 2003.

17. சிபிச்செல்வன் (தொ.ஆ) காலச்சுவடு கவிதைகள் 1994–2003, காலச்சுவடு பதிப்பகம், நாகர்கோவில், 2003.

18. ராஜமார்த்தாண்டன் (தொ.ஆ.), கொங்குதேர் வாழ்க்கை தொகுதி – II, யுனைடெட் ரைட்டர்ஸ், சென்னை, 2007.

19. ஸ்ரீனிவாசன், சா (தொ.ஆ).விருட்சம் கவிதைகள் தொகுதி–II, விருட்சம் வெளியீடு, சென்னை, 2007.

20. மங்கை. ஆ(தொ.ஆ) பெயல் மணக்கும் பொழுது: ஈழப்பெண் கவிஞர்களின் கவிதைகள், மாற்று வெளியீடு, சென்னை, 2007.

21. அறிவுமதி (தொ.ஆ) அரைக்கம்பத்தில் தொப்புள்கொடி, சாரல் வெளியீடு, சென்னை, 2009.

22. தேவேந்திரபூபதி, பா(தொ.ஆ), நாடோடிகள் விட்டுச் சென்றிருப்பது, கடவு வெளியீடு, மதுரை, 2009.

உயிர்எழுத்து, ஜனவரி 2011

நவீன தமிழ்க் கவிதையும் செம்மொழிக் கூறுகளும்

மனித நினைவுகளின் வழியே கடந்த காலத்தை மீட்டுருவாக்கும் மொழியானது, வரலாற்றைச் சாத்தியப்படுத்துகிறது. சமூகமயமாக்கலின் அடிப்படையில் மொழி, காலந்தோறும் பண்பாட்டுப் பதிவாகவும் விளங்குகிறது. மனிதனின் ஆறாவது புலனாக விளங்கும் மொழியின் மூலம் சமூகமயமாக்கல் துரிதமாக நடைபெறுகிறது. பண்டைய இலக்கியப் படைப்புகள் தொடங்கிப் பதிவாகியுள்ள விழுமியங்களின் தொடர்ச்சியானது, அம்மொழியின் வளத்திற்குச் சான்றாக உள்ளது. தொன்மை வாய்ந்த செம்மைமிக்க மேன்மையான அம்சங்கள், செவ்வியல் தன்மையுடையதாகக் கருதப்படுகின்றன. இன்று பேச்சு வழக்கிலிருந்து அழிந்திருந்தாலும், பண்டைக்காலத்தில் வளமான இலக்கியப் படைப்புகளுடன் சிறந்திருந்த மொழிகளும் செவ்வியல் தன்மையுடையனவாகக் கருதப்படுகின்றன. பொதுவாகச் செம்மொழி எனத் தனித்த அங்கீகாரம் ஒரு மொழிக்கு அரசினால் வழங்கப்படுவது அரசியல் பின்புலமுடையது. பன்னெடுங்காலமாகப் பாரம்பரியமான இலக்கியப் படைப்புகளினால் அறியப்படும் மொழியானது செவ்வியல் தன்மையுடையதாகக் குறிப்பிடப்படுகின்றது. மேலை இலக்கியத்தின் தாக்கத்தினால் உருவாக்கப்பட்ட செம்மொழி என்ற கருத்தியலினால் அடையாளப்படுத்தப்படும்போதுதான் தமிழ் போன்ற இரண்டாயிரமாண்டுப் பழமையான மொழிக்குச் சிறப்பு எனக் கருதப்படுவது ஒருவகையில் விநோதம்தான். தமிழின் தொன்மையான இலக்கியமான சங்க இலக்கியமும் காப்பியங்களும் மறுவாசிப்பினுக்குட்படும்வேளையில், பண்பாட்டு மாற்றங்களுக்கப்பால் சங்கக்கவிதை மரபின் தொடர்ச்சியை நவீன வாழ்கையில் கண்டறிய முடிகின்றது. சங்கப் படைப்புகளில் இடம்

பெற்றுள்ள செம்மொழிக் கூறுகள், இன்றைய நவீன கவிதையிலும் தொடர்வது, வாழ்க்கையின் ஆதாரமான விஷயங்களில் பெரிய மாற்றமில்லை என்பதை உணர்த்துகிறது.

ஒரு மொழி பல நூற்றாண்டுகளாக மக்களிடையே வழக்கினில் உள்ளதெனில், அம்மொழியில் வெவ்வேறு காலகட்டங்களில் படைக்கப்பட்ட இலக்கியப் படைப்புகளில் ஒத்திசைவைக் கண்டறிய முடியும். வடிவம் சார்ந்த நிலையில் புதிய வடிவங்களை ஏற்றுக்கொள்கின்ற சூழலில், கருத்துரீதியிலும் தொடர்ச்சி வெளிப்படுகின்றது. இரண்டாயிரமாண்டுகளுக்கு முந்தைய தமிழ் மொழி சார்ந்த தமிழர் வாழ்க்கையின் தொன்மையான அம்சங்கள் சங்கப் படைப்புகளில் பரவலாகப் பதிவாகியுள்ளன. தமிழ் மனம் காலந்தோறும் எவ்வாறு நுட்பமாக இயங்கியுள்ளது என்பது, சங்க இலக்கியம் தொடங்கி, நவீன கவிதை வரையிலும் முக்கியமானது. செம்மொழி இலக்கியமாகக் கருதப்படும் சங்கப் படைப்புகள் இன்றளவிலும் மொழியில் செலுத்துகின்ற ஆளுகை கவனத்திற்குரியது. சங்க மரபு, பாரம்பரியம், தொன்மை போன்றவற்றின் அடிப்படையில் செவ்வியல் அம்சங்களைக் கண்டறியலாம்.

செவ்வியல் மொழிகள் எனற வரையறைக்கு ஆதாரமாக விளங்குகின்ற படைப்புகள் முக்கியமானவை. பண்டைய கிரேக்க, ஹீப்ரு, சம்ஸ்கிருத மொழிப் படைப்புகளில் புராணம், தொன்மம், கட்டுக்கதை, தொன்மம், இயற்கையிறந்த நிகழ்ச்சிகள், கடவுளர்களின் அதியற்புத ஆற்றல்கள் சார்ந்து இறையியல் அம்சங்களுக்கு முன்னுரிமை தரப்பட்டிருந்தது. சங்க இலக்கியப் புலவர்கள் வைதிக, அவைதிக மரபுசார்ந்த புராணிகக் கதைகளைப் புறந்தள்ளிவிட்டு, நடப்பியல் சார்ந்த வாழ்க்கைக்கு முக்கியத்துவம் தந்தனர். கடவுளைப் போற்றிப் புகழ்ந்து, விண்ணுலகம் பற்றிய கற்பனைகளுக்கு முன்னுரிமை தராமல், காதலையும் வீரத்தையும் போற்றியது தமிழ்ச் செவ்வியலின் தனித்துவம்.

நிலமும் வெளியும் பற்றிய புரிதலுடன் விரியும் சங்கப் புலவர்களின் ஐந்திணை நிலப் பாகுபாட்டிலான திணைசார் வாழ்க்கையை முன்னிலைப்படுத்திய சங்கத்திணை மரபு இன்றளவும் தொடர்கின்றது. பூமியில் மனித இருப்பின் மீதான நம்பிக்கை, துணிவுடன் வாழ வேண்டும் என்ற எண்ணம், சக உயிரினங்களை நேசித்தல், இயற்கையைப் போற்றுதல் எனச் சங்கப் பாடல்களின் பொதுமைப் பண்புகள் குறிப்பிடத்தக்கன. சங்கப் பாடல்களுடன் ஒப்பிடத்தக்க பிற செவ்வியல் மொழிப்படைப்புகள் மதம் சார்ந்து, தங்கள் குழுவினர் நலனுக்கு முன்னுரிமை தந்தபோது, ‘ யாதும் ஊரே யாவரும் கேளிர்’ என்ற வரியின்மூலம் உருவாக்கப்பட்ட தமிழ்த் தொல் மனம் ஒப்புவமை அற்றது. பொது நலன் சார்ந்து உலகம் குறித்த அக்கறையுடன் பாடும் மரபு, இன்று வரை தமிழில் தொடர்கின்றது.

தமிழுக்குச் செம்மொழி என்ற தகுதி தர முனைந்தபோது, மொழியிலாளர் வகுத்தளித்த வரையறைகளின் அடிப்படையில் அணுகும் நிலை உருவானது. ஒவ்வொரு மொழியும், அம்மொழியில் எழுதப்பட்டுள்ள படைப்புகளும் தனித்துவமானவை; பிற மொழிகளுடன் கறாராக ஒப்பிட இயலாதவை. என்றாலும் ஒற்றைத்தன்மையுடன் விதிகளின் அடிப்படையில் அணுகி, செம்மொழி என வரையறுப்பது நடைமுறையில் உள்ளது. ஒரு மொழியைச் செம்மொழி என வரையறுக்கப் பின்வரும் பண்புகள் அடிப்படைகளாகக் கருதப்படுகின்றன. அவை: தொன்மை, தனித்துவம், பொதுமை, நடுநிலைமை, தாய்மைப் பண்பு, பண்பாட்டுக் கலையறிவு, பிற மொழித் தாக்கமின்மை, இலக்கிய வளம், உயர் சிந்தனை, கலை இலக்கியத் தனித்துவம், மொழிக் கோட்பாடு.

தமிழைப் பொறுத்தவரையில் செம்மொழி எனக் குறிப்பிட தமிழுக்கே உரித்தான தனித்துவமான அம்சங்களையும் கருத்தில் கொள்ள வேண்டியுள்ளது.

* உலக மொழிகளில் எதிலும் காணப்படாத திணைக் கோட்பாடு தமிழுக்கு மட்டும் உரியது என்ற நிலையில் சிறப்பிற்குரியது.
* சங்க காலத்தில் வாழ்ந்த பல்வேறு இனக்குழுக்களின் பண்பாட்டுக் கூறுகளை அப்படியே ஏற்றுக்கொள்வது தமிழ் திணை மரபின் தனித்துவம்.
* இரண்டாயிரமாண்டுப் பாரம்பரியமான இலக்கிய வளத்துடன், காலந்தோறும் தொடர்ந்து காத்திரமான இலக்கியப் படைப்புகள் தமிழில் வெளியாதல்.
* இலக்கியப் படைப்புகளின் அடிப்படையில் வளமான பண்பாட்டு மரபினுக்குச் சொந்தமானவர்கள் என்ற கருத்து, தமிழர்களிடம் தலைமுறைகள்தோறும் கடந்து செல்லுதல்.
* ஒப்பீட்டளவில் பிற மொழிப் படைப்புகளைவிடத் தனித்து விளங்கும் படைப்புகளைத் தமிழ் மொழி கொண்டிருத்தல்.
* தமிழுக்கு உரித்தான தொடர்ச்சியான இலக்கியப் பாரம்பரியம், பண்பாட்டு ஆளுகை.

சங்க காலம் முதலாக யாப்பிலக்கண மரபில் எழுதப்பட்ட தமிழ்ச் செய்யுள்கள், காலப்போக்கில் பல்வேறு மாற்றங்களைப் பெற்று வளர்ந்துள்ளது. யாப்பறிந்துப் பாடல்கள் புனையும் புலவர் கூட்டம் 1960களில்கூட தமிழகத்தில் செல்வாக்குடன் விளங்கியது. பாரதிதாசன் கவிதை மரபினர், திராவிட இயக்கக் கருத்தியலுடன் மரபுக் கவிதையாக்கத்தில் தனித்திருந்தனர். பாரதியினால் வசன கவிதை தமிழுக்கு அறிமுகமானாலும், பெரிய வீச்சாகப் புதுக்கவிதை பரவிடாத சூழலில், 1959இல் சி.சு.செல்லப்பா தொடங்கிய எழுத்து

பத்திரிகையில் வெளியான புதுக்கவிதைகள் மெல்ல அதிர்வை ஏற்படுத்தின. மேலை இலக்கியச் செல்வாக்கின் காரணமாகத் தமிழில் உருவான புதுக்கவிதை அபத்தம், இருண்மை, விரக்தி போன்ற தனிமனித உணர்வுகளுக்கு முக்கியத்துவம் தந்தது. தொடக்ககாலத்தில் கோவேறுக் கழுதை, விஜிடேபிள் பிரியாணி எனக் கேவலமாகக் குறிப்பிடப்பட்ட புதுக்கவிதை, காலப்போக்கில் பரவலாகக் கவனம் பெற்றது. இன்று தமிழில் கவிதை என்றால் அது புதுக்கவிதையையே குறிக்கின்றது. இரண்டாயிரமாண்டு தமிழ்க் கவிதை மரபின் நீட்சி இன்றளவும் வீர்யத்துடன் தொடர்கின்றது. பெண்ணியக் கவிதைகள், தலித்தியக் கவிதைகள், ஈழப் போராட்டக் கவிதைகள், சூழலியல் கவிதைகள், தனிமனித அகம் சார்ந்த தத்துவக் கவிதைகள் எனக் கருத்தியல்ரீதியில் தமிழ்க் கவிதை மரபின் தொடர்ச்சி நீள்கிறது.

செம்மொழியின் அடிப்படையான பதினொரு பண்புகளும் நவீனத் தமிழ்க் கவிதையில் பொருத்துவது சாத்தியமற்றது. இன்றைய உலகமயமாக்கல் காலகட்டத்தில் எல்லாவிதமான அடையாளங்களும் அழிக்கப்பட்டு ஒற்றைத்தன்மை வலியுறுத்தப்படுகினறது. இன்னொருபுறம் தகவல் தொழில்நுட்பம் சார்ந்த வாழ்க்கை, பாரம்பரியமான வாழ்க்கை முறையில் சிதலத்தை ஏற்படுத்தியுள்ளது. இந்நிலைக்குத் தமிழ் மொழியும் தமிழ்ப் பண்பாடும் விதிவிலக்கு அல்ல. இத்தகைய நிலையில் சங்க இலக்கியத்தில் காணப்பெறும் செம்மொழிப் பண்புகள் அல்லது மரபின் தொடர்ச்சி நவீன கவிதையில் எங்ஙனம் வெளிப்படுகின்றன என்பது முக்கியமானது. மிகப் புதியதில் மிகப் பழையதின் சாயல் இருக்கும் என்பது நவீனத் தமிழ்க் கவிதைக்கும் பொருந்தும்.

தொன்மை: 'சிறு கோட்டுப் பெரும் பழம்' என்ற இயற்கைக் காட்சியை இளைஞியின் மனதில் ஏற்பட்டுள்ள காமத்துக்கு உவமையாகச் சொல்லும் சங்கப் பாடல்மூலம் இயற்கைக்கும் மனிதர்களுக்குமிடையிலான நெருங்கிய உறவினைப் புரிந்து கொள்ள முடிகின்றது. பொதுவாகச் சங்கப் பாடல்கள் இயற்கைப் பின்புலத்துடன் மனித இருப்பினை விசாரிகின்றன. இயற்கையைச் சூழல் என்ற சொல்லால் அறிந்திருந்த பண்டைத்தமிழர், சூழலைப் பேணியதுடன், தங்களையும் காத்துக் கொண்டனர். தான் சிறுமியாக இருந்தபோது, செடியாக இருந்து, இன்று பெரிய மரமாக வளர்ந்துவிட்ட புன்னை மரத்தைத் தன்னுடன் பிறந்தவளாகக் கருதி, அம்மரத்தின் அடியில் தனது காதலனைச் சந்திக்க மறுக்கின்றாள் இளம்பெண் (நற்றிணை:172). தன்னை விட்டுப் பிரிந்துபோன காதலனை நினைந்து வருந்தும் இளம்பெண், "இரவு நேரத்தில் தோட்டத்தில் இனிய துணையாக விளங்கிய வேங்கை மரத்திடம்கூடவா பிரிவு சொல்லக் காதலன் மறந்துவிட்டான்" என நினைக்கின்றாள். (குறுந்தொகை: 260) இயற்கையுடன் தன் மனநிலையை இயைபுபடுத்துவதன்மூலம், மனதைத் தேற்றுவது

இயல்பாக நடந்தேறியுள்ளது. இத்தகைய தொன்மையான மனநிலையின் தொடர்ச்சி நவீன கவிதையிலும் வெளிப்பட்டுள்ளது.

மனிதர்களுக்கும் இயற்கைக்குமான தொடர்பு காலந்தோறும் தொடர்கின்றது. மரம், செடி, கொடியைத் தனக்கு நெருக்கமாகக் கருதும் மனநிலை, சங்கத்திணை மரபின் தொடர்ச்சியாக நவீன கவிதையிலும் வெளிப்படுகின்றது. இன்றைய வாழ்க்கையானது பதற்றத்தையும் அவசரத்தையும் வழங்கிக் கொண்டிருக்கின்றது. ஏதோ ஒன்றின் பின்னால், வேகவேகமாகப் பின் தொடரும் நிலையில், ஒவ்வொருவரும் சூழலிலிருந்து அந்நியப்படும் நிலை ஏற்பட்டுள்ளது. என்றாலும் இயற்கையுடன் தன்னை இயைபுபடுத்தும் சண்முகம் சரவணனின் கவிதை வரிகள் சங்கமரபின் நீட்சியாக நீள்கின்றன.

பின்பனிக் காலத்தில்
அன்று மரங்களிடையே
சுமையற்று அலைந்து திரிந்தேன்
ஒலியின் வடிவில் பறவைகளும்
சிள் வண்டுகளும் உருவற்று
என் நடையின் வேகம் கூட்டின
எண்ணங்கள் ஒருங்க
இளைப்பாறாது உடல் அமைதி கொள்ள
நடந்து நடந்து ஆனந்தமுற்றேன்
ஆளரவமற்ற நீண்ட வெளி
பெருமரங்களின்
இசையில் அமைதி கொள்ள
நேற்றையும் நாளையும்
துறந்து அமைதியுற்றேன்

(துறவியின் இசைக்குறிப்புகள்)

இயற்கையை இசையாக உருவகிக்கும் கவிதையானது, தமிழ்த் தொல் மனம் சார்ந்து விரிந்துள்ளது. சங்கத் திணை மரபின் தொடர்ச்சியானது, கவிதைத் தொகுதியில் இடம்பெற்றுள்ள பல கவிதைகளில் நுட்பமாகப் பதிவாகியுள்ளது.

தனித்துவம்: நெடிய கவிதை மரபின் தொடர்ச்சியானது, நவீன கவிதையாக வெளிப்படுவது தனித்துவமானது. ஐந்திணை நிலம் சார்ந்து அகம் புறம் என்ற எதிரிணைகள் மூலம் சூழலை விளங்கிக்கொள்ள முயன்றது, கட்டமைக்கப்பட தமிழர் வாழ்க்கையின் தனித்துவம். காதலும் வீரமும் அற்ற நிலை என்பது தமிழைப் பொறுத்தவரையில் எப்பொழுதும் இல்லை. ஆண் பெண் உறவில் இரு மனங்களுக்கிடையில் தோன்றும் காதல் என்பது வெளியெங்கும் மிதக்கின்றது. மனசில் ஈரம் ததும்பிடும் காதல் நினைவுகளின் வழியே தன்னை அறிதல் நுட்பமாக நிகழ்கின்றது.

“நினைவுகள்” கவிதையின்மூலம் எஸ்.வைத்தீஸ்வரன் காதலின் வேட்கையை வெதுவெதுப்பான மொழியில் நினைவு கொள்கின்றார்.

நினைவு மறைந்த பின்னும் அதன் ஒலி
தித்திக்கின்றது உள்ளத்தில்
மலர்வாடிய பின்னும்
மணம் கமழ்கின்றது ஞாபகத்தில்
உறக்கம் கலைந்த பின்னும்
கனவுகள் நீடிக்கிறது நெஞ்சத்துக்குள்
விடை பெற்றுச் சென்ற பின்னரும்
உன் நேசம் பிரிவதில்லை ஒருக்காலும்
நீ மறைந்த பின்னும்
உன் காதல் என்னைத் தழுவிக் கொள்கிறது
காற்றைப் போல (கால் மனிதன்)

பூமியில் உடல் சார்ந்த வாழ்க்கையைக் கொண்டாட்டமாகக் கருதும் சங்க மரபில், எதிர்ப்பாலின் மீதான காமம் கவிதையாக வடிவெடுத்துள்ளது. உடலை இழிவானதாகக் கருதி, பிறவி வேண்டாத நிலையை முன்னிறுத்தி, புலன்களின் வாயிலான இன்பத்தைக் கீழானதாகக் கருதி ஒதுக்கும் மதம் சார்ந்த பார்வைக்கு மாற்றாக, காதல் என்பது எப்பொழுதும் தமிழ் மரபில் உயர்வானதுதான். இக்கவிதையில் காதல் என்பது காற்றைப்போல மனித மனத்தில் சுகமாகத் தழுவிச் செல்லுவது நடந்தேறியுள்ளது.

சங்க மரபின் தொடர்ச்சியாகக் காதலை மையமிட்டுக் குவியும் சக்திஜோதியின் கவிதை வரிகள், வாசிப்பில் மயிலிறகினால் வருடுவதுபோல விரிகின்றன. பிரிவு, காத்திருத்தல் எனப் பெண்ணின் மனம் எதிர்கொள்ளும் தனித்துவமான பிரச்சினைகள் காலந்தோறும் தொடர்கின்றன. அன்பின் வெளிப்பாடாகவும் நேசத்தின் குரலாகவும் பரிணமிக்கும் பெண்ணின் மனப்புதிர்கள் கட்டமைக்கும் உலகம், பூமியின்மீது நெருக்கம் கொள்ளச் செய்கின்றன. வேர் பரப்பிய நினைவுகள் என்ற கவிதையின் வழியே சக்திஜோதி புனையும் காட்சி வசீகரமானது.

ஓடும் நதியில் தவறி விழும் ஒற்றையிலையென
சலனப்படுத்துவதில்லை நீரின் போக்கினை
என்றறிந்திருந்த மனம்
விம்மிக் கசிகின்றது
பழுத்த மஞ்சளும்
வெளிர் பச்சையும் கலந்து
மையம் அகன்று முனை குறுகிய அந்த இலை
நதியில் மிதந்து கொண்டிருக்க
அவன் கண்களை நினைவூட்டியபடியிருந்தது

என்னுள் விருட்சமென வளரத் துவங்கின
அவனது வேர்கள்
புலனிகப்படாமல் கிளைத்துப் பரவின
நிலமெங்கும்
நதியின் போக்கில் செல்லும் அவ்விலை
கண்களிலிருந்து மறைய
நிசப்தமாகிறது காற்று (காற்றில் மிதக்கும் நீலம்)

இலை, நீர், வேர் என இயற்கை சார்ந்து, மன விழைவினைக் காமம் கசிந்திட பதிவாகியுள்ள வரிகள் ஈரத்துடன் ததும்புகின்றன. பெண் மனதின் வேட்கையைக் கவிதையாக்கியுள்ள சக்திஜோதியின் வரிகள் அக மரபிலானவை

தாய்மை: செம்மொழி என்ற வரையறைக்கும் தாய்மைப் பண்பிற்குமான தொடர்பு ஆய்விற்குரியது. சக உயிர்கள் மீதான நேசம் பூமியில் மனித இருப்பிற்கான ஆதாரம் என்ற நிலையில், தாய்மைப் பண்பு முதன்மையிடம் பெறுகின்றது. சங்ககாலத்தில் தொடங்கி இன்று வரையிலும் மனித உறவின் மேன்மையானது தாய்மைப் பண்பில் பொதிந்துள்ளது. ஈழத்துக் கவிஞரான ஃபஹீமா ஜஹானின் அழிவின் பின்னர் கவிதை வரிகள் வெளிப்படையாகத் தாய்மைப் பண்பினைச் சித்திரிக்கின்றன.

வெட்டி வீழ்த்தப்பட்ட மரத்தின்
அடிக்கட்டை மீது
அமர்ந்துள்ளது பறவை
இன்று அதனிடம்
பறத்தலும் இல்லை
ஒரு பாடலும் இல்லை
அதன் விழிகள் எதிரே
வெயில் காயும்
ஒரு பெருவெளி விரிந்துள்ளது
அந்த மனிதர்களைச் சபிக்கிறதோ
தனது கூட்டை எண்ணித் தவிக்கிறதோ (ஆதித் துயர்)

தாய்மைப் பண்பின் பதிவினுக்குக் கலாப்ரியாவின் கவிதை அருமையான சான்று. எந்த வகையிலும் கவிஞர் பொறுப்பில்லை என்ற நிலையிலும் வழி தவறிப் பறக்கும் ஒற்றைப் பறவையின் சோகக் குரலில் இயற்கையின் துயரமாகப் பொங்கி வழிகின்றது. எல்லாம் முடியும் என்ற அதிகாரக் குரலின் மறு பக்கமாக மனிதன் கையறு நிலையில் விதி எனக் கலங்கி நிற்பது இருப்பின் அபத்தம்.

அந்திக் கருக்கலில்
இந்தத் திசை தவறிய பெண் பறவை

தன் கூட்டுக்காய்
தன் குஞ்சுக்காய்
அலைமோதிக் கரைகிறது
எனக்கதன் கூடும் தெரியும்
குஞ்சும் தெரியும்
இருந்தும்
எனக்கதன்
பாஷை புரியவில்லை   (கலாப்ரியா கவிதைகள்)

இயற்கை சார்ந்த நிலையில் குஞ்சுக்காக அலைமோதுகின்ற தாய்ப் பறவையின் வலியைக் கவிதையாக்கியுள்ள கலாப்ரியாவின் வரிகள் சோகத்தின் உச்சம்.

இலக்கிய வளம்: கவிதை என்பது இலக்கிய ரசனை சார்ந்து, மனதில் அழுத்தமான பாதிப்புகளை ஏற்படுத்துகின்றது. ஒருபோதும் முடிவற்ற காட்சிகளின் வழியே பதிவாகிடும் சொற்களின் சேர்க்கை உருவாக்கும் கிளர்ச்சி அளவற்றது. ஒவ்வொரு கவிஞரும் படைத்திடும் கவிதையின் வளமானது இலக்கிய ஆக்கத்தில் நுட்பமானது. இரண்டாயிரமாண்டுத் தமிழ்க் கவிதை மரபில் இன்று நூற்றுக்கணக்கான கவிஞர்கள் இலக்கியச் செறிவுடன் கவிதை படைக்கின்றனர். இதுதான் கவிதையின் வளம் எனத் துல்லியமாக வரையறுப்பதற்கு இயலாத நிலையில், தொடரும் கவிதை மரபு தனித்து விளங்குகின்றது. பருகத் தந்த சௌந்தர்யம் எனக் கவித்துவ ஆலாபனை செய்யும் ரவிசுப்ரமணியனின் வரிகள் வாசிப்பினில் உற்சாகம் அளிக்கின்றன.

தியானிக்கும் தபஸியாய் அமர்ந்திருந்தேன்
மூங்கில் சதங்கையின் முதல் அசைவை
நீதான் துவக்கி வைத்தாய்
பின்
காற்று பார்த்துக் கொண்டது
வெள்ளை முயல்களாய்
குறுக்கும் நெடுக்குமாக
தவ்விக் கொண்டிருந்தன ப்ரியங்கள்
மன வெளியில் சுவாதீனமாய் வந்தமர்ந்து
ஒரு கோப்பை சௌந்தர்யத்தைப் பருகத் தந்தாய்
அன்பின் ஆழ்புலம் புரியாது
மேல்பரப்பில் நின்றவாறு
தவிதவித்துக் கொண்டிருந்தேன்
நீயோ
ரகசியக் குளத்தில் மூழ்கித்துழாவியபடி இருந்தாய்
அமைதியான இசைமை கமழ்ந்து கொண்டிருந்தது
ஜன்னலில் திரைச்சீலை சன்னமாய் படபடத்தபடியிருந்தது

> கடைசியில் ஒரு புன்னகையின் வரியில் எழுதிப் போனாய்
> (சீம்பாலில் அருந்திய நஞ்சு)

ஒரு ஆபூர்வமான தருணம் மொழியின் வழியே அழகியலாகப் பதிவாகியுள்ளது. மௌனத்தின் இசையில் மனதின் தவிப்பை இலக்கிய வளத்துடன் ரவிசுப்ரமணியன் பதிவாக்கியுள்ளது நேர்த்தியுடன் வெளிப்பட்டுள்ளது.

நடுநிலைமை: அதிகாரப் போட்டியில் மன்னர்களுக்கிடையிலான போர்கள் வலுப்பெற்ற நிலையிலும் புலவர்கள் துணிந்து தங்களுடைய கருத்துகளைச் சொல்லுவது சங்க கால அரசியலில் முக்கியமானது. அரசியலற்ற தன்மை என எதுவுமில்லை என்ற புரிதலுடன் எந்தவொரு விஷயத்தையும் அணுகும்போது, நடுநிலைமை என்ற சொல்லின் அர்த்தம் கேள்விக்குள்ளாகிவிடும். ஒரு இக்கட்டான நேரத்தில் எது சரி எனக் கவிஞர் கருதுகின்றாரோ அதைத் துணிந்து கவிதையில் சொல்லுவது என்பது சங்கப் பாடல்கள் தொடங்கி இன்றுவரை தொடர்கின்றது. அரசியல் சார்ந்து முடிவெடுத்துத் தருக்கத்துடன் கவிதை படைக்கும் மனுஷ்யபுத்திரன் கவிதைகள் ஒருவகையில் நடுநிலைமையானவை என்று சொல்ல முடியும். அரசி என்ற கவிதையின்மூலம் வெக்கையடிக்கும் தமிழக அரசியல் சூழலில் மனுஷ்யபுத்திரன் சொல்ல விழைவது முக்கியமானது.

> கூந்தல் முடித்தெழுந்த அரசி
> வென்ற நகருக்குள் பிரவேசித்தபோது
> நகரம் ஸ்தம்பித்து நின்றது
> அரசி கண்ணுக்கெட்டியவரை
> ஸ்தம்பித்த நகரையே பார்த்தாள்
> எங்கோ ஒரு மரம் அசைந்தது
> பின்னர் அதுவும் நிறுத்தப்பட்டது
> அது தன்னுடைய நகரமே என்று
> நிச்சயப்படுத்திக் கொண்டாள்.
> அரசி எப்பொழுதும் ஸ்தம்பிக்கும் நகரங்களை
> மிகவும் நேசித்தாள்
> ஸ்தம்பித்தல் சக்தியின் வெளிப்பாடு
> மெதுவாக கையை உயத்தி
> `இனி நகரம் வழக்கம் போல இயங்கலாம்`
> என்றபோது அதை யாரும் நம்பவில்லை
> மகத்தான அரசி
> மகத்தான மக்கள் சக்திக்கு
> மகத்தான தன் முதல் செய்தியை
> மீண்டும் வலியுறுத்துகிறாள்
> `வாகனங்களும் மனிதர்களும்
> வழக்கம் போல சாலைகளிலே செல்லலாம்`   (நீராலானது)

பண்டைக் காலத்தில் அதிகாரத்தின் கோரப்பிடியில் மக்கள் சிக்கி வாடி வதங்கியபோது, புலவர்கள் நடுநிலைமையுடன் பாடல்கள் பாடியுள்ளனர். புலவர்களின் பாடல்களால் மக்களுக்கு விடிவு கிடைத்ததா என்பது தெரியவில்லை. என்றாலும் ஒரு சொல் வெல்லும் ஒரு சொல் கொல்லும் என்ற மரபில் தமிழ்க்கவிதைகள் பரவலாகக் கவனம் பெற்றன இத்தகைய மரபில் மனுஷ்யபுத்திரன் நிலவும் அரசியல் சூழல் குறித்தத் தனது கருத்தினைக் கவிதையாக்கியுள்ளார். பின்னொரு காலத்தில் எந்தவொரு நெருக்கடியான நிலையிலும் நடுநிலைமையான கவிதைகள் எழுதப்பட்டன என்ற வரலாற்றுப் பதிவை உருவாக்கும் வல்லமை அரசி கவிதைக்கு உண்டு.

பொதுமை: செவ்வியல் பண்புகளில் ஒன்றாகக் கருதப்படும் பொதுமை அம்சமானது மரபுடன் நெருங்கிய தொடர்புடையது. எந்தவொரு விஷயத்தையும் பொதுமை நோக்கில் அணுகிடும்போது அந்தக் கவிதை புதிய வடிவெடுக்கின்றது. சூரியச்சாறு எனத் ததும்பிடும் நரனின் கவிதை, வழக்கமான சூரியன் பற்றி மாறுபட்ட புதிய பிம்பத்தைக் கட்டமைத்துள்ளது.

சூரியனின் ஆரஞ்சு நிறம் பற்றி
பேசிக் கொண்டிருக்கும் போதே
உரித்து அதன் சுளைகளைப் பங்கிட்டுக் கொடுத்தாய்
அதன் எலுமிச்சை நிறத்தைப்பற்றி...
அதன் சாறு ததும்பத் ததும்ப
இரு கண்ணாடி தம்ளர்களில் வந்தன.
தாங்கவொண்ணா புளிப்பு
கொஞ்சம் உப்பிட்டுக் கொள்ளலாம் நண்பா...
விரைந்து அங்கே பார்
இரு மலைகளின் நடுவே மறையும் சூரியன்
ஒரு ''பீட்சா துண்டைப் போலுள்ளது.
ஏன் இன்று ஒரு இந்திய சூரியன்
இந்தியஆயிரம் ரூபாய் தாளைப்போல் இருக்கக் கூடாது நண்பா
இந்த முறை
உன் காதலி சூரியனைப்போல் எவ்வளவு பிரகாசமாக இருக்கிறாள்
இல்லையா நண்பா.   (எழாம் நூற்றாண்டின் குதிரைகள்)

சூரியன் பற்றிய புனைவைக் கவிதையாக்கியுள்ள நரனின் கவிதை, புதிய வகைப்பட்ட பொதுமைப் பண்பைக் கட்டமைத்துள்ளது. இயற்கையை இவ்வளவு பொதுமைப்படுத்த முடியுமா? என்ற கேள்வி தோன்றுகின்றது.

பண்பாட்டுச் சிறப்பு: பண்பாட்டுக் கூறுகள் கவிதையாக்கத்தில் முக்கிய இடம் வகிக்கின்றன. சூழல் சார்ந்து விரியும் பண்பாட்டு அம்சங்கள் சங்க இலக்கியம் முதலாகவே தமிழில் தனித்து விளங்குகின்றன.

வாழ வழியற்றுத் தோணி ஏறிப் பயணமான தமிழர் குறித்த றியாஸ் குரானாவின் கள்ளத்தோணி கவிதை தமிழ்ப் பண்பாட்டில் முக்கியமானது. கள்ளத்தோணி என்பது வெறுமனே தமிழர் அடையாளம் மட்டுமல்ல; காத்திரமான அரசியல் பின்புலமுடையது.

கடலில் கண்ணுக்கெட்டிய தொலைவில்
அசைகிற பிறையைத் தந்து கொடியாய்
பறக்கவிடும் கொடியை
அறியாதவர் எவருமிருக்க முடியாது
தோணியில் அமர்ந்த வண்ணம்,
உணவு தேடும் கடற்பறவைகளின் சாகசங்களை
நினைவுகூரும் குழந்தைகள் இன்றுமிருக்கின்றனர்
மிகமிகப் பழமையான அது.
தோணி என்று இன்று
சொல்லப்படுவது எதுபோலவுமில்லை.
துடுப்பு இல்லை திசைகாட்டி இல்லை.
அது வழி தவறிப் பயணித்ததுமில்லை.
இன்னுமது கடலின் பயங்கரம்
நிறைந்த கொந்தளிப்புகளுக்கிடையேயும்
சீறிப் பெருகும் பெருங்காற்றிடையேயும்
நிலை குலைந்திடாது விடாமல் கம்பீரமாகவே
நிற்கிறது. ஒவ்வொரு பயணியின் நெஞ்சிலும்
ஆறாத காயத்தின் வரலாறு
புதிதுபுதிதாய் எழுதப்பட்டுக் கொண்டேயிருக்கின்றது.
(நாவல் ஒன்றின் மூன்றாம் பதிப்பு)

சங்ககாலத்தில் நிலவிய வறுமைச் சூழல் பற்றிப் பாணர்கள் பாடிய பாடல்கள் தமிழ்ப் பண்பாட்டில் முக்கியத்துவம் பெறுகின்றன. தமிழர்கள் தமிழகத்தில் வாழ வழியற்றுக் கள்ளத்தனமாகத் தோணியில் பயணித்து இலங்கைக்குப் போய்த் தேயிலைத் தோட்டம் என்ற துன்பக்கேணிக்குள் சிக்கிக் கொண்ட வரலாறு ஒருபுறம். இன்று அரசியல் சிங்கள இன மேலாதிக்கம் காரணமாகக் கள்ளத்தோணி என இழிவுபடுத்தப்பட்ட மலையகத் தமிழர் நிலையினை றியாஸ் குரானாவின் கவிதை துயரம் கசியப் பதிவாக்கியுள்ளது.

உயரிய சிந்தனை: யாதும் ஊரே யாவரும் கேளிர் என்ற சிந்தனை மரபின் தொடர்ச்சி இன்றளவும் தொடர்கின்றது. பல நூற்றாண்டுகளாகத் தமிழைப் பேசி வருகின்ற மக்களின் வாழ்க்கையானது, மொழியின் வழியே அரிய சிந்தனைகளைப் பதிவு செய்கின்றது. நல்ல சிந்தனைப் போக்கு என்பது மக்களின் பண்பட்ட மனநிலையின் வெளிப்பாடு. வாழ்வின் விழுமியங்கள் குறித்துப் பதிவாக்குவது, அடுத்த தலைமுறையினருக்கு மேன்மையானவற்றைக் கடத்துவதாகும். சங்க காலத்திலிருந்து

உயரிய சிந்தனைகளுக்கு முக்கியத்துவம் தந்துள்ள தமிழ்க் கவிதை மரபு இன்றளவும் தொடர்கின்றது. கரிகாலனின் மின்னலின் தீண்டல் குழந்தையை முன்வைத்து எளிய முறையில் வாழ்வு பற்றிய மதிப்பீட்டினை உருவாக்குகின்றது.

கருணையைக் கொண்டு வருகிறீர்கள்
சொர்க்கத்தின் சாவியை
எடுத்து வருகிறீர்கள்
ஒரு மலரைத் தாங்கி வருகிறீர்கள்
கேள்வியின் வெளிச்சத்தால்
உங்கள் இருளை அழிக்கும்
ஜோதியை ஏந்தி வருகிறீர்கள்
அலுப்பெனும் தீரா நோயின்
மருந்துடன் வருகிறீர்கள்
அருவியின் குளிர்ச்சியை
நதியின் மலர்ச்சியை
நிலவின் ஒளியை
நட்சத்திரங்களின் அழைப்பை
மின்னலின் தீண்டலை
உன்னதத்தின் முழுமையை
அள்ளியெடுத்து அரவணைத்து வருகிறீகள்
ஒரு குழந்தையை ஏந்தி வரும் நீங்கள் (கரிகாலன் கவிதைகள்)

மனித இருப்புப் பற்றிய கவிதையில், குழந்தை என்பது பாரம்பரியத்தின் தொடர்ச்சி என்ற நிலையில் கரிகாலனின் வரிகள் நுட்பமானவை. வெறுமனே குழந்தை குறித்த மனப்பதிவுகள் போல கவிதை தோன்றினாலும், சமூக இயக்கத்தின் தொடர்ச்சியான கண்ணியாக விளங்கும் குழந்தை பற்றிய சிந்தனை பதிவாகியுள்ளது. குழல் இனிது யாழ் இனிது என்ற வள்ளுவரின் சிந்தனை மரபின் தொடர்ச்சியை கரிகாலனிடம் காணமுடிகின்றது. நவீன தமிழ்க் கவிதை தொடக்கத்தில் இருந்து தத்துவ வாகனமாக உள்ளது என்ற கருத்து கவனத்திற்குரியது.

இலக்கிய தனித்துவம்: செவ்வியல் இலக்கியம் மட்டுமல்ல எல்லா இலக்கியப் படைப்புகளும் ஏதோ ஒருவகையில் தனித்து விளங்குகின்றன. பழந்தமிழ் இலக்கியப் படைப்புகளில் தொனிக்கும் புராதன நெடி, செவ்வியல் தன்மையுடையது என அறிய உதவுகின்றது. ஆனால் உலகமயமாக்கல் காலகட்டத்தில் நுகர்பொருள் பண்பாடு ஆளுகை செலுத்தும் நிலையில், நவீன கவிதையானது இலக்கியரீதியில் தனித்து விளங்குகின்றது. அய்யப்ப மாதவனின் பாடல் இசைக்கும் கூந்தல் கவிதை வரிகள் முன்னிறுத்தும் இலக்கிய தனித்துவம் நுட்பமானது.

இரவில் புரளும் கூந்தலில் பூக்கள்
தானாகவே பூக்கத் தொடங்கி விட்டன
பூத்துப்பூத்துச் சொல்ல முடியாத
நறுமணம் பரவுகின்றது
எங்கிருந்தோ பட்டாம் பூச்சிகள் வந்து
மலர்களிடம் காதல் புரிகின்றன
அறை வண்ணத் தோட்டமாகின்றது
ஆகாயம் உள்ளிறங்கி மிதக்கிறது
பறவைகள் கூந்தல் பற்றிய
ரகசியப்பாடலை இசைக்கின்றன
நிலவில் வெண்ணிற நதிக் கோடுகளாய்
பிரகாசிக்கிறது கூந்தல்
மேகம் கலைந்து சிறுதூறல்
தேகத்தை மேதுவாக
அசைக்கிறபோது
மலர்களும் பறவைகளும் ஆகாயமும்
மழைத்துளியும்
அவள் புத்தொளியில் ஸ்தம்பிக்கின்றன
அடர்ந்த கானகத்தின் தனிமையில்
தேவதை போல் துயிலுகின்றாள்
கேசம் பூத்துக் கொண்டிருக்கிறது   (நீர்வெளி)

இளம் பெண்ணை முன்னிறுத்தி விரியும் அய்யப்ப மாதவனின் அதியற்புதப் புனைவு, கவிதையை வேறு தளத்திற்கு நகர்த்துகின்றது. தூங்கும் அழகிய பெண்ணின் கூந்தல் வழியே காட்சியாகும் கவிதை வரிகள் செழுமையான படைப்பினுக்கு ஆதாரமாக உள்ளன.

தமிழைச் செம்மொழியாக இந்திய அரசாங்கம் அறிவித்துள்ள அறிவிப்பின் பின்புலமாக உள்ள வரையறையானது நவீன கவிதைக்குச் சாத்தியப்படுகின்றதா என்ற தேடலின் விளைவாகச் சில கவிதைகள் மட்டும் மாதிரிக்காக இங்குத் தொகுத்துத் தரப்பட்டுள்ளன. தேர்ந்த வாசகரால் இன்னும் சிறப்பான கவிதைகளை அடையாளப்படுத்த முடியும். என்னால் குறிப்பிடப்பட்டுள்ள கவிதைகளைப் போல நிரம்பத் தொகுப்பதன்மூலம் புதிய பேச்சுகளை உருவாக்கலாம். இன்று அறிவியல் தொழில்நுட்ப வளர்ச்சியினால் தமிழர்களின் அன்றாட வாழ்க்கையில் ஏற்பட்டுள்ள மாற்றங்கள் அளவற்றவை. மரபு வழிப்பட்ட பண்பாட்டு விழுமியங்கள் தமிழர் வாழ்க்கையில் தொடரும் நிலையில் நவீன கவிதையில் செம்மொழிக் கூறுகள் இடம் பெறுவது இயல்பானதுதான்.

உயிர்மை, நவம்பர் 2014

சமகாலத்தியப் பெண் கவிஞர்களின் கவிதைமொழி

தமிழில் கவிதை வடிவம், ஒப்பீட்டளவில் அதிக அளவில் படைப்பாளர்களைக் கவர்ந்துள்ளது. நவீன உலகில் கவிதையின் இடம் சுருங்கிக்கொண்டிருக்கிறது என்று நுகர்பொருள் உருவாக்கிய புனைவைத் தகர்த்துவிட்டு, இரண்டாயிரமாண்டுப் பாரம்பரியத்தில் நாளும் நவகவிதை எனத் திசைகள்தோறும் கவிஞர்களின் குரல்கள் ஒலிக்கின்றன. கவிதையை ரசிப்பது வேறு, எழுதுவது வேறு என்ற துல்லியமான மனநிலை எங்கும் பரவலாகியுள்ளது. மொழியினால் ஆன சொற்கள்மூலம், மனித மனத்தின் நுட்பங்களைக் கண்டறிதலில் கவிதையானது, பொதுமொழியில் இருந்து வேறுபடுகிறது. கவிதை என்பது சொற்களின் குவியல் என்ற நிலைக்கப்பால், அது உணர்வில் கசிந்திடுவதுடன், மனதில் எப்பொழுதும் உறைந்திருக்கிறது. கவிதையைப் பால் அடையாளத்துடன் அணுகுவது, தமிழிலக்கிய மரபில் முரணானது அல்ல. என்றாலும் தொண்ணூறுகளில் பெண் கவிஞர்களின் கவிதைப் போக்குகள், புதிய கதவுகளைத் திறந்து விட்டன. வெகுஜனப் பத்திரிகைகள், காட்சி ஊடகங்கள் தந்த முக்கியத்துவம் காரணமாகப் பெண் கவிதை மொழியானது, பரவலான கவனம் பெற்றது. பெண்ணுடலை முன்னிறுத்திய வீர்யமான மொழியிலமைந்த பெண் கவிதை வரிகள், தமிழ்க் கவிதைப் போக்கினுக்கு ஊட்டமளித்தன. இதுவரை கவிதை என்றால் வேண்டாம் என ஒதுக்கியவர்களும், மெல்லக் கவிதையின் பக்கம் திரும்பி, அய்யோ பெண்கள் இப்படிக் கவிதை எழுதலாமா எனப் பண்பாட்டுப் போலீஸ்காரர்களாக மாறிக் கூச்சலிட்டனர். பெண் கவிஞர்கள், வீண் அரற்றுதலை ஒதுக்கிவிட்டுக் கவிதைத்தளத்தில் காத்திரமாகத் தொடர்ந்து இயங்குகின்றனர். அவர்களின் வழியில் இன்று நிரம்பப் பெண்கள்

கவிதை எழுதுவதில் உற்சாகத்துடன் ஈடுபட்டுள்ளனர். புதிய பெண் கவிஞர்கள் தாங்கள் சுயமாகக் கட்டமைத்த வெளியில், கவிதையின் வழியாகச் சிறகடிக்கின்றனர் ஒப்பீட்டு நிலையில் பெண்ணுடல் இயற்கைக்கு நெருக்கமானதால், உடல், மொழி என விரிந்திடும் கவிதைகள் தனித்து விளங்குகின்றன. காத்திரமாகக் கவிதைகள் எழுதிப் பொதுவெளியில் அங்கீகாரம் பெற்றுள்ள சீனியர் பெண் கவிஞர்களுடன் ஒப்பீடும்போது, அண்மையில் எழுதத் தொடங்கியுள்ள பெண் கவிஞர்களின் கவிதைகள் குறித்துப் பேச்சுகள் இல்லாத சூழல் நிலவுகிறது. முந்தைய தலைமுறைப் பெண் கவிஞர்களின் கவிதைப் பின்புலத்தைத் தொடர்ந்தும் மாறுபட்டும் எழுதுகிற நவீனப் பெண் கவிதை மொழியானது, தமிழ்க் கவிதைப் பாரம்பரியத்திற்கு வளம் சேர்க்கிறது. கடந்த பத்தாண்டுகளாகக் கவிதைத் தளத்தில் தீவிரமாக இயங்குகிற பெண் கவிஞர்களின் கவிதைகள், பெண்ணெழுத்தின் தொடர்ச்சியாக எங்ஙனம் செயல்படுகின்றன என்பதைக் கண்டறிய வேண்டியுள்ளது.

தமிழ் போன்ற தொன்மையான மொழியைக் கையாளுகிற பெண் கவிஞர், சமகால வாழ்க்கைக்கு நெருக்கமான உணர்வுடன், கவிதையாக்கத்தில் கவனம் செலுத்துவது அவசியமாகிறது. பண்பாடு சார்ந்து அடையாளம் என்பது இடைவிடாமல் ஆளுகை செலுத்துகையில், எல்லாக் கணத்திலும் பெண் எனத் தன்னை அறிதல் தொடர்கிறது. புறவெளியில் அர்த்தப்படும் பெண் பிம்பமும், குடும்ப நிறுவனம் கட்டமைக்கும் பெண் அடையாளமும் எதிரெதிராக உள்ளன. பெரியார் முன்வைத்த பெண் பற்றிய பேச்சுகள் ஒருபுறமும், மத நிறுவனங்கள் உருவாக்கிடும் பெண் இருப்பு இன்னொருபுறமும் உள்ளன. காட்சி ஊடகங்கள் பெண்ணுடலைப் பொருளாக மாற்றிடத் துடிக்கின்றன. ஒவ்வொருநாளும் மாற்றங்கள் பல்கிப் பெருகிடும்போது, யதார்த்த வாழ்க்கை எளிமையானதாக இல்லை. முன்னெப்போதையும்விட சிக்கலாகிக்கொண்டிருக்கும் இன்றையச் சமூகச்சூழலில், பெண் கவிஞர்கள், முந்தைய தலைமுறையினர் அறியாத விஷயம் குறித்து யோசிக்கிறபோது கவிதையானது, அக உணர்வும் அனுபவமும் கலந்து வெளிப்படுகிறது.

இன்றைய வாழ்க்கை மிகவும் கலவையாக இருக்கிறது. நுகர்பொருள் பண்பாட்டின் ஆதிக்கம் ஒருபுறம் எனில், மதிப்பீடுகளின் வீழ்ச்சி இன்னொருபுறம் வலுவாக உள்ளது. சிடுக்குகளுடன் இருக்கும் வாழ்க்கையைப் புரிந்திட உதவிடும் வரையறைக்குட்பட்ட, அறிவுப் பின்புலம் காரணமாக வித்தியாசமான உணர்வின் எழுச்சிகளைக் கவிஞர் எதிர்கொள்ள நேரிடுகிறது. சமூக ஆண் என்பவன் ஒருவகையில் உருவாக்கப்பட்டவன்தான். உடல்கள் குறித்துக் கறாரான கருத்துக்களை உருவாக்குகிற மத அடிப்படைவாத அமைப்புகள்,

ஆண்களை ஆதிக்கவாதிகளாகவும், பெண்ணுடல்களை அதற்கு அடங்கிப் போகிறவர்களாகவும் உருவாக்குகின்றன. இதனால்தான் பெரும்பான்மையான ஆண்கள் அதிகாரத்தின் போதையில் மூழ்கி, ப்ரியமும் சிநேகமும் இல்லாத வறண்ட வாழ்க்கை வாழ்கின்றனர். ஆணும் பெண்ணும் ஒத்திசைந்து வாழ வேண்டிய தேவையைச் சமகாலப் பிரச்சினைகள் வலியுறுத்துகின்றன. இத்தகைய சூழலில் சமகாலப் பெண் கவிஞர்கள் சித்திரிக்க விழையும் உலகு என்னவாக இருக்கிறது?

பெண்ணின் தனிப்பட்ட வாழ்வைத் தொன்மக்கதைக்குள் பொருத்துகிற கவிஞர் அ.ரோஸ்லின் கவிதை வரிகள் தனித்துவமானவை. மதுரை மாநகரில் இன்றளவும் நடப்பது தெய்வமாக வணங்கப்படுகிற மீனாட்சியின் ஆட்சிதான். மீனாட்சியம்மன் கோவில் என்று சொல்வது தான் இப்பவும் மதுரைவாசிகளின் வழக்கம். இரா. மீனாட்சி, ந.ஜயபாஸ்கரன் போன்ற கவிஞர்கள் மீனாட்சி தொன்மம் பற்றி எழுதியுள்ள கவிதைப்போக்கில் ரோஸ்லினும் பயணித்துள்ளார். அதியற்புதப் புனைவு, மிகையான கற்பனைக்குப் பெரிதும் இடமளிக்காத நவீனத் தமிழ்க் கவிதை மரபில், புராணத் தொன்மத்தைக் கவிதையாக்கியுள்ள ரோஸ்லின் ஒருவகையில் நடப்பு வாழ்க்கையின் நல்லதும் கெட்டதும் கலந்த நிலையைச் சித்திரிக்க விழைகிறாரா? வைதிக சமய நெறிக்குள் அடங்கிடும் மீனாட்சி பற்றிய புராணக்கதைகள் பருண்மையான அரசியல் நோக்கம் கொண்டவை. என்றாலும் மீனாட்சியை முன்வைத்து ஆண்டு முழுக்க நடைபெறுகிற கொண்டாட்டங்கள், கவிஞருக்கு வேறுவகைப்பட்ட உணர்வுகளைத் தோற்றுவிக்கின்றன. மீனாட்சி, கதைகளின் வழியாக ஏற்படுத்துகிற புனைவுவெளி முடிவற்று விரிகிறது.

கிளியைக் காணாது பதறும் மீனாட்சி
மெய் திமிற இரைந்து துடிக்கையில்
உள் புகைச்சல் மறைத்த
முறுவலிப்பில்
விஷத்தை
அமிழ்தமெனக் குடித்து
வீழ்ந்து கிடக்கிறான் சொக்கன்.
புவியை மெல்ல
விழுங்குகிறாள் மீனாட்சி (மஞ்சள் முத்தம்)

கவிதையில் சித்திரிக்கப்பட்டுள்ள மீனாட்சி யார் என்ற கேள்வி தோன்றுகிறது. அவள் உலகை உய்விக்கும் கடவுளா? நவீனமான பெண்ணா? அவள் கோயில் பிரகாரங்களில் /களிப்பின் மிகுதியில் /சுற்றி வருகிறாள் /சொக்கனற்ற நிறைவினில்... மீனாட்சி ஆட்சியின்/ மாயை பிம்பங்கள்/ படிந்த குளம்/ அன்றிலிருந்து/ பலத்த சத்தமாய்/ கதறத் துவங்கியிருக்கிறது. மதுக்குப்பியில் மூழ்கியிருக்கும் சொக்கன்களின்

கொடூரச் செயல்களினால் யோனிகள் கிழிபடுகின்றன; மீனாட்சியின் உடல்கள் துடிக்கின்றன. வதையினால் கதறுகின்ற பெண்ணின் அவல ஒலி, மீனாட்சி ஆட்சி என்ற மாயை படிந்த குளத்தின் கதறலாக மாறிக் காற்றில் மிதக்கிறது.

சங்கக் கவிதை தொடங்கி அக உணர்வினை முன்னிலைப்படுத்தும் போக்கு, தமிழ் மரபில் முக்கிய இடம் வகிக்கிறது. ஆணுக்கும் பெண்ணுக்கும் இடையிலான காதல் உணர்வு இயற்கையானது. ஒத்த மனநிலையுடைய ஆணுக்கும் பெண்ணுக்கும் இடையிலான பாலுறவு என்பது ஒருவகையில் பெரும் பேறு. தமிழ் நவீன கவிதையில் ஜாம்பவானாக விளங்குகிற பெரும்பான்மையான ஆண் கவிஞர்கள், காதலைப் புறக்கணித்துள்ளனர். காதல் என்பது பேசாப் பொருளாக மாறியுள்ள சூழலில், காதலின் கொண்டாட்டம், ஏக்கம், பிரிவு, வலி பற்றிய பெண் கவிஞர்களின் மொழியானது, சங்க மரபின் தொடர்ச்சியாகும். சமூகரீதியில் ஆணும் பெண்ணும் முரண்களால் கட்டமைக்கப்பட்ட நிலையில், எல்லாவிதமான வன்முறைகள், வன்மங்கள், குரோதங்கள் போன்றவற்றைத் தாண்டி, ஒருவரையொருவர் காதலித்தும் நேசித்தும் வாழ வேண்டியதன் சூட்சுமத்தைக் கண்டறிந்துள்ள பெண்களின் கவிதைகள் முக்கியமானவை. மஞ்சள் கொன்றை/ மலர்களால் நிரம்பியிருக்கிறது/சாலை./ அங்கு நீ தந்த/ ஒரு முத்தத்தில்/ ஒரு மஞ்சள் பூவென /சுருங்கி விட்டது பூமி. புனைவுவயப்பட்ட நிலையில் ஆண் மீதான ப்ரியத்தை ஈரமான சொற்களில் ரோஸ்லின் சொல்கிறார். இரவின் பிரிவு/ ஒவ்வொரு மணிக்கும்/ இடைவெளியை அதிகமாக்கி/ நீள்கிறது/ எனது இரவின் தனிமைக்குள்/ நெருங்கிப் பற்றுகிறது/ உன் ஞாபகத் தீ. ஆண்களின் உலகம் காலங்காலமாக ஏதோ ஒரு காரணத்தின் பொருட்டு, வெளியெங்கும் அலைந்து திரிகையில், வீட்டில் காத்திருக்கும் பெண்ணின் மனம், மனித இருப்பின் ஆதாரமான உணர்வில் திளைக்கிறது. பிரிவு என்பது இரவுடன் தொடர்புடைய நிலையில், பெண்ணின் மனதில் ஏற்படுத்தும் உணர்வுகள் நுட்பமானவை.

லாவண்யா சுந்தரராஜன் தன்னைச் சுற்றிலும் நடக்கிற நிகழ்கிற சம்பவங்களைக் கவிதை வரிகளில் காட்சிப்படுத்தியுள்ளார். அவருடைய மனதில் கணநேரத்தில் உருவாகிடும் பதிவுகள், கவித்துவமான சொற்களாகியுள்ளன. 'தொடர்ந்து வரும் கடந்த பாதை' என நான் நீ எனக் கவிஞர் சித்திரிக்கிற காட்சிகள், தேர்ந்த கவிதையாக வெளிப்பட்டுள்ளன. கவிஞர் லாவண்யா, நீ எனக் குறிப்பிடும் நீயும் ஒருவகையில் நான்தான். புறநிலையில் கவிதை வெளிப்படுத்தும் அர்த்தம், இன்னொருநிலையில் முழுமையாக அகம் சார்ந்து மாறுபடுகிறது. இருவேறு நிலைகளில் இருப்பு பற்றிய கவிதை நுட்பமானது. அடையாளம் துறக்கும் நேரம் எனக் கவிதையின் வழியாகப் பால் அடையாளத்தைத் தூக்கி எறிய விழைவதை லாவண்யா உரக்கச் சொல்கிறார். பெண்ணிற்கான

அடையாளமெதையும்/எதிர்பார்க்க வேண்டாம் என்னிடமென்று என்ற வரிகளில் அவருடைய கோபத்திற்கான நியாயங்கள் இருக்கின்றன. இதுவரை பெண்ணுடல் என்பதற்காகச் சமூக இருப்பில் அவள் எதிர்கொண்ட துயரங்கள் தொடர்கையில் எதிர்மறை மனோபாவம் கவிதையாகியுள்ளது. உடலைத் துறத்தல், புலன்களை ஒடுக்குதல் எல்லாம் காலங்காலமாக அடிமை உடல்களைத் தயாரிப்பதற்கான ஆதிக்க அரசியல் என்பது கவனத்திற்குரியது. பெண்ணுடல் என்பது இயற்கையுடன் இயைந்த நிலையில் அந்தரங்கமான மனம் உருவாக்கும் புனைவுகள் முக்கியமானவை. பெண்ணுடலைச் சுமையாகக் கருதுகிற கவிஞர், 'ஆயுதக் காதல்' என்ற கவிதையில், பெண்ணுடல் குறித்த வேறு காட்சியை உருவாக்கியுள்ளார்.

கதிர்வீச்சு சாதனத்தை
மேலாடை அகற்றிவிட்டு
காதலனைப் போல்
இறுகக் கட்டிக்கொள்ளச் செய்கிறார்கள்
இசிஜி கருவிக்கு
கச்சை நெகிழ்த்தி
முலையருகே இடம்தர வேண்டியிருக்கிறது
குழந்தையின்மைச் சிகிச்சைக்கென
பலமுறை நுண்ணொளி ஊடுருவல் ஆயுதம்
ஆண்குறியாக வன்புணர்கிறது.   (அறிதலின் தீ)

உடல் பற்றிச் சமூகம் பன்னெடுங்காலமாகக் கட்டமைத்துள்ள புனைவுவெளியில் அசலாகத் தன்னிலையை அறிகின்றபோது, பெண் அடையாளம் நவீன வாழ்க்கையில் தொந்தரவாக இருக்கிறது. பெண்ணுடலை மர்மப்படுத்தியுள்ள சூழலில் உடலை முன்வைத்து அறிவியல் கருவிகள் செய்கிற சோதனையில் மாட்டிக்கொண்டதை 'ஆயுதக்காதல்' எனப் பகடி செய்தாலும், பெண் மனம் படுகிற பாடுகள், கவிதை வரிகளாகி உள்ளன. ஒருபோதும் பெண் என்ற இருப்பில் இருந்து விலகிட இயலாத சூழலில் பெண்ணுடல் தரும் நெருக்கடியைக் கட்டவிழ்த்திடும் கவிதை நுண்ணரசியல் சார்ந்தது.

லாவண்யா தன்னை இயற்கையுடன் பொருத்திக் காண்கிற மனநிலை, கவிதையை வேறு தளத்திற்கு மாற்றுகிறது. மலைப்பெண் என்ற சொல் கிளர்த்தும் அனுபவங்கள் அற்புதமானவை. மாலை நெருங்கநெருங்க/ எல்லா மலைகளும்/ பெண்ணாய்த் தெரிகிறது/ இரவில் வாதையுடன்/அவை புரண்டு படுக்கும் ஓசை/ எனக்கு மட்டும் கேட்கிறது. படைப்பூக்கமான மனநிலையில் மலையானது இரவில் வாதையுடன் புரள்கிறது என்பது அழகிய காட்சிப் படிமம். விரிந்திடும் வானமெங்கும்/ சிறகடிக்கும்/ பறவை நான்/ இம்மாலைப்பொழுதில்/ நிலா தெரிகிறது/ பூமி தெரிகிறது/ எல்லைகள் மறைகிறது/எவரிடத்தும்/

தொலைவுமில்லை/ அருகிலுமில்லை/என் நினைவு எனத் தன்னிலையாய் விரிகிற கவிதை வரிகள், லாவண்யாவின் கவித்துவத்திற்குச் சான்று.

'பூக்கும் கணம்' எனக் கவிஞர் சுகிதா சித்திரிக்கிற தருணம், நட்சத்திரம் போல ஒளிர்கிறது.

உறங்காத இரவுகளில்
அடர்ந்திருந்தது... இரவு
தோட்டத்து பவளமல்லி
மொட்டவிழ்த்து
வாசனையை
வீட்டுக்குள்ளே கொண்டு வந்து
பூக்கள் பூக்கும் தருணத்தை உணர்த்தியது
வெட்கம் அறிந்து
யாருமறியாத இருளில்
நள்ளிரவில் பூப்பெய்துவதற்கு
பூக்களுக்கு மட்டுமே தெரிகிறது

(ஒரு காதலும் ஒரு செம்பு தண்ணீரும்)

ஆண் மேலாதிக்கத்தின் அழுத்தம் குறித்த விமர்சனம் உண்டெனினும் அந்தக் கணத்தில் உணர்கிற அனுபவத்தைக் கவிதையாக்கியதில் சுகிதாவிற்குப் பாசாங்கு எதுவும் இல்லை. சங்கப் பெண் கவிஞரான வெள்ளிவீதியாரின் வழியில் இரவு பற்றிய காட்சி, அற்புதமான கவிதை வரிகளாகியுள்ளது. கவிதையின் முதல் வரியான 'உறங்காத இரவுகளில்' இரவு வேளையில் மனமும் உடலும் எதிர்கொள்கிற அனுபவங்கள் பற்றிய மனப்பதிவாக விரிந்துள்ளது. சுகிதா, வெறுமனே இயற்கை சார்ந்த காட்சியை விவரிப்பதாகத் தோன்றினாலும், சங்கப் பாடல்களில் இடம் பெற்றுள்ள 'இறைச்சி'யுடன் ஒப்பீடத்தக்க அளவில் தொனிப்பொருள் கவிதையில் இடம்பெற்றுள்ளது. காலங்காலமாக மனித உடல்களை அடிமைப்படுத்திட புலன்களை ஒடுக்குவது மேன்மையானது எனப் போதித்துச் சிற்றின்பம் எனக் காதலையும் புணர்ச்சியையும் மதங்கள் புறக்கணித்த தமிழ்ச் சூழலில், சுகிதா உள்ளிட்ட பெண் கவிஞர்கள் மனத்தடைகள் இல்லாமல் காதல் உணர்விற்கு முக்கியத்துவம் தந்துள்ளனர். சுகிதாவின் 'அறைக்குள் சூரியன்' கவிதையானது, காமத்தின் வாசனையை நுட்பமாகச் சொல்கிறது. உறக்கம் கலைத்த இரவில்/ உன் வாசனை என்னைக் கலைத்தபோது/ காமம் என்னைத் தின்று கொண்டிருந்தது/ கண் திறந்த வேளையில்/ சூரியன்/ அறைக்குள் வந்து அமர்ந்திருந்தது. பூமி இயங்குவது போலக் கவிதையும் காலத்தை மீறி மனங்களில் அலையாகப் பரவுகிறது.

நினைவுகளின் வழியாக மீட்டெடுக்கும் பால்ய கால அனுபவங்கள் ஒருபோதும் தீராதவை. வாழ்ந்து கொண்டிருக்கும் வாழ்க்கையிலும் ஒன்ற முடியாமல் தவிப்பது இயல்பாகியுள்ளது. அன்றாட வாழ்வில் தவிக்கிற தவிப்புகள் குறித்தான உமா மோகனின் கவிதை பிரிவின் தவிப்பைச் சொல்கிறது.

மனிதர்களுக்கென்ன
ரயிலேறிப் போய்விடுகிறார்கள்
கசிந்த கண்ணீருக்கும்
மென்தழுவலுக்கும்
மௌன சாட்சியாய்க் கிடக்கும்
நடைமேடையையும்
உயரத் தூண்களையும்
கழிவறை வாடை இல்லாமல்
பூவும் பிஞ்சும் உதிர்த்தபடி
நிற்கும்
பெயர் தெரியா இம்மரத்தையும்
என்ன செய்வது   (துயரங்களின் பின் வாசல்)

பிரிவின் வலியைக் கவிதையாக்கியுள்ள உமாமோகனின் சொற்கள், இயற்கையுடன் தோய்ந்துள்ளன. ஒருபோதும் முடிவற்ற பயணம் என அறிந்தும், வழியனுப்பச் சென்ற நிலையில் ரயில் நிலையத்தில் இருக்கும் அசையா பொருட்களையும், மரத்தையும் நேசிக்கிற மனம், கருணையில் ததும்புகிறது.

பத்மஜா நாராயணனின் கவிதைகளில் ஆன்மாவின் முடிவற்ற காதல், சொற்களின் வழியே மிதந்துகொண்டிருக்கிறது. பதைத்திடும் மனதுடன் வெளியில் தேடியலைகிற பத்மஜாவின் உலகு அந்நியோனியமானது.

சிறிது மூடியிருந்த
கதவின் இடையில்
தெரிந்த
உன் பாதங்களுக்கேற்ற
முகத்தை
நான் மனதில் வரைந்து விட்டேன்
வரைந்த அது
சிதையப் போகிறது
தயவுசெய்து
என் கண் படாமல் போ நீ!
          (மலைப்பாதையில் நடந்த வெளிச்சம்)

பத்மஜாவின் பார்வையில் பதிவாகிடும் தருணங்களில் பல்வேறு சாத்தியப்பாடுகள் வெளிப்படுகின்றன. 'காலோவியம்' கவிதையில் அவர்

காதலைச் சொல்வது போல வாசித்தாலும், வேறு எதிர்நிலையைச் சித்திரிக்கிறார் என்ற ஐயமும் கிளப்புவது, மொழி விளையாட்டுத்தான்.

கவிதை மொழியை முன்வைத்து முபின் சாதிக் உருட்டுகிற சொற்கள், பளிங்குச் சோவிகளாக மலர்ந்து விழுகின்றன. மையமற்ற நிலையில் சொல் பொருண்மையின் எல்லைகளைமீறிக் காற்றில் வீசியெறியப்பட்ட சொற்கள், வாசகரை மிரட்டுகின்றன. கட்டற்று வெளியில் தறிகெட்டலையும் மனதின் அரற்றல்கள் என்று முபின் சாதிக்கின் கவிதைகளைச் சொல்ல முடியுமா? யோசிக்க வேண்டியுள்ளது. ஓரளவு கவிதை ஈடுபாடு உள்ளவர்களையும் குழப்புகிற சொற்கள், கமுக்கமாக மாறியுள்ளன.

நீலப் பறலின்
காந்தச் சிறகும்
மண்ணுள் முகிழ்த்த
வெள்ளி இறக்கை
தூவும் புகையில்
முடங்கும் வாசம்
தொகை பெருக்கி
விசிறிய வானம்
சிவந்த மூக்கில்
கீற்று மேகமாய்
கீழிறங்கும் சிதறி

(அன்பின் ஆறாமொழி)

பித்து மொழியில் கட்டமைந்த சொற்கள் நிரம்பிய முபின் சாதிக்கின் கவிதைகள், வாசகரை முழுக்க மறுக்கின்றன.

பெண் எனத் தன்னையறிந்து இதுவரை சமூகம் உருவாக்கியுள்ள பெண்ணுடல் பற்றிய புரிதல்களுடன் எழுதுகிற சக்தி செல்வியின் கவிதைகள், ஒருவிதமான ஊசலாட்டத்துடன் தவிக்கின்றன. தந்தையைப் பற்றிய கவிதையைக் கவிஞரின் வாக்குமூலம் என்று சொல்லலாம். ஆண் என்ற ஜீவராசியானது பெண்ணுக்கு எதிரானது என்று நவீனப் பெண்ணியக் கருத்தியலுக்கு மாறாக அடுத்த பிறவியிலும் அப்பாவுக்கே மகளாகப் பிறக்க வேண்டுமென்பது, கவனத்திற்குரியது.

இறைமை என்றாவது என் முன் தோன்றினால்
நான் ஒரே ஒரு வரம் கேட்பேன்
மறுமையில் எனக்கு நம்பிக்கை இல்லை
இறையே அப்படி மறுபிறவி என ஒன்று இருப்பின்
என் அப்பாவுக்கே நான் மகளாக வேண்டுமென...

(சிநேகத்தின் வாசனை)

காதல், காமம், நேசம் எனப் ப்ரியத்துடன் விவரிக்கப்படும் சக்தி செல்வியின் கவிதைகளில் பெண்ணின் மனம் நுட்பமாகப் பதிவாகியுள்ளது. 'மிருகம் ஒன்று' என விரிகிற கவிதை வரிகள்:

அரவம் தீர்ந்த பின்னிரவில்
அழிக்க நீளும் கரங்களுடன்
எனக்குள் எழும் இம்மிருகம்
என் மடி மேல் அமர்ந்து
என் தசைகளைத் தின்றழிக்கும் இது
என்னால் ஒருகட்டத்தில் ஆதுரமாய்
நேசிக்கப்பட்டது
முப்பதுக்கு மேல் நான் அதை
மூழ்கடிக்க முனைய
அது அலைகிறது உயிர்த்தெழுந்து
இம்மிருகம் என்னில் மாளுமோ
இல்லை தின்று தீர்க்குமோ
இனி....

அன்பின் நேசத்துடன் சூழலைக் கவிதையாக்கியுள்ள சக்தி செல்வியுடன் மல்லாடுகிற மிருகம் எதுவெனத் தெரியவில்லை. எல்லாவிதமான சாத்தியப்பாடுகளுக்கும் இடமளிக்கிற கவிதையில் காமவேட்கை என்பது பொருத்தமா என்பது புலப்படவில்லை. அந்த மிருகம் பின்னிரவில் கவிதைசொல்லிக்குள் இருந்து உயிர்தெழுந்து அலைவது நிச்சயம் தற்செயலானது அல்ல.

கவிஞர் சுதா நீநாவின் அகம் சார்ந்த கவிதை வரிகள், காதல் வயப்பட்ட மனதின் தவிப்பை எளிமையாகச் சொல்கின்றன.

உனது கரங்களிலிருந்து
விடுவித்துக்கொண்ட என் விரல்களில்
உலரா கணங்களின் இனிமை
எப்போதும் என்க்குள்ளேயே இருத்திக்கொள்ளும்
நினைவுகளாய் உன் சிரிப்பலைகள்
பின்னாலேயே வந்து
விடை பெற்றுச் செல்லும் (நிழல்களின் சாலை)

பெண் கவிதை என்றால் வீர்யமான மொழியில் கலகத் தொனியிலானது என்ற பொதுப்புத்தியைச் சிதைத்திடும் வல்லமையுடன் சுதா நீநா சொல்லிடும் மெல்லிய மன உணர்வு முக்கியமானது. அது வாசிப்பில் கிளர்த்துகிற அனுபவங்கள் முடிவற்று விரிகின்றன.

'காலங்களைக் கடந்து வருபவன்' என்ற சுஜாதா செல்வராஜின் கவிதைத் தொகுதியின் தலைப்பு, ஆண்பெண் உறவு பற்றிய புரிதலைச்

சொல்கிறது. எதிரெதிர் முனைகளில் ஆணையும் பெண்ணையும் முன்னிறுத்தி, ஆண் மேலாதிக்க நிலையைச் சாடுகிற சூழலில், சுஜாதா நீநான் என் இருவேறு எதிரிணை மூலம் தனது ஆதங்கத்தை வெளிப்படுத்துகிறார்.

> நம் இருவருக்குமிடையில்
> நிமிர்ந்து நிற்கும் அந்தச் சுவர்
> அத்தனை உறுதியானதொன்றும் இல்லைதான்
> ... ...
> நெருங்கி நிற்கும் அவ்விரு கண்கள்
> இடையில் கிடக்கும் நாசி பற்றி
> கவலையுறுவதே இல்லை
> (காலங்களைக் கடந்து வருபவன்)

ஏக்கம், தாபம், வேட்கை குறித்த பெண்ணின் மனம் படுகிற வதை நெகிழ்ச்சியான மொழியில் கவிதையாகியுள்ளது.

பெண்ணுடல் அரசியல் எனக் கவிதைகள் எழுதித் தீர்க்கப்பட்ட சூழலில் சுஜாதா செல்வராஜ், கழிவிரக்கமாகப் பெண்ணுடல் எதிர்கொள்ளும் வலியைக் கவிதை வரிகளாக்கியுள்ளார்.

> இம்மழைக்காலம்
> மேலும் பிணி சேர்க்கிறது
> நிலமெங்கும் ஊறும் ஈரம்
> கால்களை வயிற்றில் குறுக்கி
> சுருண்டிருக்கிறேன்
> சர்ப்பங்கள் இரண்டு
> பாதங்களில் குடைந்து ஏறி
> இடையில் ஓங்கிக் கொத்திவிட்டு
> வயிற்றில் சுருண்டு முறுக்குகின்றன

ஒருபோதும் ஆண் அறிய இயலாத வலி குறித்தான கவிதையானது, நான் என்ற நிலையில் அனுபவம் சார்ந்து உக்கிரத்துடன் வெளிப்பட்டுள்ளது. பெண்ணுடல் என்ற நிலையில் இயற்கை சார்ந்து எதிர்கொள்கிற வலிகளையும் அனுபவங்களையும் பேசுவது, பெண்ணெழுத்தின் தவிர்க்கவியலாத அம்சம்.

பெண் எனத் தன்னை அறிந்திட்ட நிலையில், மனமும் உடலும் அடைகிற அவஸ்தைகள் அளவற்றவை. பெண்ணுடல் காரணமாக எதிர்கொள்கிற பிரச்சினை ஒருபோதும் எழுதித் தீராதது. கிருஷ்ண ப்ரியாவின் கவிதைகள் பெண்ணெழுத்தின் அடையாளமாக உள்ளன. 'கசிவின் பயம்' கவிதை நாற்பதைக் கடந்த பேரிளம் பெண்ணின் மனதைப் பதிவாக்கியுள்ளது.

கண்ணாடிகள் சூழ்ந்த
கடைகளில் நுழையும்போதோ
ஓரப்பார்வையால்
என் பின்புறம் பார்க்கிறேன்
... ...
நாற்பதைக் கடந்து
நாலைந்து வருடமாகியதில்
எப்போது வருமோ, இது
என்று பயந்துதான் நகருகிறது
என் ஒவ்வொரு பொழுதும்...

(வெட்கத்தில் நனைகின்ற...)

அன்பு செலுத்துதல், அன்புக்கு ஏங்குதல், மெல்லிய உணர்வுகளைப் போற்றுதல், காதல், கனிவு, குழந்தை, பூக்கள், பெண்மை, தாய்மை ஈரம் ததும்பும் வாழ்வின் கணங்கள் காலங்காலமாகக் கவிதை மொழியில் பதிவாகின்றன. கவிதை என்பது ஒருவகையில் அழகியலின் உச்சம். பெண் என்ற நிலையில் தாய், மனைவி என அணிய நேரிடும் வேடங்களுடன், அன்றாட அலுவலகப் பணி, கடந்த கால நினைவுகள் எனக் குதுகலமும் கொண்டாட்டமும் கிருஷ்ணப்பிரியாவின் கவிதைகளில் வெளிப்படுகின்றன. 'அசல் சுற்றுலா' எனக் கடந்து போன நாட்கள் பற்றிய கவிதைப் பதிவுகள், உயிரோட்டமானவை. பேறு கால விடுப்பு வரிகள் தாய்க்கும் குழந்தைக்குமான நேசத்தைச் சொல்கின்றன. அத்தனையொன்றும்/ சுலபமில்லைதான்/ பொய் பேசுவது என்றாலும்/ சில சமயங்களில்/ உண்மையைப் பேசுவது என்பது/ பொய் சொல்வதை விடவும்/ கூடுதல் சிரமமாய்த்தான் இருக்கிறது. செயற்கையாக இறுக்கிய சொற்களைக் கவிதை என்று நம்புகிற தமிழ்ச் சூழலில் கிருஷ்ணப்ரியாவின் கவிதைகள் எளிமையுடன் உள்ளன.

பெண்ணின் வாழ்க்கை என்பது ஒருவகையில் பெரிய திட்டங்கள் இல்லாததது எனப் பெரும்பாலான ஆண்களின் மனவோட்டம் கட்டமைத்திடும் புனைவைக் கலை இலக்கியா போன்ற பெண் கவிஞர்கள் எளிதில் புறந்தள்ளுகின்றனர்.

உள்ளங்கைக்குள் ஒரு
கடலைக் கேட்டேன்என்
அந்தப்புரத்திற்கு ஒரு
கடவுளைக் கேட்டேன்
மழலை தவழத் தொடங்கியது
... .
வார்த்தைகளுக்குள்
காதல் சொட்டும் ஆண்டாளையும்

நிமிடங்களுக்குள்
நிசம் சொட்டும் வாசகங்களையும்
கேட்டேன் மழலை மொழி பேசுகிறது
(என் அந்தப்புரத்திற்கு ஒரு கடவுளைக் கேட்டேன்)

கலை இலக்கியாவின் கவிதையானது வழமையில் இருந்து வேறுபட்டு, கடவுள் பற்றிய கருத்தியலையே கேள்விக்குள்ளாக்கியுள்ளது.

'தேன் இனிப்பது எல்லோருக்கும் தெரியாது' என்ற கவிதைத் தொகுதி மூலம் அறிமுகமான உமாதேவி, விளிம்புநிலை அரசியலை கவிதையாக்கியுள்ளார். அரசியல் என்பது ஆண்களுக்கான வெளி என்ற புனைவைக் கேள்விக்குள்ளாக்கும் உமாதேவி, சமகாலப் பிரச்சினையைக் கவிதையாக்குவதில் ஆர்வம் காட்டுகிறார். இரவு பற்றிய கவிதை வாசிப்பில் சலனத்தை ஏற்படுத்துகிறது.

துரோகத்தின் நஞ்சுக்கொடிகளை
வளர்த்தெடுக்கும்
இராப்பொழுது
ஒருபோதும்
உறங்குவதற்காவதில்லை

சங்ககாலம் தொடங்கிப் பெண் காதலன்/கணவன்/குழந்தை என யாரோ ஒருவருக்காக வீட்டில் காத்திருப்பது தொடர்கிறது. பெண்ணின் புழங்குவெளி வரையறுக்கப்பட்ட சூழலில், இரவு என்பது துரோகத்தின் நஞ்சுக்கொடி என்ற வரியும், உறங்குவதற்காவதில்லை என்ற முடிப்பும், கவிதையை முடிவற்றதாக்குகின்றன. காலங்காலமாகத் துரோகத்தின் வலியை எதிர்கொள்கிற பெண் மனம், துரோகத்தின் நஞ்சுக்கொடி எனப் படிமக்காட்சி மூலம் விவரிப்பது, கவிதையைச் செறிவுள்ளதாக்குகிறது.

அடையாளமிழந்து சிதைந்திடும் மனநிலை காரணமாக வெளிப்படும் குரல், ஜெ.நிஷாந்தினியின் கவிதையில் வலியாக உருமாறியுள்ளது.

முகமிழந்து நகரத்தின்
சௌகரியங்களை விநோதமாக
ரசித்துப் பொழுதைக் கழிக்கிறேன்
புலம்பெயர்விலிருந்து
எல்லாவற்றையும் மிக
மெதுவாகக் கற்றுக் கொள்கிறேன்
பல தடவைகள்
என்னுடைய அடையாளம்
சிதைக்கப்பட்டாயிற்று
உங்களுக்குத் தெரியவில்லையா?

நான் முன்னேயும் செல்ல இயலாத
பின்னேயும் திரும்ப முடியாத
பெரு இடைவெளியில் இருப்பது

(விநோதப் பறவையின் கடற்கரை)

பெண்ணுடல் பற்றிய பொதுப்புத்தியைக் கேள்விக்குள்ளாகிய சமூகச் சூழல் குறித்து ஆவேசமாகக் கவிதை எழுதிய நிலையில் இருந்து வேறுபடுகிறார் நிஷாந்தினி. அவருக்குப் பெரிய பிராது இல்லை. கல்வி அல்லது வேலையின் பொருட்டு வீட்டை விட்டுக் கிளம்ப வேண்டியது இயல்பாக மாறிய சூழலில், முகமிழந்து, நகரத்தின் வசதிகளை ரசிப்பது நடந்தேறுகிறது. மீண்டும் பழைய இடத்திற்குப் போக முடியாமல், புதிய சூழலுக்கும் பொருந்திப் போக இயலாமல் தவிப்பதுமான மனத்தின் துடிப்பு, நெகிழ்ச்சியான மொழியில் கவிதையாகியுள்ளது. அவருடைய காத்திருப்பு கவிதை, இருப்பின் தேடலை வீர்யமான மொழியில் சொல்கிறது.

முன்வாசல் நிழலில்
பதற்றத்துடன் காத்திருக்கிறேன்
மணிக்கணக்காய்
... ...
வெகுவிரைவில்
தென்படலாம்
எனக்கான உன்னத வாள்

பெண் என ஒடுங்கி இருத்தல், அல்லது ஒடுக்குமுறைக்கு எதிரான மொழியில் பேசுதல் என்ற இரு வேறு நிலைகளுக்கு மாறாகக் கவிதை புதிய போக்கினை முன்னிறுத்தியுள்ளது. வெகுவிரைவில் தென்படும் எனக்கான உன்னத வாளுக்காகக் காத்திருத்தல் என்பது, தன்னம்பிக்கை சார்ந்தது. அகமனப் பதிவாக அவ்வப்போது ஏற்படுகிற அனுபவங்கள், ஒரு புள்ளியில் தகித்துப் பிழம்பாகக் கொப்பளிப்பதுபோல நிஷாந்தினியின் கவிதை வெளிப்பட்டுள்ளது.

இயந்திரமயமாகிப்போன நகரத்து வாழ்க்கையில் எல்லாம் துரிதமயமான நிலையில் மனித இருப்புக் குறித்த கேள்விகளைக் கவிதையாக மஞ்சுளா முன்வைத்துள்ளார். கனவிலும் வந்து துரத்தும்/ அவசரங்களையே எண்ணி என ஆதங்கப்படும் மஞ்சுளா, முற்றிலும் இழந்துவிட்ட நேரங்களால்/ நிரம்பியுள்ளது/ இவ்வுலகம் எனக் கவிதை வரிகள் எழுதியிருப்பது தற்செயலானது அல்ல. 'உடல் மொழி' என்ற கவிதையானது புதிய மொழியில் விரிந்துள்ளது.

வளர்ந்து கொண்டே இருக்கும்
என் உடல் தாண்டிய அழகொன்றை
சித்திரம் தீட்ட முடியாத துயரத்தில்

கண்ணுக்குள் கடல்நுரை பொங்க
தோற்றுப் போகிறது இயற்கை
கடல் அழகல்ல வானம் அழகல்ல
காடு மலை மரம் மட்டை
எதுவும் அழகல்ல
... ...
எல்லா வகையிலும் பேசப்பட்ட
அழகின் மொழி தோற்றுப்போய்
மீண்டும் என்னுடல் வரைய
பெருமிதம் கொண்டபடி
இரவு நகர்ந்துகொண்டே வருகிறது
பேசப்படாத என் உடல்மொழி நோக்கி (மொழியின் கதவு)

புனைவின் சாத்தியங்களுடன் அழகின் மொழியானது, உடல்மொழியுடன் ஒத்திசைந்திட, இரவு நகர்ந்து வருதல் என்ற பார்வை நுட்பமானது. படைப்பின் புதிர்களைப் போல உடல் மொழியின் புதிர் ஒருபோதும் தீரப் போவதில்லை என்பதைச் சொல்கிறாரா கவிஞர் மஞ்சுளா?

ஒரு சம்பவம் அல்லது காட்சியைக் கடந்து செல்கையில், உடல் இயல்பாக இருந்தாலும், மனம் ஒரு புள்ளியில் உறைந்திடும்போது எனக்கான கவிதை பிறக்கிறது எனச் சொல்லும் ச.ப்ரியாவின் கவிதை மொழி தனித்துள்ளது. தாய்க்கும் மகளுக்குமான உறவானது, ஈரம் கசிந்திடக் கவிதையாகியுள்ளது.

... ...
உடலின் சுழற்சியில்
வலி படந்த நாட்களில்
நீ காண்பிக்கும் அன்பும் அரவணைப்பும்
மயிலிறகால் மருந்திடுவதற்கு ஒப்பாகும்
மணமேடையில் விடைபெற்றுச்
செல்லும் தருணத்தில்
நீ கண் கலங்கியதை என்னிடம் மறைத்தாலும்
பிறிதொருநாள் புகைபடங்கள் எங்கும்
வழியக் கண்டேன் உன் பேரன்பை
... ...
மரணத்தின் கடைசிப்புள்ளியில்
நிகழ்ந்தேறிய என் தலைப்பிரசவத்தில்
எனக்கும் வாய்த்தது
உன் வலியுணரும் சந்தர்ப்பம்

(ஓவியங்கள் வழியும் தூரிகை)

அன்றாட வாழ்க்கை குறித்து வெளிப்படையாகப் பேசுகிற கவிதை வரிகள், பெண் மனதின் இன்னொரு வெளிப்பாடுதான். தந்தையின் துர்மரணம், தாயின் சிநேகம், குழந்தையின் குதூகலம் என விரியும் ப்ரியாவின் கவிதைகளில் வாழ்வின்மீதான நேசம் பொங்குகிறது.

உடலும் மனமும் கிளர்த்துகிற உணர்வின் வடிகால்களாகக் கவிதை வரிகளை உருவாக்குகிற ச.விசயலட்சுமியின் முயற்சி தனித்துவமானது. அவர் தனது இருப்பினை முன்வைத்து மனப்பதிவுகளைச் செறிவான மொழியில் கவிதையாக்கியுள்ளார். 'யாருக்காகவுமில்லாத காத்திருப்பு' என்ற நிலையில் விரியும் காட்சி அழுத்தமானது.

... ...
இரவு அவளுக்கான
காதலுடன் காத்திருக்கிறது
மனதை வருடும் இசைக்கும்
கணந்தோறும் துடுப்பாக்கிச் செல்லும்
எழுத்துக்குமிடையே
ஏகாந்தமாயிருக்க
இரவு
அவளின் இச்சையைத் தூண்டுகிறது
அவளுக்குள் நிறைந்த
அடைபட்டத் தாய்மையை
தட்டியெழுப்புகிறது
ஒரு வனமிருகமென அவளுடல்
பேயாட்டம்கொள்ளும் மூர்க்கத்துடன்
கொடும் பற்கள் முளைக்க
காற்றில் மிதந்தபடி காத்திருக்கிறாள்
நீளுமவளின் பகலை விழுங்கிவிட

(எல்லா மாலைகளிலும் எரியுமொரு குடிசை)

பெண் என்பவள் ஆதித்தாயின் வாரிசு என்ற நிலையில், அவளின் மனப் போராட்டம் முடிவற்று நீள்கிறது. இரவு என்ற வெளியில் மிதக்கிற உடலும் மனமும் பெண்ணுக்கு வாய்த்திருப்பது தற்செயலானது அல்ல.

கவிதை என்பது மனுஷியைப் பொறுத்தவரையில் கூர்மையான ஆயுதம். அவர் உருவேற்றப்பட்ட சொற்கள் ஏற்படுத்தும் ஊடுருவல் வழியாகத் தன்னையும் கசப்பு ததும்பிடும் அனுபவங்களையும் கவிதை வரிகளாகத் தெறிக்கவிட முயலுகிறார். எங்கும் பரவிடும், அவநம்பிக்கையின் நிழலின் வழியாகத் தத்தளித்தாலும் மனுஷியின் கவிதை வரிகள், அன்பின் சாரத்தினால் கொப்பளிக்கின்றன. அறிவியலில் ஏற்பட்டுள்ள பிரமாண்டமான வளர்ச்சியும் உலகமயமாக்கலும்

பரவலானாலும் ஆண்பெண் உறவில் பெரிய மாற்றம் எதுவுமில்லை. எனவேதான் மனுஷியின் கவிதைகள், நான் நீ என்ற முரணில் மனதின் வேதனையப் பதிவாக்கியுள்ளன. அதீதமான அன்பின் இன்னொரு வெளிப்பாடு வெறுப்பு. ஒருவர் இன்னொருவர் மீது செலுத்துகிற அளவுக்கதிகமான அன்பின் ஆதிக்கத்தினால், உறவானது வெறுத்து ஒதுக்குமளவு போய்விடும். பெரும்பாலான மணமுறிவுகளுக்குக் காரணம் அன்புதான்.

நீ/ என்னை வெறுத்து விட்டாய் என்பது/ ஆறுதலாய் இருக்கிறது/ உன்னால் வெறுக்கப்படும்போது/ மெல்ல உன் துரோகத்தை/ மறக்கிறேன் எனக் கவிதைசொல்லி தன் மனதிற்குள்ளாகச் சொல்லிடும் சொற்கள், உணர்வு தோய்ந்திடும் நிலையில் கவிதை வரிகளாகியுள்ளன. நீ வர மாட்டாய் என்றாகிவிட்ட போதும்/ ஏதோ ஒன்று/ தேவையாய் இருக்கிறது/ உன்னிடம் என்ற ஆதங்கமும் பிரிவின் இன்னொரு முகம்தான். கவிஞரின் மன உளைச்சல்கள் தீவிரமாகப் பொங்கிடுகையில், சொற்கள் அர்த்தமிக்கின்றன. மனுஷியின் வெறுப்பு கொப்பளிக்கும் கவிதை வரிகளையும் தன்னுணர்ச்சியின் வெளிப்பாடு எனச் சொல்ல முடியும்.

உன்னைக் கொலை செய்து
என் வாழ்வை மீட்டுக்கொள்ளும்
எத்தனிப்புடன்
நாடகளைக் கடத்துகிறேன்
... ...
உன்னை அவமானப்படுத்தவென
உன் புகைப்படத்தின்மீது
சிறிது சாண்டையைப் பூசிவிட்டுச் சிரிக்கிறேன்
... ...
இனி
உன் இறப்பைப் பிரகடனப்படுத்துவதாய்
இருக்கட்டும்
எனக்கு வரும் கைபேசி அழைப்புகள்

(முத்தங்களின் கடவுள்)

ஏன் இந்தக் கொலைவெறி எனக் கேட்கத் தோன்றினாலும், அதற்கான நியாயங்கள் இருக்கக்கூடும். இந்தக் கவிதையின் நீட்சியாக 'அவளை விட்டு விடுங்கள்...' கவிதையைக் கருத வேண்டியுள்ளது. நொந்து போயிருக்கிறாள் அவள்/ ஒரு துரோகம்/அவளைத் தின்று கொண்டிருக்கிறது/ இறந்து போவதற்கான/ ஆயத்த ஏற்பாடுகளை/ முப்பொழுதும் சிந்தித்துக் கொண்டிருக்கிறாள் எனத் தன்னுணர்ச்சியின் அவலத்தைச் சொல்கிற கவிதையின் கடைசி வரிகள், கவனத்திற்குரியன.

அவள் ஒரு பேராசைக்காரி/ வாழ்ந்து தீர்க்க வேண்டும் என/ இன்னமும் விரும்புகிறாள்/ அவளை விட்டு விடுங்கள்.

அன்பின் ஈரம் ததும்பிடும் மனதின் வேட்கையும், துரோகம் அல்லது நிரந்தரப் பிரிவு ஏற்படுத்தும் வலியும் என மனுஷியின் கவிதையுலகு, ஒருவகையில் கள்ளங்கபடமற்றது. கவிதை என்பது இருப்பின் துயரத்தைக் கடந்து செல்லும் தோணியாக மனுஷிக்குப் பயன்படுகிறது. 'பறவையாகிய அவள்' கவிதை வரிகள் ஃபேண்டஸியாக உருமாறி, வெளியெங்கும் மிதக்கின்றன. இரண்டொரு நாளாக/ பறவையாக மாறி விட்டிருந்தாள்/ அவள்/ பறவையாகிவிட்டதை/ அவள் உணரவேயில்லை. புதிய சிறகுகளுடன் சிறகடிக்கும் பெண் பற்றிய பிம்பம், அவளது சுயமான தேடலைக் குறிக்கிறது.

கடந்த பத்தாண்டுகளில் அறிமுகமாகியுள்ள பெண் கவிஞர்களின் கவிதைத் தொகுப்புக்களைத் தேர்ந்தெடுப்பதில் random sampling முறையைப் பின்பற்றியுள்ளேன். எனக்குப் பிடித்தமான கவித்துவமும் செறிவும் மிக்கக் கவிதை வரிகள் விமர்சனத்தில் பயன்பட்டுள்ளன; வேறு எவ்விதமான உள்நோக்கமும் இல்லை. யோசிக்கும்வேளையில் எழிலரசி, தி.பரமேசுவரி, தாராகணேசன், ஜி.கனிமொழி, சசிகலா பாபு, சம்யுக்தா, மாயா, அமுதினி, அறிவுமதி, மாதவி, மாதங்கி, ராமலக்ஷ்மி, சாந்தி மாரியப்பன், தேனம்மை நாச்சியப்பன், கோகிலா வேலுச்சாமி எனப் பெண் கவிஞர்களின் பட்டியல் நீள்கிறது. அவர்கள் எழுதியுள்ள கவிதைகள் பற்றிய பேச்சுகள் தொடங்கிடும்போது, சமகாலப் பெண் கவிதை குறித்த முழுமையான செல்நெறி புலப்படும்.

சங்க காலத்தில் 41 பெண் கவிஞர்கள் கவிதை எழுதியுள்ளனர் என்பது உலகில் எந்தவொரு செவ்வியல் மொழியிலும் நடைபெறாத அரிய நிகழ்வு. அந்த மரபின் தொடர்ச்சியாகப் பெண்கள் நவீன கவிதைகள் படைப்பதில் ஈடுபட்டுள்ளது, பண்பாட்டில் முக்கிய அம்சம். அண்மையில் கவிதையின்மூலம் தனது அடையாளத்தையும் இருப்பினையும் பதிவாக்கிடும் பெண்களின் எண்ணிக்கை கணிசமாகப் பெருகியுள்ளது. பெண் என்ற பால் அடையாளத்தைப் பொருட்படுத்தாமல், பெண்ணெழுத்து என்பது எந்த சட்டகத்திற்குள்ளும் அடங்காதது என்ற ஓர்மையுடன் சில பெண் கவிஞர்கள் கவிதைகள் எழுதியுள்ளனர். ஒப்பீட்டு நிலையில் ஆண் எழுதும் கவிதையிலிருந்து விலகியும், சில வேளைகளில் இயைந்தும் எழுதியுள்ள பெண் கவிஞர்களின் உலகம் பரந்துள்ளது. காதலைப் பற்றி எழுதினால் விடலைத்தனமானது, முதிர்ச்சியற்றது என்ற புரிதல் நிலவும் தமிழ் நவீனக் கவிதைச் சூழலில், மனதில் கொப்பளிக்கும் காதல் உணர்வைக் கவிதையாக்கினால், அது வெறுமனே புலம்பல் என ஒதுக்கப்படும் என அறிந்தும் எழுதப்பட்டுள்ள பெண் கவிதை மொழி, மனத்தடைகள் அற்று வெளிப்பட்டுள்ளது. மனதின் அசலான வெளிப்பாடு காரணமாகப்

பெரும்பாலான காதல் கவிதைகள் மிகையான உணர்ச்சியோ, அசட்டுப் புலம்பல் இன்றி, கவித்துவத்துடன் மிளிர்கின்றன. தொண்ணூறுகளில் சீனியர் பெண் கவிஞர்கள் கவிதையாக்கத்தில் பயன்படுத்திய முலை, யோனி, தூமை போன்ற சொற்கள், அடுத்த தலைமுறைப் பெண் கவிஞர்களின் பெண்ணெழுத்துகளில் இடம் பெறாமைக்கான காரணங்கள் ஆய்விற்குரியன. கவிதை என்றாலே எளிமையாக இருக்கக் கூடாது, நேரடியாகக் கூறலாகாது, இருண்மையாக/பூடகமாக இருக்க வேண்டும், இறுக்கமும் செறிவுமாக அமைய வேண்டும் என்றெல்லாம் கருதிக்கொண்டு, புனையப்படுகிற பெரும்பான்மையான நவீன கவிதைகளுடன் ஒப்பிடும்போது, பெண்களின் கவிதை மொழி, நெகிழ்ச்சியுடனும் எளிமையாகவும் உள்ளது. உலகமயமாக்கல் காலகட்டத்தில் எனக்கான இடம் தனித்துவமானது எனப் பெண்களின் தன்னம்பிக்கை வலுத்து வரும் சூழலில், சமகாலப் பெண் கவிதைகள் கடல் அலைகள் போல ஆர்ப்பரிக்கின்றன.

உயிர்மை

நவீன கவிதை வளர்ச்சியில் மொழிபெயர்ப்புகள்

இரண்டாயிரமாண்டு வரலாற்றுச் சிறப்புடைய தமிழ்க் கவிதையில் காலந்தோறும் வடிவம், உள்ளடக்கரீதியியில் மாற்றங்கள் ஏற்பட்டுக் கொண்டிருக்கின்றன. தமிழைப் பொறுத்தவரையில் யாப்பினை அடிப்படையாகக்கொண்ட செய்யுள் வடிவமானது, புதிய போக்குகளுக்கு இடம் அளிப்பதன்மூலம் எப்பொழுதும் இறுக்கமாக இல்லை. கவிதையாக்கத்தில் பின்பற்றப்படும் யாப்பு காரணமாக மரபுக்கவிதை, புதுக்கவிதை எனக் குறிப்பிடும் போக்கு, இருபதாம் நூற்றாண்டின் முற்பகுதியில் தொடங்கியது. யாப்பின் போக்கானது காலந்தோறும் மாறிக்கொண்டு வந்திருப்பதனால், அது கவிதையாக்கத்தினுக்குத் தடையில்லை என்ற நிலையில், புதுக்கவிதையானது மரபான தமிழ்க் கவிதையின் புதிய போக்காகும். புதுக்கவிதை என்ற சொல்லாக்கம் மேலை இலக்கியத்தின் தாக்கம் காரணமாகத் தமிழில் உருவானதாகும். வசன கவிதை, இலகு செய்யுள், விடுநிலைப்பா, சுயேச்சா கவிதை போன்ற பெயர்களால் தொடக்ககாலத்தில் குறிப்பிடப்பட்ட புதிய கவிதை வடிவமானது, 1955 முதல் புதுக்கவிதை எனக் குறிக்கப்பட்டது. யாப்பிலக்கண வரையறையிலிருந்து விடுபட்ட கவிதையைப் பிரித்துக்காட்ட பயன்படுத்தப்பட்ட சொல்லான புதுக்கவிதை என்பது இன்று பழமையானதாகி விட்டது. சமகாலக் கவிதை அல்லது நவீன கவிதை என்றாலே அது புதுக்கவிதையை மட்டும் குறிப்பதாக இலக்கியச் சூழலில் மாற்றம் ஏற்பட்டுள்ளது. தமிழில் நவீன கவிதை என்ற இலக்கிய வடிவம், தோன்றியது முதலாகவே மேலைநாடுகளில் வெளியான கவிதைகளின் செல்வாக்கின் விளைவாகப் பல்வேறு மாற்றங்களை எதிர்கொண்டுள்ளது.

இந்தியாவில் ஆங்கிலேயரின் காலனியாதிக்க ஆட்சியின்போது, ஆங்கில இலக்கியப் படைப்புகளை வாசிக்கும் நிலை தமிழகத்தில் உருவானது. ஆங்கிலத்தில் சிறந்து விளங்கிய படைப்புகளைத் தமிழாக்க வேண்டும் என்று சிலர் முயன்றனர். ஜான் பனியன் ஆங்கிலத்தில் எழுதிய பில்கிரிம் புரகிரஸ் என்ற கவிதை நூல், தமிழில் 'ஒரு பரதேசி இந்த லோகத்தைவிட்டு மறுமைக்கு நடந்தேறினது சொற்பணம்' என்ற பெயரில் *1793* ஆம் ஆண்டு வெளியானது. மில்டன் எழுதிய பாரடைஸ்ட் லாஸ்ட் நூலானது, 'ஆதி நந்தவனப் பிரளயம்' என்ற தலைப்பில் அ.வேதக்கண் மொழிபெயர்ப்பில் *1863* ஆம் ஆண்டில் பிரசுரமாகியுள்ளது. இருபதாம் நூற்றாண்டின் தொடக்கத்திலும் கிறிஸ்தவ சமயத்துடன் தொடர்புடைய ஆங்கிலக் கவிதைகள் தமிழாக்கத்தில் முன்னிலை வகித்தன. சிலப்பதிகாரம், மணிமேகலை நீங்கலாகப் பிற காப்பியங்கள் பிராகிருதம், பாலி, சமஸ்கிருதம் போன்ற மொழிகளிலிருந்து தமிழாக்கப்பட்டவை என்பது கவனத்திற்குரியது. புதிய வகைப்பட்ட கவிதைகள் தமிழில் எழுதப்படுவதற்கு மொழிபெயர்ப்புக் கவிதைகள் எல்லாக் காலகட்டங்களிலும் வழிவகுத்துள்ளன.

செய்யுள் வடிவம் என்பது தமிழைப் பொறுத்தவரையில் முக்கியமானது என்ற கருத்து, *1940*களிலும் வலுவாக நிலவியது. பண்டிதர்கள் உரைநடையைவிடச் செய்யுள் வடிவத்தை மேன்மையானதாகக் கருதிப் போற்றினர். யமகம், சித்திரக்கவி, சிலேடை, அந்தாதி போன்ற மொழி விளையாட்டுகளை உன்னதமானதாகக் கருதிய புலவர்கள், கருத்தியல்ரீதியில் பழமையில் மூழ்கியிருந்தனர். இத்தகைய சூழலில் பாரதியாரின் கவிதையாக்கமானது, புதிய போக்கினுக்கு வித்திட்டது. ஆங்கிலத்தில் வெளியாகியிருந்த வால்ட் விட்மனின் கவிதை பற்றிய மதிப்பீடும் தெளிவான அணுகுமுறையும் பாரதியாருக்கு இருந்ததை அவருடைய கட்டுரையின்மூலம் அறிய முடிகின்றது. ஷெல்லி, பைரன், கீட்ஸ், வோட்ஸ்வொர்த் போன்ற மேலைநாட்டுக் கவிஞர்களின் கவிதைகளை வாசித்துவிட்டு, அவற்றின் நயங்களைக் கொண்டாடும் மனநிலை பாரதியாருக்கு வாய்த்திருந்தது. ஜப்பானிய ஹைக்கூக் கவிதைகளைப் பற்றி ரசனையுடன் விவரித்துள்ள பாரதியாருக்கு மரபான யாப்பிலிருந்து விலகிய புதிய கவிதையின்மீது ஆர்வம் ஏற்பட்டது. எனவேதான் பாரதியார் வசனகவிதை முயற்சியில் ஈடுபட்டார். இறுக்கமான மொழியில் எழுதப்படுவதுதான் கவிதை என்று பண்டித மரபில் உருவாகியிருந்த போக்கினை மாற்றியமைத்துச் சமகாலப் பிரச்சினைகளுக்கு முக்கியத்துவம் தந்த போக்கினால் புதிய வகைப்பட்ட கவிதை, தமிழில் உருவானது.

பாரசீகக் கவிஞரான உமார்கய்யாம் பாடல்களும், லெபனானைச் சார்ந்த கலீல் கிப்ரான் கவிதைகளும் தமிழில் வெளியானபோது பெரும் வரவேற்பைப் பெற்றன; தத்துவம் தோய்ந்த கவித்துவமான வரிகள்

வாசிப்பினில் ஆர்வத்தை ஏற்படுத்தின. உமார் கய்யாம் பாடல் என்ற கவிதைத் தொகுதி 1937ஆம் ஆண்டு தமிழில் வெளியாகியுள்ளது. "இன்றைக்குப் புதுக்கவிதை எழுதுகிறவர்களுக்கு கலீல்கிப்ரான் ஓர் ஆதர்சக் கவிஞர்; அவரது கவிதையைப் படிப்பது புதுக்கவிதையின் மரபு அறிதலாகும்", "இன்றைய பெரும்பாலான புதுக்கவிஞர்களுக்கு அவரே ஆசான்; ஆதர்ச புருஷர்" என்று கலீல் கிப்ரானின் கவிதைகளைத் தமிழாக்கி வெளியிட்ட என்.ஆர்.தாசன் கலீல் கிப்ரான் கவிதைகள்(1985) நூலில் குறிப்பிட்டுள்ளார். எழுபதுகளில் கண்ணதாசன் பத்திரிகையில் பிரசுரமான கலீல் கிப்ரான் கவிதைகளின் மொழிபெயர்ப்புகள், பெரும் வரவேற்பைப் பெற்றன. பாரசீக மண்ணின் மெய்யியல் தோய்ந்து எழுதப்பட்ட உமார்கய்யாம் கவிதைகள், அவற்றின் வீச்சு காரணமாக தேசிகவிநாயகம் பிள்ளை, ச.து.சு.யோகியார், சாமி.சிதம்பரனார் போன்றோரால் தமிழாக்கப்பட்டுள்ளன. ஒரு கையில் மது ரசக் கோப்பை, இன்னொரு கையில் மங்கையும் என அறியப்பட்ட உமார் கய்யாம், அன்றைய காலகட்டத்தில், கவிஞர்களுக்குப் புத்துணர்ச்சி அளித்தார். மனதின் மெல்லிய உணர்வுகளை, இதயம் கசிந்துருகிட புதிய மொழியில் விவரித்த கலீல் கிப்ரான், உமார் கய்யாம், தாகூர் போன்ற கவிஞர்களின் பாதிப்பினால், தமிழ்ப் புதுக்கவிதையில் மாற்றம் ஏற்பட்டது. மீரா, கலாப்ரியா, பாலா, கௌரிசங்கர், தமிழ்நாடன் போன்ற பல கவிஞர்களின் கவிதைகளில் ஏக்கம், விழைவு, வேட்கை, காதல் உருக்கம் போன்றன நெருக்கமான மொழியில் வெளிப்படுவதற்குக் கலீல் கிப்ரான், உமார் கய்யாம், தாகூர் ஆகியோரின் கவிதை மொழிபெயர்ப்புகள் பின்புலமாக விளங்கின. சுயம்வரம் தொகுப்பினில் சசிக்காக ஏங்கிய கலாப்ரியாவின் வரிகள், வாசிப்பினில் மயிலிறகினால் மனதை வருடின. மழை வரும் வரை(1982) என்ற கவிதைத் தொகுதிமூலம் காதலின் ஏக்கத்துடன் ததும்பினார் கௌரி ஷங்கர். எழுபதுகளில் கனவுகள்+கற்பனைகள்=காகிதங்கள் என மீரா ஆராதித்த காதலின் போதையினால் கல்லூரி மாணவர்கள் தத்தளித்தனர். புதிய மொழியில் காதலை முன்னிறுத்திய கவிதைகள் உருவாகிட, மொழிபெயர்ப்புக் கவிதைகள் பெரிதும் உதவின. இன்றைக்கு அழகிய நிழற்படங்களுடன் காதல் ரசம் சொட்டிட உருக்கமாகக் கவிதைத் தொகுதிகள் வெளியிடுகின்ற அறிவுமதி, தபூ சங்கர், பா.விஜய், சி.பொன்னுச்சாமி போன்றவர்களின் ஆசான்கள் இன்னும் மாறவில்லை என்பதுதான் உண்மை.

1934ஆம் ஆண்டில் தமிழில் புதுக்கவிதை முற்சிக்கு வித்திட்ட ந.பிச்சமூர்த்தியிடம் அமெரிக்க கவிஞரான வால்ட் விட்மனின் தாக்கம் இருந்தது. "இப்புதுக்கவிதை முயற்சிக்கு யாப்பு மரபு கண்டிராத அமெரிக்க கவிஞரான வால்ட் விட்மன் எழுதிய புல்லின் இதழ்கள் தொகுப்புத்தான் வித்திட்டது. அதைப் படித்தபோது கவிதையின் ஊற்றுக்கண் எனக்குத் தெரிந்தது. பின்னர் பாரதியின் வசனகவிதையைப்

படிக்க நேர்ந்தது. என் கருத்து வலுவடைந்தது. இவற்றின் விளைவாக என் உணர்ச்சிப்போக்கில் கவிதைகளை எழுதி அவ்வப்போது பத்திரிகைகளில் வெளியிட்டேன்". (காட்டு வாத்து நூலின் முன்னுரை) என்ற புதுக்கவிதையின் முன்னோடியான ந.பிச்சமூர்த்தியின் கூற்று கவனத்திற்குரியது. டி.எஸ். எலியட்டின் பாழ்நிலம் கவிதையும், எஸ்ரா பவுண்டின் கவிதை வரிகளும் தமிழில் புதிய போக்கினை அறிமுகம் செய்தன. போன நூற்றாண்டின் முற்பகுதியில் நடைபெற்ற இரு உலகப் போர்களின் காரணமாக ஏற்பட்ட பேரழிவுகள், கூட்டக்கொலைகள், மனித இருப்பினையே கேள்விக்குள்ளாக்கின. இதுவரை மேலுலகம் பற்றிய புனைவில் மதங்கள் கட்டமைத்திருந்தவை அர்த்தம் இழந்தநிலையில், கையற்றுப்போன மனிதனின் புலம்பல்கள், நம்பிக்கை வறட்சி, விரக்தி, கசப்பு எங்கும் பொங்கி வழிந்தன. இந்நிலையில் தனிமனிதனின் மன உளைச்சல்கள், அபத்தமாகிப்போன சூழல், வெறுப்பு போன்றன கவிதைகளை ஆக்கிரமித்தன. ஐம்பதுகளில் வெளியான 'எழுத்து' இதழில் பிரசுரமான பெரும்பாலான கவிதைகள் தனிமனித அக உணர்வுகளை முன்னிலைப்படுத்தியதில் டி.எஸ்.எலியட்டின் கவிதை வரிகளுக்குத் தனித்த இடம் உண்டு. சி.மணியின் பிரபலமான கவிதையான ' நரகம் ' உருவாக்கத்தில் டி.எஸ்.எலியட்டின் பாழ்நிலம் கவிதையும், ஜே.ஆல்பர்ட் ப்ரூஃப்ராக்கின் காதல் கீதம் கவிதையும் நுணுக்கமான தாக்கத்தை ஏற்படுத்தியுள்ளன. புல்லின் இதழ்கள், பாழ் நிலம் ஆகிய இரு கவிதைகளின் மொழிபெயர்ப்புகளும் சிறுபத்திரிகைகளில் அவ்வப்போது பிரசுரமாகி, வாசகர், கவிஞர் ஆகியோரிடம் நவீன கவிதை பற்றிய புதிய புரிதலை உருவாக்கின. கிராமத்திலிருந்து வெளியேறி நகர்ப்புறத்தில் குடியேறிய உயர்சாதியினரின் மரபு வழிப்பட்ட அதிகாரம், அடையாளம் தொலைந்தநிலையில் வெளிப்படும் மனச்சோர்வின் குரல்கள், நவீன கவிதைகளாக வெளிப்படுவதற்கு மொழிபெயர்ப்புக் கவிதைகள் ஊக்கமளித்தன.

எழுபதுகள் தொடங்கித் தமிழில் வெளியான சிறுபத்திரிகைகள், பிற மொழிக் கவிதைகளின் மொழிபெயர்ப்புகளுக்கு முக்கியத்துவம் தந்தன. குறிப்பாக ஐரோப்பிய மொழிகளில் வெளிவந்த கவிதைகள் ஆங்கிலத்தின் வழியாகத் தமிழாக்கப்பட்டு அஃக், கசடதபற, நடை, பிரக்ஞை, இலக்கிய வெளிவட்டம், ழ, யாத்ரா, கொல்லிப்பாவை, லயம், மீட்சி போன்ற சிறுபத்திரிகைகளில் பிரசுரிக்கப்பட்டன. இத்தகைய கவிதைகள் மொழி நடை, கருத்து வெளிப்பாடு, வருணனை, சொல்லும்முறை போன்றவற்றால் தமிழ்க் கவிஞர்களிடையே கவனம் பெற்றன. இதனால் புதுக்கவிதை ஆக்கத்தில் படிமம், குறியீடுகளுடன் இருண்மைத்தன்மையும் முன்னுரிமை பெற்றன. மொழியில் நடைபெற்ற பல்வேறு சோதனை முயற்சிகளினால், சொல்லமைப்புகளில் வெளிப்பட்ட நெகிழ்வுகளினாலும், பிறழ்வுகளினாலும் கவிதையானது, புதிய போக்குகளை முன்னிறுத்தியது.

எழுபதுகளில் இந்தியாவெங்கும் இளைஞர்களிடையே பரவிய இடதுசாரிக் கருத்துகளினால் புரட்சி நடைபெறுவதற்கான சாத்தியம் உள்ளது என்ற நம்பிக்கை, வலுவானது. நக்சல்பாரி அமைப்பினால் ஈர்க்கப்பட்டவர்களின் ஆயுதப் போராட்டத்தில் பங்கேற்றனர். இந்நிலையில் கோவையில் இருந்து வெளியிடப்பட்ட வானம்பாடி இதழின்மூலம் புரட்சிக்கு வரவேற்பு சொல்லும் கவிதைகள் பிரசுரமாயின. இடதுசாரி இலக்கிய மரபில் வெளியான மனிதன், செந்தாரகை, தோழமை, மன ஓசை போன்ற இதழ்களில், உலகமெங்கும் விளிம்புநிலையினருக்கு ஆதரவாக கவிஞர்கள் எழுதிய கவிதைகளின் மொழிபெயர்ப்புகள் பிரசுரிக்கப்பட்டன. தெலுங்கு, மலையாளம், வங்காள மொழிகளில் எழுதப்பட்ட புரட்சிகரமான கவிதைகளின் தமிழாக்கங்களும் வெளியிடப்பட்டன. புரட்சிகரமான கவிதை என்றால் வெளிப்படையான பிரச்சாரத்துடன் இருக்க வேண்டுமென்று இதுவரை நிலவிய மரபினை இத்தகைய கவிதைகள் மாற்றியமைத்தன. இதனால் தமிழ் அரசியல் கவிதைகள் புதிய போக்கினில் வெளியாயின.

கவிஞர் பிரம்மராஜன் வெளியிட்ட மீட்சி சிறுபத்திரிகையானது, மொழிபெயர்ப்புக் கவிதைகளுக்கு முன்னுரிமை தந்தது. மேலைநாடுகளில் வெளியான கவிதைகளைத் தேடிப்பிடித்துத் தமிழாக்கிய பிரம்மராஜனுக்கும் அவருடைய நண்பர்களுக்கும் பருண்மையான நோக்கங்கள் இருந்தன. கவிஞர்கள் பற்றிய அறிமுகத்துடன் வெளியான கவிதைகள், தமிழ்க் கவிஞர்கள் இதுவரை வைத்திருந்த மரபு வழிப்பட்ட நம்பிக்கைகளை அசைத்தன.. கலங்கலான மொழியில் இருண்மை தோய்ந்து எழுதப்படும் கவிதைப் போக்கினுக்கு வலுவூட்டுவதாக இத்தகைய மொழிபெயர்ப்புக் கவிதைகள் விளங்கின. பித்து மனநிலையில் குழம்பித் ததும்பும் சொற்களுடன் அர்த்தச் சுமையுடன் விரிந்திருக்கும் இன்றைய நவீன கவிதைகளுக்கு முன்னோடி என்று மொழிபெயர்ப்புக் கவிதைகளைச் சொல்லலாமா? யோசிக்க வேண்டியுள்ளது.

எண்பதுகளில் வெளியான மொழிபெயர்ப்புக் கவிதைத் தொகுதிகள் குறிப்பிடத்தக்கனவாக உள்ளன. இந்திரன் மொழிபெயர்ப்பில் வெளியான அறைக்குள் வந்த ஆப்பிரிக்க வானம் (1982) தொகுப்பில் இடம் பெற்றிருந்த கவிதை வரிகளில் வெளிப்பட்ட ஆதிக்கத்திற்கு எதிரான குரல், சிறுபத்திரிகை வட்டாரத்தில் பேச்சினை உருவாக்கியது. விளிம்புநிலையினருக்கு ஆதரவான கருத்தினைப் பிரச்சாரம் அற்று, அதேவேளையில் வீர்யத்துடன் மொழிந்த ஆப்பிரிக்க கவிதைகள் பலரையும் கவர்ந்தன. அதே காலகட்டத்தில் ஈழத்தில் சிங்களப் பேரினவாத அரசியல் மேலாதிக்கத்தினுக்கு எதிராக நடைபெற்ற தமிழர் விடுதலைப் போராட்டம், கவிதையாக்கத்தில் காத்திரமாக வெளிப்பட்டது. முருகையன், எம்,ஏ.நுஃமான் ஆகிய இருவரும்

தேர்ந்தெடுத்து மொழிபெயர்த்து வெளியிட்ட பாலஸ்தீனியக் கவிதைகள் (1981) நூல், இயக்கப் போராளிகளுக்கு மட்டுமின்றி, இனப் படுகொலைக்கு எதிரான சர்வதேசப் பிரச்சினையை ஒப்பிட்டு நோக்கிடத் தூண்டியது. சேகுவேரா கவிதைகள் (1986) தொகுப்பானது மொலீனா தேன்மொழி, யமுனா ராஜேந்திரன் மொழிபெயர்ப்பில் வெளியிடப்பட்டது நுண்ணரசியல் சார்ந்தது. "...பொலியாவில் புரட்சிக்கனலை மூட்டி, இலத்தீன் அமெரிக்க நாடுகளில் விடுதலை இடிமுழக்கை ஏற்படுத்தி, இன்று உலகம் முழுவதும் போராளிகளுக்கும், புரட்சியாளர்களுக்கும் விடிவெள்ளியாய் விளங்குபவர் சே. அவருடைய கவிதை அக்கினிக் குஞ்சைத் தமிழ்க் காட்டிடை வைக்கிறோம்" எனப் பதிப்புரையில் துரை மடங்கன் குறிப்பிட்டுள்ளார். இதே காலகட்டத்தில் சீனத்துப் புரட்சியாளர் மாவோவின் கவிதைகள் எஸ்.வி.ராஜதுரையின் மொழியாக்கப்பட்டு நூல் வடிவம் பெற்றது. இத்தகைய கவிதைகள், அரசின் அடக்குமுறைக்கு எதிராகப் போராடிய ஈழத்து விடுதலைப் போராளிகள் உத்வேகம் பெற்றிட உதவின. அதேவேளையில் ஈழத்தில் நடைபெற்ற போராட்டத்தை மூலமாகக்கொண்ட கவிதைகள் எழுதப்படுவதற்கு வழி வகுத்தன. எம்.ஏ. நுஃமான், அ.யேசுராசா தொகுத்த பதினொரு ஈழத்துக் கவிஞர்கள் (1984), உ.சேரன், அ.யேசுராசா, இ.பத்மநாப ஐயர், மயிலங்கூடலூர் பி.நடராசன் ஆகியோர் தொகுத்த மரணத்துள் வாழ்வோம் (1985), சித்திரலேகா மௌனகுரு தொகுத்த பெண் கவிஞர்களின் கவிதைகள் அடங்கிய சொல்லாத சேதிகள் (1986) போன்ற தொகுப்புகளில் இடம் பெற்றுள்ள கவிதைகள் உக்கிரமான மொழியில் வெளிப்பட்டுள்ளன. மரபான கவிதைப் போக்கு செல்வாக்குச் செலுத்திய ஈழத்தில், புதிய மொழியில் வீர்யமான சொற்களுடன் கவிதைகள் எழுதப்படுவதற்குப் பின்புலமாக மொழிபெயர்ப்புக் கவிதைகள் விளங்கின. அரசியல் என்பது தீண்டத்தகாதது போல உன்னதமான விஷயங்கள் குறித்துக் கலாபூர்வமான மொழியில், மனதின் விகாசங்களைப் பதிவாக்குவதுதான் கவித்துவமானது என்று 'எழுத்து' சிறுபத்திரிகை காலகட்டத்தில் உருவாக்கப்பட்ட போக்கு சிதலமாவதற்கு, அரசியல் கவிதைகளின் மொழிபெயர்ப்புகள் உதவியுள்ளன.

மண்ணும் சொல்லும் மூன்றாம் உலகக் கவிதைகள் (1991) நூலில் இடம் பெற்றுள்ள கவிதைகள் எஸ்.வி.ராஜதுரை, வ.கீதா ஆகியோரால் மொழிபெயர்க்கப்பட்டுள்ளன. ஒடுக்கப்பட்ட விளிம்புநிலையினரின் குரல்கள், மூன்றாம் உலக நாடுகளில் எவ்வாறு கவிதைகளில் பதிவாகியுள்ளன என்பதைத் தமிழர்களிடம் அறிமுகப்படுத்த வேண்டுமென்ற நோக்கம்தான் இத்தகைய தொகுப்பு வெளியாவதற்கு மூலகாரணமாகும். தமிழில் எழுச்சியான குரலில் ஆவேசத்துடன் கவிதைகள் எழுதப்பட வழிகாட்டியாக இத்தொகுப்பு அமைந்துள்ளது. வெற்றுக் கோஷங்களைக் கவிதையென மார்க்சிய கட்சிகளின்

இலக்கிய இதழ்கள் வெளியிட்டபோது, அவற்றுக்கு மறுதலையாக மொழிபெயர்ப்புக் கவிதைகள் முன்னிறுத்தப்பட்டுள்ளன. "தேசிய விடுதலைப் போராட்டங்கள் கவிஞர்கள் பலரை உருவாக்கின; அவர்களில் களத்தில் இறங்கிப் போராடியவர்கள் உண்டு: போராளிகளுக்கு எழுச்சிப் பாடல்கள் இசைத்தவர்கள் உண்டு; தமது நாட்டின் அவலத்தை வார்த்தைகளில் வடித்துக் காட்டியவரும் உண்டு" என நூலின் முன்னுரையில் மொழிபெயர்ப்பாளர்கள் குறிப்பிட்டிருப்பது கவனத்திற்குரியது. தொகுப்பில் இடம் பெற்றுள்ள குர்திஸ்கான் கவிஞரான ஷெர்கோ பெகாஸ் எழுதியுள்ள கவிதை:

பிரிவு
எனது கவிதைகளுக்குள்ளிருந்து
மலரை நீ எடுத்து விட்டால்
என் பருவங்களிலொன்று
மடிந்து விடும்
காதலை நீ அகற்றிவிட்டால்
என் பருவங்களிலிரண்டு
மடிந்து விடும்
ரொட்டியை நீ விலக்கி விட்டால்
என் பருவங்களில் மூன்று
மடிந்து விடும்
சுதந்திரத்தை நீ பறித்து விட்டல்
என் பருவங்கள் நான்கும் மடிந்து விடும்
அவற்றோட நானும்

எளிய மொழியில் அமைந்த இக்கவிதையில் வெளிப்பட்டுள்ள கவிஞரின் வலியானது மனதினுள் ஊடுருவுகின்றது. வ.கீதா, எஸ்.வி.ராஜதுரை மொழியாக்கத்தில் வெளியான அவ்வப்போது பறித்த அக்கரைப் பூக்கள் (1993), அக்மதோவா அக்கரைப் பூக்கள் (1996) ஆகிய இரு மொழிபெயர்ப்பு கவிதைத் தொகுதிகளும் குறிப்பிடத்தக்கன.

கவிஞர் பிரம்மராஜனின் மொழிபெயர்ப்பில் வெளியான ஜெர்மானியரான பெர்டோல்ட் ப்ரக்டின் கவிதைகள் (1987) தொகுதியானது, முற்போக்குக் கவிதை எழுதிக் கொண்டிருந்த தமிழ்க் கவிஞர்களிடம் அதிர்வை ஏற்படுத்தியது. ப்ரக்டின் கவிதைகளில் காணப்பட்ட நேரடித்தன்மையும், எளிமையான விவரணையும்மீறி, அவருடைய கவிதை மொழியில் வெளிப்பட்ட மார்க்சியச் சார்பு குறித்த பிரம்மராஜனின் விரிவான முன்னுரை குறிப்பிடத்தக்கது.

பிரம்மராஜன் தொகுத்துப் பிரசுரித்த உலகக் கவிதை (1987) தொகுதியானது, உலகமெங்கும் வாழ்கின்ற 23 கவிஞர்களின் கவிதைகளின் மொழிபெயர்ப்புகளை உள்ளடக்கியுள்ளது." ... தமிழில் ஒரு சவால்

மிகுந்த தொகுப்பாக வரும் இப்புத்தகத்தின்மூலம் தமிழ்க்கவிதை தன் பாரம்பரியப் பெருமைகளைப் பேசுவதை நிறுத்திவிட்டு, இன்றைய தேக்க நிலையிலிருந்து மீளவும், ஒட்டுமொத்த உலகத்தையும் உள்ளடக்கிய கவிதை என்ற நிகழ்வில் தன்னை உணர்ந்துகொள்ளவும் இத்தொகுதி உதவும்." என்று முன்னுரையில் பிரம்மராஜன் குறிப்பிடுவது, நவீன தமிழ்க் கவிதையின் வளர்ச்சியை நோக்கமாகக் கொண்டுள்ளது. கவிஞர்கள் பற்றிய விரிவான குறிப்புகள், வாசகர்களின் தேடுதலை நெறிப்படுத்துகின்றன. இப்படியெல்லாம் உலக நாடுகளில் கவிதைகள் வெளியாகும் நிலையில், தமிழில் வெளியாகும் கவிதைகளின் போக்கு, பொதுவாகத் தட்டையாக இருப்பது ஏன் என்ற கேள்வி வாசிப்பினில் தோன்றுகின்றது. இக்கவிதைத் தொகுப்பு தமிழ்க் கவிஞர்களிடம் இன்றுவரை நுண்ணிய பாதிப்புகளை ஏற்படுத்திக் கொண்டிருக்கிறது.

வெ.ஸ்ரீராமின் மொழிபெயர்ப்பில் வெளியான பிரெஞ்சு கவிஞரான ழாக் ப்ரெவரின் சொற்கள் (2000) கவிதைத்தொகுதி தமிழ்க் கவிஞர்களிடம் ஆழமான பாதிப்புகளை உருவாக்கியுள்ளது.

இழந்த நேரம்
ஆலையின் கதவிற்கு முன்னால்
தீடிரென்று நிற்கிறான் தொழிலாளி
அவன் அங்கியைப் பிடித்து
இழுத்தது இனிய வானிலை
திரும்பிப் பார்த்த அவன்
சூரியனைப் பார்க்கிறான்
முற்றிலும் சிவப்பாக முழு உருண்டை
ஈயம் பூசிய வானிலிருந்து
புன்னகைத்தவாறு
அவ்னைப் பார்த்துக் கண்ணடிக்கிறது
பரிச்சயத்துடன்
தோழா, சூரியனே! நீயே சொல்
இது போன்ற ஒருநாள் பொழுதை
முதலாளிக்கு அர்ப்பணிப்பதென்பது
சுத்த மடத்தனம் என்று
தோன்றவில்லையா உனக்கு?

இறுக்கமான நடை, மங்கலான விவரிப்பு, கலங்கலான தருணத்தைப் பதிவு செய்தல் ஆகியன இல்லாமல் சிடுக்கல் அற்ற ழாக் ப்ரெவரின் கவிதைப் பாதிப்புகள், இன்றைய தமிழ்க் கவிஞர்களிடம் காணப்படுகின்றன. அண்மையில் வாசகர்கள், தமிழ்க் கவிஞர்கள், ஆர்வத்துடன் வாசித்துக்கொண்டாடிய மொழிபெயர்ப்புக் கவிதை நூலாகச் 'சொற்கள்' விளங்குகிறது. தமிழில் வெளியான மொழிபெயர்ப்புக்

கவிதைத் தொகுதிகளில், மூாக் ப்ரெவரின் சொற்கள் தனித்து விளங்குகின்றது.

சுகுமாரனின் மொழிபெயர்ப்பில் வெளியான நெரூதா கவிதைகள் (2004), சுந்தர ராமசாமி மொழிபெயர்த்த கவிதைகள் அடங்கிய தொலைவிலிருக்கும் கவிதைகள் (2007), யமுனா ராஜேந்திரன், ஆர்.பாலகிருஷ்ணன், வி.உதயகுமார் மொழிபெயர்த்த மஹ்மூத் தார்வீஷ் எழுதிய கவிதைத் தொகுதியான நான் மடிந்து போவதைக் காணவே அவர்கள் விரும்புவார்கள் (2009) ஆகியன அண்மையில் வெளியான முக்கியமான கவிதை மொழிபெயர்ப்புகள்.

யுவன் சந்திரசேகர் தொகுத்து மொழிபெயர்த்த ஜென் கவிதைகள் பெயரற்ற யாத்ரீகன் (2003) என்ற தலைப்பில் நூல் வடிவம் பெற்றுள்ளது; பரவலான கவனம் பெற்றுள்ளது. ஜென் புத்த சமயக் கருத்துகளை உள்ளடக்கிய இத்தகைய கவிதைகள் வாசிப்பினில் மனதுக்கு நெருக்கமாக உள்ளன. காட்சிகளாக விரிகின்ற சொற்களின் வழியே அனுபவத்தின் உச்சநிலையைப் பதிவு செய்துள்ள ஜென் கவிதைகள் உறைந்திருக்கின்றன. வாசகன் அவற்றின் வழியே ஊடுருவும்போது அடைகின்ற அனுபவங்கள் தனித்துவமானவை.

வண்ணத்துப் பூச்சியே
உன் இறக்கைகளை
அசைக்கும்போது நீ
காணும் கனவு
எதைப் பற்றி (ச்சியோ நி)

இன்று தமிழில் கவிதை எழுதுகின்ற கவிஞர்களின் ஆக்கங்களில் நுண்மையான பாதிப்புகளை இத்தொகுப்பு ஏற்படுத்தியுள்ளது. ஹைக்கூக் கவிதை எழுத முயலுகின்றவர்களுக்கு யாத்ரீகன் தொகுப்பு பெரிதும் உதவுகின்றது.

மூலமொழியில் ஒரு கவிதையை வாசிப்பதற்கும், தமிழாக்கத்தில் வாசிப்பதற்கும் நிரம்ப வேறுபாடுகள் உள்ளன. மொழிபெயர்ப்பாளரின் அதிகபட்ச முயற்சியினால் பெறுமொழியில் உருவாகும் கவிதை, வாசிப்பில் தரும் அனுபவங்கள் முக்கியமானவை. இன்று ஓப்பீட்டளவில் அதிக எண்ணிக்கையில் தமிழில் கவிதைகள் எழுதப்படுகின்ற சூழலில், மொழிபெயர்ப்புக் கவிதைகள் ஏதோ ஒருநிலையில் அவசியப்படுகின்றன. நவீன கவிதை என்ற இலக்கிய வடிவம் தமிழில் தோன்றுவதற்குக் காரணமான மொழிபெயர்ப்புக் கவிதைகள், காலந்தோறும் புதிய மாற்றங்களுக்கு வழி வகுத்துள்ளன; வடிவரீதியிலும் உள்ளடக்கரீதியிலும் தொடர்ந்து ஆளுகை செலுத்துகின்றன.

உயிர்மை

கவிதைகளின் உலகில்

கவிதை என்ற இலக்கிய வடிவம் என்னைப் பொறுத்தவரையில் லா.ச.ரா.வின் அபிதா போல ஸ்பரிசிக்க இயலாத மனவெளியில் மிதக்கிறது. சூலி, நீலி, அணங்கு போல கவிதையானது, மாயமான முறையில் ஈர்ப்புடையதாக வாசிப்பின் வழியே வாசகரை விநோத உலகினுக்குள் இழுத்துச் செல்கிறது. கவிதை பற்றிய தொன்மங்களையும் புனைவுகளையும் கடப்பதற்காகத் தொடர்ந்து முயன்றாலும், இறுதியில் குளத்து நீர்ப்பாசி போல மனம் மிதக்கிறது. கவிதை எழுதுவது மனம் சார்ந்த மொழி விளையாட்டு என்று சொல்லலாமா? யோசிக்க வேண்டும். ஒரு குறிப்பிட்ட காட்சி அல்லது தருணம் எப்படியோ ஒருவருக்குள் நுழைந்து பதிவாகிடும்போது, ஏதாவது ஒருநிலையில் வெளிப்படும் சொற்கள், கவித்துவச் செழுமையுடன் மிளிர்கின்றன. தினமும் நடந்து செல்லும் ஒற்றையடி தடத்தின் ஓரமாகப் பூத்திருக்கும் நெருஞ்சிப் பூக்களின் பக்கம் ஒரு கணம் பார்வை நிலைத்து நின்றால், கவிமனம் கொப்பளிக்கும். மேகத்தின் கோலங்கள், அந்தி வானச் சிவப்பு ஜாலங்கள் காண்பவரின் மனதினுள் உருவாக்கிடும் அதிர்வுகள் போதும், ஒருவர் தானாகவே கவிதைக்கு நெருக்கமானவராகி விடுகிறார்.

நான் பணியாற்றிய கணேசர் கலை அறிவியல் கல்லூரியில் இதுவரை கவிதைப் பயிலரங்குகள் ஏழு தடவைகள் நடைபெற்றுள்ளன. கவிஞர்கள் கந்தர்வன், பழமலய், கலாப்ரியா பா.வெங்கடேசன், மனுஷ்யபுத்திரன், சுதீர்செந்தில், சுகிர்தராணி, செல்மா ப்ரியதர்சன், யவனிகா, சக்திஜோதி போன்ற கவிஞர்கள் கவிதை எழுதுவது மிகவும் எளிது என மாணவர்களிடம் பேசுவதைக் கேட்கும்போது எனக்கு உற்சாகம் பொங்கும். அவர்களுடைய உரையைக் கேட்டவுடன் சில மாணவியர் அருள் வந்ததுபோல அருமையான கவிதை வரிகளை எழுதியது, ஆச்சரியத்தைத் தந்தது. ஒவ்வொருவருக்குள்ளும் கவிதை இயல்பாக ஊற்றெடுக்கிறதா? சொற்களினால் வடிவமைக்கப்படும் மந்திரம்தான் கவிதையா?. கவிதை எழுதுவது என்பது உண்மையிலே

எளிமையானதுதானா? ஆயிரக்கணக்கான பக்கங்கள் கட்டுரைகள் எழுதிக்குவித்த மார்க்சிய ஆசான் லெனின், தனது உடலில் சாட்டையால் அடித்தாலும் ஒரு வரி கவிதை எழுத முடியாது எனக் குறிப்பிட்டுள்ளார். சீனாவில் புரட்சியைச் சாதித்த மாவோவின் கவிதை வரிகள், சீனத் தொன்மங்களும் பழமரபுக் கதைகளும் எனச் செறிந்துந்துள்ளன; வர்க்கப் போராட்டத்தை வரவேற்றுப் பாடுவதாக வரிகள் இல்லை. தமிழில் புரட்சிக்குக் கட்டியங்கூறும் வகையில் அனல் பறக்கக் கவிதை எழுதிய வானம்பாடிக் கவிஞர்களுக்கு யார் முன்னோடி? ஒரு நாளில் நூற்றுக்கும் மேற்பட்ட வெண்பாக்களை எழுதிக்குவித்த மகாவித்துவான் மீனாட்சிசுந்தரம் பிள்ளையைக் கவிதைப் பிசாசு பிடித்தாட்டியது என்றுதான் சொல்ல வேண்டும். கவிதை இயற்றுவதில் ஒருவரைப் போல இன்னொருவர் என ஒப்பிட்டுச் சொல்ல முடியாது. எழுதப்படும் கவிதைகளின் எண்ணிக்கையைவிடக் கவிதை மனம், ஒருவருக்கு வாய்த்திருப்பதுதான் ஒருவரைக் கவிஞராக்குகிறது. அதைவிட எது நல்ல கவிதை என்று இனங்கண்டு ரசிக்கும் மனநிலை வாய்த்திருப்பின், ஒருவர் நாளடைவில் கவிஞராகி விடுவார். அழகை நேசிக்கின்ற மனநிலையுடையவர் கவிதைக்கு நெருக்கமானவர் என்ற பார்வை, மரபு அடிப்படையிலானது. படித்தால் மட்டும் போதுமா` திரைப்படத்தில் அழகான மனைவியைப் பெற்றவர்கள் எல்லோருமே கவிஞர்கள் என சிவாஜிகணேசன் பேசிய வசனம், பதின்பருவத்தில் எனக்குக் குதூகலத்தைத் தந்தது.

பொதுவாகக் கவிதை எழுதுவது என்பது பெரிதும் அகம் சார்ந்ததாக உள்ளது. இருபதாண்டுகளுக்கு முன்னர் பெரும்பாலான கவிஞர்கள் ஜிப்பா அணிந்திருந்து கவிஞர் எனத் தனித்த அடையாளத்துடன் விளங்கினர். ஜிப்பா உடுத்திய கவிஞர் இலக்கியக் கூட்டங்களில் பங்கேற்கும்போது, காற்றில் மிதந்து செல்வதாகத் தோன்றும். அன்றைய காலகட்டத்தில் திருமணத்தின்போது மணமக்களை வாழ்த்தி எதுகை மோனையுடன் ஏதாவது எழுதித் தந்தவரும் கவிஞர் எனக் கருதப்பட்டார். திருமணநாளில் கவிஞரின் பெயருடன் வண்ணத்தாளில் அச்சிட்டு வழங்கப்பெறும் கவிதைகளை மணமக்கள்கூட வாசிப்பார்களா என்பது சந்தேகம்தான். கவிதைத்தாளுடன் இணைக்கப்பட்டிருக்கும் சாக்லேட்டினை எடுத்துக்கொண்டு அதை உடனடியாகத் தரையில் வீசுவதைப் பார்க்கும்போது, அந்தக் கவிஞரை நினைத்துக் கொள்வேன்; மனதில் மெல்லிய வருத்தம் தோன்றும்.

இரு நாவல்கள் எழுதியவர்கூட தான் ஒரு நாவலாசிரியர் என்ற பெருமையுடன் சொல்வதற்குத் தயங்குவது கவனத்திற்குரியது. ஏழெட்டுக் கவிதைகள் எழுதியவர், தான் ஒரு கவிஞர் என்று தன்னை அறிந்து, பெருமிதத்துடன் பிறரிடம் தனது கவிதைகள் பற்றிப் பேசுகிறார். ஒருவர் தன்னைக் கவிஞராக உணரும்வேளையில், அவருக்குள் ஏற்படும்

மாற்றங்கள் அளவற்றவை. இரண்டாயிரமாண்டுக் கவிதை மரபுடைய தமிழில், கவிஞர் என்ற சொல், சமூகரீதியில் ஆழமான மனப்பதிவுகளை ஏற்படுத்துகின்றது. ஆசுகவி, வரகவி என மக்களிடம் கலந்திருந்த புலவர்கள் விளைச்சலின்போது களத்துமேட்டில் அரியைப் பங்காகப் பெற்றனர். புலவர் ஏதாவது சொன்னால், அவருடைய வாக்குப் பலித்துவிடும் என்று அவரிடமிருந்து கிராமத்தினர் விலகி நின்றதை எண்பதுகளில் நேரில் பார்த்திருக்கிறேன். ஒருவருடைய பெயரைக் கேட்டவுடன் அவரைப் போற்றி வெண்பா எழுதிய கிராமத்துப் பாவலர்கள் சுவராசியமானவர்கள்தான். 1989ஆம் ஆண்டு பொன்னமராவதியில் என்னைப் பார்த்தவுடன், இராமையா பாவலர் கடகடவென எனது பெயரினை மூன்றாவது வரியில் அமைத்துச் சொன்ன வெண்பாவினை எழுதிப் பதிவாக்காமல் விட்டுவிட்ட வருத்தம் இப்பவும் எனக்கு உண்டு. கடை அல்லது வணிக நிறுவனத்தினை வாழ்த்திப் புலவர் எழுதித் தந்த செய்யுளைக் கண்ணாடிச் சட்டகமிட்டுச் சுவரில் தொங்கவிட்டால், தொழில் விருத்தியாகுமென்ற நம்பிக்கை பரவலாக இருந்தது. ஆனால் கிராமத்தினர் தங்களிடம் இருந்து வேறுபட்டுச் செய்யுள் இயற்றிய பாவலரைப் பித்துகுளி போலக் கருதினர் என்பதும் உண்மைதான்.

இன்றைக்கு நாற்பது ஆண்டுகளுக்கு முன்னர் சந்நதம் வந்தது போல நான் எழுதிய கவிதைகள் இருக்கட்டும். எனக்குள் ஒருவன் போல உருவாகியிருந்த கவிஞர் என்ற பிம்பம் முக்கியமானது அல்லவா? கல்லூரி விடுதியில் சில நண்பர்கள் கவிஞரே என அழைத்தபோது எனது மனம் ததும்பியது. கவிதை வரிகள் ஒருவனின் அகத்தில் ஏற்படுத்தும் மாற்றங்கள் தரும் போதைக்கு அளவேது? கவிதையே ஒருவகையில் போதை வஸ்து எனச் சொன்னால் சிலருக்குக் கோபம் வரலாம். எப்பொழுதும் மங்கலாகவும் கலங்கலாகவும் சொற்களின் வழியே புதிய அர்த்தங்களை உருவாக்க முயலும் சொற்கள் மாந்திரிகத் தன்மையுடையனவாக மாறுகின்ற விந்தை, கவிதையில் மட்டுமே சாத்தியம். கவிதை எழுதுகின்றவனை இறுமாப்புக்கொள்ளச் செய்வதில், கவிதைக்கு நிகராக எதுவுமில்லை. மொழியின் அதிகபட்ச சித்து விளையாட்டு கவிதையில் பொங்குகிறது. கவிதை என்றவுடன் பின்நவீனத்துவம்கூட மெல்லப் பம்முகிறது.

தமிழகத்தில் பேருந்து போக வழியற்ற குக்கிராமத்தில்கூட பெயர் இல்லாத ஒருவர் வெள்ளைத்தாளில் கவிஞராக வெளிப்படும் விந்தை நிகழ்ந்து கொண்டிருக்கிறது. தினமலர் நாளிதழின் வாரமலரில் பிரசுரமாகும் நான்கு வரிகள், அதை எழுதியவரை வேறு ஒருவராக மாற்றுகின்றன. அப்புறம் ஹைக்கூக் கவிதைகள் எழுதுவதன்மூலம் கிடைக்கும் சக கவிஞர்களின் ஆதரவு வேறு சிலரைப் பாடாய்ப்படுத்துகிறது. தமிழில் கவிதைப் பேய் பிடித்தாட்டும் கவிஞர்களின் எண்ணிக்கை அண்மைக்காலமாக அதிகரித்துள்ளது. வத்தலக்குண்டு போன்ற

ஊர்களில்கூட குறைந்தது இருபது கவிஞர்களின் கவிதைத்தொகுதிகள் வெளியாகியுள்ளன. ஆனால் கவிதை பற்றிய பேச்சுகள் மிகக்குறைவாக உள்ளன. அழகிய அச்சமைப்பில் வெளியிடப்படும் கவிதைத் தொகுதிகள் கவர்ச்சிகரமாகக் கண்ணைச் சிமிட்டுகின்றன. இலக்கிய உலகில் ஒருவர் நுழைவதற்கான கடவுச்சீட்டாகக் கவிதை உள்ளது. கவிதை எழுதாத ஒருவர்கூட இலக்கிய உலகில் இருக்க வாய்ப்பில்லை. முதல் தொகுப்பு போடுவதற்காக இரண்டு பெரிய மஞ்சள் பைகளில் கொண்டு வரப்பட்ட கையெழுத்துப் பிரதிகளில் நிரம்பி வழிந்த கவிதைகளைப் பார்த்து வியப்படைந்திருக்கிறேன். நண்பர்களுக்குத் தேநீர் வாங்கித் தருவதற்கு யோசிக்கின்றவர்கூட, தனது கவிதைத் தொகுதியைப் பிரசுரிக்க ரூ.25,000/ செலவழிப்பது நடைபெறுகிறது. பொருளியல் நிலையில் செல்வாக்கு மிக்கவர்கள், எப்படியாவது முன்னணிக் கவிஞராகிட கடுமையாக முயலுவது வேடிக்கையாக உள்ளது.

ஓரளவு வசதியானவர்கள் கவிதை உலகினுள் நுழைந்திட ஆசைப்படுவதும், அதற்கு ஏற்கனவே பிரபலமான கவிஞர்கள் கோஸ்டாக மாறுவதும், இயல்பாக நடைபெற்றுக் கொண்டிருக்கிறது. ஒருவர் வெவ்வேறு காலகட்டங்களில் குறிப்பேடுகளில் கிறுக்கியவற்றை நான்கைந்து மூத்த கவிஞர்கள் கைபார்த்துக் கவிதைத் தொகுதியாக வெளியிடுவதும் இன்று நடைபெறுகின்றது. தமிழ்க் கவிதையுலகில் முதல் கோஸ்ட் கவிஞரான சிவபெருமான் காட்டிய வழியில், இன்றைய கவிஞர்களில் சிலர் பொருளுக்காகச் செல்கின்றனர். அது சரியா தவறா என்பது புலப்படவில்லை. இன்னொருவரின் கவிதையைத் தனது பெயரில் வெளியிடுவது குற்றமெனில், அவருக்கு ஏதோவொரு ஆதாயம் கருதிக் கவிதை எழுதித் தருவதும் அதே அளவிலான குற்றம்தான். ஒரு காலத்தில் கமுக்கமாகக் கவிதை எழுதித் தந்த விஷயம், பின்னர் எப்படி அம்பலமேறுகிறது? யோசிக்க வேண்டியுள்ளது.

குறைந்தது பத்தாண்டுகளாவது கவிதை எழுதிப் பல்வேறு பத்திரிகைகளில் கவிதைகள் பிரசுரமான பிறகு, ஓரளவு இலக்கிய உலகில் அறிமுகமான நிலையில் கவிதைத் தொகுதி வெளியிடுவது முன்னர் நடைபெற்றது. (இருபது வயதில் பாடல்கள் புனைந்திட்ட பாரதிதாசனின் முதல் கவிதைத் தொகுப்பு, அவருடைய 47 ஆம் வயதில்தான் வெளியானது). துரித உணவு காலகட்டத்தில் உடனடியாகக் கவிதைத் தொகுதி வெளியிடுவது ஏற்புடையதுதான். ஆனால் கவிஞராக அங்கீகாரம் பெறுவதற்காக நடைபெறும் கூத்துகள் எல்லாம் கவிதையை முன்வைத்து நடைபெறுகின்றன. சிறிய நகரங்களில் ஒன்றாகச் சேர்ந்து திரியும் கவிஞர்கள், எந்த வகையிலாவது முயன்று கவிதைத் தொகுதி வெளியீட்டு விழா நடத்துகின்றனர். முதல் கவிதைத்

தொகுதி வெளியீட்டு விழாவிற்கு ரூ.1,00,000/ செலவழித்த கவிஞரை எனக்குத் தெரியும். குடும்பத்தினர், உறவினர்கள், நண்பர்கள் சூழ்ந்திட நடைபெறும் கவிதைத் தொகுதி வெளியீட்டு விழா, குடும்ப விழா போல நடைபெறுகிறது. உறவினர்கள், நண்பர்கள் கவிஞருக்குச் சால்வை மரியாதை செய்கின்றனர். சிறிய அளவில் வெளியீட்டு விழா நடத்தும் கவிஞர்கூட அன்றிரவு டாஸ்மாக்கில் ரூ.4000/ செலவழிக்கின்றார். கவிதை நூலை எப்படி பொதுமக்களிடம் கொண்டு சேர்ப்பது என்பது முக்கியமான கேள்வி. கவிதைத் தொகுதியை விலைக்கு விற்பதற்கான வழிகள் புலப்படாமல், தெரிந்தவர்களுக்கு அன்பளிப்பாக வழங்குவது நடைபெறுகின்றது. அப்படி வாங்கியவர்கள் யாராவது அபிப்ராயம் சொல்ல மாட்டார்களா எனக் காத்திருக்கும் கவிஞருக்கும் இலவு காத்த கிளிக்கும் பெரிய வேறுபாடு இல்லை. ஏதாவது பத்திரிகையில் தனது கவிதைத் தொகுதிக்கு மதிப்புரை வெளிவருமா எனக் கவிஞர் காத்திருப்பதும் துயரமானதுதான். கவிஞர் தன்னுடைய சொந்த முயற்சியினால் கவிதை நூலுக்கு விமர்சனக் கூட்டம் நடத்த வேண்டியுள்ளது. விமர்சகர் யாராவது எழுதும் கட்டுரையில் தனது கவிதை இடம் பெற்றால், அதை நினைந்து மகிழ்ச்சியடைவதுதான், கவிஞர் அடைந்த பெரும்பேறு.

இளம் கவிஞர்கள் ஏற்கனவே பிரபலமான கவிஞரிடமிருந்து அணிந்துரை வாங்கி தொகுப்பில் சேர்த்திடக் கடுமையாக முயலுகின்றனர். சீனியர் கவிஞரின் முன்னுரையினால் அந்தக் கவிதைத் தொகுப்பு பத்து பிரதிகள்கூட விற்பனையாகாது என்பதை நன்கறிந்தும் முன்னுரை பெறுவது, நுண்ணரசியல் சார்ந்ததாகும். ஏற்கனவே ஐந்தாறு கவிதைத் தொகுதிகள் வெளியிட்டுள்ள மூத்த கவிஞர்களில் சிலர் தந்துள்ள முன்னுரையை வாசித்தால், அது செறிவான மொழியில் கவிஞரின் பண்டிதத்தை வெளிப்படுத்துவதாக உள்ளது. தொகுப்பிலுள்ள கவிதைகளைப் புரிந்துகொள்வதற்கு மாறாக, இருண்மையில் ததும்பும் முன்னுரையினால் என்ன பயன்? கவிதைத் தொகுதியின் பின்னட்டையில் இடம்பெறும் வாசகங்கள், தொகுப்பினை அறிமுகம் செய்வதற்கு மாறாக, விநோதமான சொற்களின் கலவையில் புதிர் போல அச்சிடப்படுவது ஒருவகையில் கொடுமைதான்.

திரைப்படப் பாடலாசிரியராக விளங்கும் கவிஞர் ஒருவர், முன்னுரை எழுதித் தருவதற்கு ஒரு லட்சம் கேட்கிறார். அவரை வைத்துக் கவிதை நூலினை வெளியிட வேண்டுமெனில் கணிசமான தொகையினைக் கப்பமாக முன்கூட்டியே செலுத்த வேண்டும்.

எவ்விதமான இடதுசாரி அரசியல் மனோபாவமும் இல்லாமல், கலை இலக்கிய பெருமன்றம், த.மு.க.எ.சங்கம் போன்ற இலக்கிய அமைப்புகளில் சேர்ந்து, தங்களைக் கவிஞராக நிறுவிட முயலுவதும் நடைபெறுகின்றது.

சிறுபத்திரிகை சார்ந்த மரபில் தங்களை அடையாளப்படுத்தும் கவிஞர்களின் உலகம் தனித்துவமானது. கவிதை என்பது உருப்பளிங்கு போல நேர்த்தியுடன் எழுதப்பட வேண்டியது அவசியம். தத்துவத்தின் வாகனமாகக் கவிதையை மாற்றி, இருண்மையுடன் செறிந்திருப்பது முக்கியமானது. ஏதாவதொரு நடப்பியல் பிரச்சினையை முன்வைத்து எழுதப்படும் கவிதைகளுக்கு அவ்வளவாக முக்கியத்துவம் இல்லை. கவித்துவம் என்ற சொல்லின் பின்புலத்தில், பொய்மானைத் தேடியது போலக் கவிதையைத் தேடிக்கொண்டிருப்பவர்கள் வேறு உலகில் சஞ்சரிக் கின்றனர். கவிதைச் செருக்குடன் திரிகின்ற சீனியர் கவிஞர்களிடையே அங்கீகாரம் தேடுகின்ற முதல் தொகுதி வெளியிட்டவரின் நிலை உற்சாகம் தருவதாக இல்லை. காத்திரமான கவிஞர்களின் பட்டியலில் தனது பெயர் இடம்பெறாதா என ஆவலுடன் கவிதை அரசியலில் ஈடுபடுகின்ற கவிஞர்களின் மனநிலை, பலவீனமாக உள்ளது. கவிதையை முன்வைத்து ஆதிக்கம் செலுத்துகின்ற கவிதை அரசியல், இன்று வலுவடைந்துள்ளது.

நவீன கவிதை என்றால் அண்மைக்காலத்தில் எழுதப்பட்டது என்ற போக்கு இன்று சில கவிஞர்களால் முன்வைக்கப்படுகின்றது. பத்தாண்டுகளில் அறிவியலில் பெரிய மாற்றம் ஏற்படுவதுபோல, கவிதையும் முழுக்க மாறி விடுகின்றது என்ற கருத்து, ஏற்புடையது அல்ல. சங்ககாலத்திய வெள்ளிவீதியார், ஔவை, கபிலர் தொடங்கி இளங்கோ, ஆண்டாள், திருமூலர், வள்ளலார், பாரதியார், பாரதிதாசன், ந.பிச்சமூர்த்தி என விரியும் கவிதை மரபினில் எந்தக் கவிஞரையும் புறக்கணிக்க இயலாது. முன்னத்தி ஏர்களாக விளங்கும் கவிஞர்களை மறுதலிப்பதன்மூலம் இன்றைய கவிஞர்கள் முன்னிலை பெற முடியும் என்ற வாதம் பொருத்தமன்று. எஸ்.வைத்தீஸ்வரன், சி.மணி, தேவதச்சன், கலாப்ரியா, சுகுமாரன் போன்ற சீனியர் கவிஞர்கள் காலாவதியாகி விட்டனர். எனவே இப்ப நான் தான் முக்கியமான கவிஞர் என்ற சவடால் பேச்சு, அபத்தமின்றி வேறு என்ன? அண்ணன் எப்ப சாவான் திண்ணை எப்ப காலியாகும் என்பது போன்று, கவிதை உலகில் தனக்கான அங்கீகாரம் தேடி அலைகின்றவர்களைக் கோமாளிகள் என்றுதான் சொல்ல வேண்டும். இந்த வருஷம் சென்னைப் புத்தகக் கண்காட்சியில் வெளியான கவிதை நூல்களில் என்னுடையதுதான் முதன்மையானது என்று பீற்றித் திரியும் கவிஞரை எப்படி அணுகுவது? இதுதான் கவிதை என நுட்பமாக வரையறுப்பதற்கு ஏதாவது அளவுகோல் இருக்கிறதா? எந்தக் கவிஞர் தன்னை மரபின் தொடர்ச்சியாக நம்புகின்றாரோ, அவரிடமிருந்துதான் ஆக்கப்பூர்வமான கவிதைகள் வெளிப்படும்.

இரு கவிதைத் தொகுதிகள் வெளியிட்டுள்ள இளைஞியான பெண் கவிஞர் ஒருவர் அண்மையில் என்னைச் சந்தித்தபோது, சுகிர்தராணி,

சல்மா, மாலதிமைத்ரி, லீனா மணிமேகலை என்ற பட்டியலைத் தாண்டி எங்க பெயர் எல்லாம் எப்ப இடம்பெறும் என்றார். அவருடைய கேள்வி நியாயமானது. மனுஷி, ரத்திகா, சுஜாதா செல்வராஜ், கலை இலக்கியா, விஜயலட்சுமி, ரோஸ்லின், பரமேஸ்வரி போன்ற பல பெண் கவிஞர்களின் பெயர்கள் எந்தப் பட்டியலிலும் ஏன் இடம்பெறவில்லை எனத் தோன்றியது. அதைவிட முக்கியமானது பத்தாண்டுகளுக்கு முன்னர் பரபரப்பாகப் பேசப்பட்ட பெண் கவிஞர்களின் கவிதைகள் பற்றிய பேச்சுகள் இன்று மௌனமானதற்குக் காரணம் என்ன என்பது ஆகும். முப்பதாண்டுகளில் ஏழெட்டுக் கவிதைத் தொகுதிகள் வெளியிட்ட ஆண் கவிஞரின் கவித்துவம் பற்றிய மதிப்பீடு இல்லாத நிலையில், பெண் கவிஞர்களைப் புறக்கணிக்கும் ஆண் மேலாதிக்க அரசியல் வலுவடைந்துள்ளது. பொதுவாக ஒவ்வொரு கவிஞரும் தனது கவிதைத் தொகுதிக்காக ஏதாவது `லாபி' செய்யாவிடில், அந்தத் தொகுதியானது, குளத்தில் போட்ட கல்லாக மாறிவிடும் அவலமான சூழல் நிலவுகின்றது. பெண் கவிஞர்களின் நிலையும் அதுதான்.

எழுபதுகளில் அன்னம் பதிப்பகம் வெளியிட்ட கவிதை நூல்கள் ஒவ்வொன்றும் ஆயிரம் பிரதிகள் அச்சடிக்கப்பட்டு ஓரிரு ஆண்டுகளில் விற்றுத் தீர்ந்தன. இன்று காத்திரமான கவிதைத் தொகுதிகூட ஒரு வருடத்தில் நூறு பிரதிகள் விற்பனையாவதில்லை. இதனால் பதிப்பகத்தினர் கவிதைத் தொகுதிகள் வெளியிடுவதில் பெரிதும் அக்கறையற்று உள்ளனர். காலச்சுவடு பதிப்பகம் 60%, உயிர்மை பதிப்பகம் 50% எனத் தள்ளுபடி அறிவித்துப் புத்தகக் கண்காட்சியில் ஸ்டாக் கிளியரன்ஸ் சேல்ஸ் செய்வதைப் பார்க்கும்போது, பதிப்புச்சூழலின் வெக்கை புலனாகின்றது. எழுபதுகளுடன் ஒப்பிடுபோது, இன்று கவிஞர்களின் எண்ணிக்கையும், வாசகர் கூட்டமும் பன்மடங்கு பெருகியுள்ளது. ஆனால் கவிதை நூல்களை விருப்பத்துடன் வாங்குகின்றவர்களின் எண்ணிக்கை மிகக்குறைவாக உள்ளது. கவிஞர் தனது கவிதைப் புத்தகத்தினை அன்பளிப்பாகத் தருவார் என்ற நம்பிக்கை, புத்தகம் விற்பனையாவதைத் தடுக்கிறது. வாசகர்கள் கவிதை நூல்களைக் காசு கொடுத்து வாங்கி, அவற்றை வாசித்து உருவாக்குகின்ற பேச்சுகள்தான், கவிதை நூல்கள் பரவலுக்கு உதவும். காட்சி ஊடகங்களின் ஆதிக்கத்தினல், வெகுஜனரீதியில் கவிதையை வாசிப்பது குறைந்திடும் சூழலில், தமிழ்க் கவிதைகள் இன்னும் எத்தனை காலம் தாக்குப் பிடிக்கும் என்பது முக்கியமான கேள்வி.

கவிதை நூல்கள் பற்றி கும்பமேளா போல நடத்தப்படும் விமர்சனக் கூட்டங்களும் நம்பிக்கை தருவதாக இல்லை. அண்மையில் கவிதை விமர்சனம் என்ற பெயரில் முப்பது கவிதை நூல்களுக்கு இரு நாட்களில் நடைபெற்ற விமர்சனக் கூட்டத்தினால் என்ன பயன்?

பெரும்பாலான நவீன கவிதைகள், அகம் சார்ந்து இறுக்கமான மொழியில் எழுதப்படும்போது, பத்து நிமிடங்களில் கவிதை நூலினை விமர்சிப்பது இயலாதது. ஒருவர் கவிஞராக இருப்பது வேறு, கவிதைத் தொழில்நுட்பம் சார்ந்து விமர்சிப்பது வேறு என்ற புரிதல் வேண்டும். ஒரு கவிதைத் தொகுதி வெளியிட்டுள்ள கவிஞர்கூட விமர்சனச் சிலம்பெடுத்துச் சுழன்றாடுகின்றார். ஒரு கையில் தனது கவிதை பற்றிய கொடியைப் பறக்கவிட்டு, அடுத்த கையினால் எதிராளியின் கொடியை வெட்டியெறியும் அரசியல் சரிதானா? பரஸ்பர சொரியலாக வருடிக்கொடுக்கும் விமர்சனத்தினால் கவிதை பற்றிய ஆழமான பேச்சுகள் உருவாக வாய்ப்பில்லை. கவிதையை முன்வைத்துக் காத்திரமான பேச்சுகளை உருவாக்கிடாமல், இது தாண்டா கவிதை என நெற்றியடியாகப் பேசுவது, ஆரோக்கியமான கவிதைச் சூழல் தோன்றுவதைத் தடுக்கின்றது. கவிதை என்றால் இதுதான் என வலுவாக நிறுவுவதற்கான கருவிகள் எதுவுமில்லாத சூழலில், ஏற்கனவே கவிஞர்கள் என அடையாளம் பெற்றவர்கள், பிற கவிஞர்களின்மீது செலுத்துகின்ற அதிகாரம் கேள்விக்குள்ளாகின்றது.

இரண்டாயிரமாண்டு பாரம்பரியம் மிக்க தமிழ்க்கவிதை மரபு, ஒப்பீட்டளவில் இன்று தேங்கியுள்ளது. கவிதையை முன்வைத்துக் கவிஞர்களைக் கொண்டாடிய சூழல், இன்று வழக்கொழிந்து விட்டது. தமிழ்ச் சமூகத்தில் இன்னும் எத்தனை காலம் கவிதைகள் செல்வாக்குடன் விளங்கும் என்பது முக்கியமான கேள்வி. இத்தகு சூழலில் கவிஞர் என்ற பெருமிதத்துடன் தன்னைப் பற்றி மேன்மையாக நினைக்கின்றவர்கள், பிறருடைய கவிதைகளைக் கறாராகக் கவிதை இல்லை என ஒதுக்குவது ஒருவகையில் அரசியல்தான். அராஜகமும்கூட.

தீராநதி, செப்டம்பர், 2015

அபி கவிதைகள்:
சில எதிர்வினைகள்

1974 ஆம் ஆண்டு கல்லூரியில் பி.எஸ்ஸி முதலாமாண்டு படித்துக் கொண்டிருக்கிறேன். நூலகத்தில் கணையாழி இதழினைப் புரட்டுகையில் அன்னம் பதிப்பக விளம்பரம். அபியின் 'மௌனத்தின் நாவுகள்', அப்துல் ரகுமானின் 'பால் வீதி', I.C.பாலசுந்தரத்தின் 'இது தான் கட்டுரைகள்' ஆகிய மூன்று புத்தகங்கள் பற்றிய தகவல். எனக்கு ஒரே வியப்பு. I.C.B. என அழைக்கப்படும் I.C. பாலசுந்தரம் எம் கல்லூரித் தமிழ்ப் பேராசிரியர் மட்டுமல்ல, நவீன இலக்கியத்தை எனக்கு இயல்பாகக் கற்றுக்கொடுத்த ஆசான். நான் அவரிடம் போய்க் கேட்டேன். அதற்கு அவர், "மீரா கேட்கிறான் நான் எழுதித் தந்திடுவேனா" என்று சொன்னார். கடைசி வரை I.C.B. எந்தப் புத்தகமும் எழுதவில்லை. அபியின் 'மௌனத்தின் நாவுகள்' எனக்குக் கிடைத்தவுடன் உற்சாகமாகப் புரட்டலானேன். புத்தகத்தின் தலைப்பே ஆர்வத்தைத் தூண்டுவதாக இருந்தது. அப்பொழுது வானம்பாடிக் கவிஞர்கள் தமிழில் சிறகடித்துக் கொண்டிருந்தனர். காகிதத்தில் சிவப்புக் கவிதை எழுதுவதன்மூலம் புரட்சியைத் துரிதப்படுத்தி விடலாம் என்று நானும் நம்பிக் கொண்டிருந்தேன். மேலும் ஒருவிதமான ரொமாண்டிச மனநிலையிலிருந்த எனக்கு அபியின் கவிதைகள் ஆயிரமாயிரம் சிறகுகளைத் தோற்றுவித்தன. ஏதோ சொல்ல வருவது போன்ற அபியின் கவிதை வரிகள் என்னுள் நெருங்கிப் புதிய தடத்தைக் காட்டின. குறிப்பாக 'ராப் பிச்சைக்காரனின் பாத்திரம்' கவிதை எனக்கு மிகவும் பிடித்திருந்தது. அது காமம் பற்றிச் சொல்வதாகக் கவிதையிலே குறிப்பிருப்பினும் வேறு வகையானதாகத்தான் எனக்குத் தோன்றியது. ராப்பிச்சைக்காரனின் பாத்திரமும் என் மனமும் ஒன்று என நம்பினேன். எவ்வளவு இட்டாலும் நிரம்பாத மனித மனம் ராப்பிச்சைக்காரனின் பாத்திரமாக உருவகமானது. ஏதோ ஒருவகையான தேடுதலும் அடைதலும், அதில் திருப்தியற்றதுமான வாழ்தலையே

முக்கியத்துவப்படுத்துவதாகத் தோன்றியது. அத்தொகுப்பில் பின்வரும் கவிதை வரிகள் என்னைக் கவர்ந்தன.'

பழத்தின் அழகைப்
பாராட்டுகிறார்
உள்ளிருந்து குடையும்
வண்டின் குடைச்சலை யாருணர்வார்?

இந்தக் கவிதை வரிகள் என்னுடைய பாட நோட்டுகளின் முதல் பக்கத்தில் தொடர்ந்து இடம்பெற்றுக் கொண்டேயிருந்தன. அபி மதுரையில்தான் இருக்கிறார் என்று கேள்விப்பட்டு அவரை நேரில் காண்பது குறித்து I.C.B.யிடம் கேட்டேன். "முருகேசா அவரைப் பார்த்து என்ன பண்ணப்போறே" என்றார். என் ஆவல் தணிந்தது. அண்மையில் நண்பர் அபியைச் சந்திக்கும் வாய்ப்புக் கிடைத்தது. எளிமையாகப் பழகும் அவரது அணுகுமுறையும் கனமான விஷயத்தையும் எளிதில் புரியும்படி பேசியதும் ரொம்பப் பிடித்தமாக இருந்தது. அபியின் மணிவிழா மலரில் அவரைப் பற்றி எழுதுமாறு நண்பர் கேட்டபோது உற்சாகத்துடன் ஒப்புக் கொண்டேன்.

மௌனத்தின் நாவுகள் (1974), அந்தர நடை (1979), என்ற ஒன்று (1988) ஆகிய மூன்று தொகுப்புகளையும் மறுவாசிப்புச் செய்யும்போது இரு விஷயங்கள் முதன்மையாயின. (i) அபி போன்ற ஆளுமையான கவிஞர் கடந்த 27 ஆண்டுகளில் மூன்று தொகுப்புகள் மட்டும் வெளியிட்டிருப்பது ஏமாற்றமளிக்கிறது. (ii) கவிஞர் மீராவின் சிநேகமான பார்வையே அபியைத் தமிழுக்குத் தந்திருக்கிறது.

கவிதையானது மொழியின் வழியே அதிகபட்ச சாத்தியங்களுடன் வாழ்க்கையின் பல்வேறு தளங்களை நுணுக்கமாகப் பதிவாக்க முயலுகிறது. ஒவ்வொரு கவிதையும் கவிஞரிடமிருந்து தொப்புள் கொடியை அறுத்துக்கொண்டு பூமிக்கு வந்தவுடன் சுயம்புவாகத் தனித்திருக்கின்றது. கவிதைக்குள் பொதிந்துள்ளள ஆற்றல், வாசிப்பின்மூலம் சரியான வாசகனைச் சென்றடையும்போது கவிதை முழுமையடைகிறது. சுருங்கக்கூறின், கவிதை தனது வாசகனுக்காகக் காத்திருக்கிறது. சில கவிதைகளில் சங்கேதக் குறியீடுகள், Password அறிந்தவர்களால் மட்டுமே கவிதை வரிகளுக்குள் உறைந்து கிடக்கும் மௌனத்தைப் புரிந்துகொண்டு உள்நோக்கிப் பயணிக்கவியலும். இன்னொரு வகையில் பார்த்தால் கவிதையானது மொழியின் அதிகபட்ச விளையாட்டு. விதிகளற்ற விதிகளை ஒவ்வொரு மனதிலும் நுணுக்கமாக விதித்துக்கொண்டு செக்கடி பூதமாகக் கவிதை உயர்ந்து நிற்கிறது. கவிதை வரிகளுக்குள் கவிஞன் சமாதியாகிக் கிடக்கிறான் அல்லது யாராவது தான் சுவாசிப்பதைப் புரிந்து மீட்க வருவார்களா என வழிமேல் விழிவைத்துப் புதைந்துள்ளான். பிற இலக்கிய வடிவங்களைவிட கவிதை கறாராக ஏராளமான எதிர்பார்ப்புகளை முன்

வைக்கிறது. தேர்ந்த வாசகன் 'பரமபத சோபன படம்' விளையாடும் ஆட்டக்காரன் எனலாம். அதிலும் இரண்டாயிரம் ஆண்டுப் பாரம்பரியம் மிக்க தமிழ்க் கவிதையில் வெவ்வேறு தடைகளைத் தாண்டிச் செல்ல வேண்டிய சூழல் உள்ளது. தொண்ணூறுகளில் புத்தம் புதிய தொகுப்பு மூலம் களத்தில் குதித்த இளங்கவிஞர்கள், முந்தைய தலைமுறையினரைப் புறந்தள்ளிவிட்டுப் புதிய தொகுப்புகளே நவீனமானவை என்ற வாதத்தை முன்னிறுத்துகின்றனர். இக்குரலில் பொதிந்துள்ள ஆர்வக் கோளாறையும் ஆதங்கத்தையும் புரிந்து கொள்ளமுடிகிறது. ஒற்றைத் தொகுப்பு மூலம் சாதனையாளர் பட்டியலில் இடம்பெற்று அடையாளத்தை வெளிப்படுத்த முயலும் கவிஞர்களைக் காலம்தான் உறுதிப்படுத்தும். இத்தகைய சூழலில் கவிஞர் அபியின் ஸ்தானம் யாதென ஒப்பீட்டளவில் மதிப்பிடுவது சரியாகத் தோன்றவில்லை.

கடந்த இருபத்தேழு ஆண்டுகளுக்கும் மேலாக எழுதி வரும் அபி பற்றி இலக்கியவுலகில் நிலவும் அபிப்ராயங்கள் முக்கியமானவை. அபி என்றால் படிமக் கவிஞர் / இருண்மைக் கவிஞர். அவரது கவிதைப் படிமங்கள் எளிதில் புரிந்துகொள்ளக் கூடியன அல்ல. அபியின் கவிதை நுட்பங்களைப் புரிந்துகொள்ள மெய்யியல் பின்புலம் தேவை. இத்தகைய அபிப்ராயங்கள் அபியின் கவிதைகள் பற்றிய மதிப்பீடாகவும், இன்னொரு நிலையில் அபி பற்றிய தட்டையான அபிப்ராயத்தை உருவாக்குகின்றனவாகவும் உள்ளன. இதனால் சராசரி வாசகன் ஏற்கனவே நிலவும் தட்டையான அபிப்ராயத்தைச் சுயமானதாக வரிந்து கொண்டு ஒற்றைவரி அபிப்ராயத்தை உதிர்த்துவிட்டுச் செல்லும் போக்கு தமிழில் உள்ளது.

அபியின் கவிதை மொழி, கவிதையுலகு வாசிப்பதற்கு வாசகனை ஈர்த்திடாமலும் அவனுடைய தேடலுக்கான தடயங்களை வரிகளுக்கிடையில் விட்டுவிடாமலும் விரைத்துள்ளதா? என்பது இன்று நம் முன்னர் உள்ள முக்கியமான கேள்வி. இத்தகைய முன் கூட்டிய அபிப்ராயங்கள் இலக்கிய வளர்ச்சிக்குப் புறம்பானவை. சுயமான வாசிப்பின் மூலம் வந்தடையும் அசலான அபிப்ராயம்தான் அபியின் கவிதைகளை வாசிப்பதற்கான அடிப்படையாகும்.

அபியின் மூன்று கவிதைத் தொகுதிகளும் வெளிப்பாட்டில் வெவ்வேறு தன்மையுடையனவாக உள்ளன. அவை வாசிப்பில் மாறுபட்ட அளவுகோல்களைக் கோருகின்றன. முதல் தொகுப்பான 'மௌனத்தின் நாவுகள்' வெளிவந்தபோது பரவலாகப் பலரது கவனத்தையும் கவர்ந்தது. அலங்காரச் சொற்களும் தேவையற்ற வடமொழிச் சொற்களும் வார்த்தை ஜாலங்களும் நிரம்பி வழிந்த வானம்பாடிக் கவிதையுலகின் பாதிப்பு, அபியின் முதல் தொகுப்பில் உள்ளது.

“யுகமுகடு, நிமிஷ நுரை, கண்ணீர்ப் பாடகன், பருவப் பட்டயம், அழகின் கையொப்பம், மதன சரித்தரம், சோக விருட்சம், உதயங்களைப் புஷ்பிக்கும்...” போன்ற சொற்கள் மறுவாசிப்பில் உவப்பானவையாக இல்லை. அபியின் பின்னிரு தொகுப்புகளும் இத்தகைய அலங்காரப் புனைவுகளைத் துறந்துவிட்டு அசலான கவிதை மொழியில் வெளியாகியுள்ளன. அபியின் கவிதை மொழிநடை வாசிப்பில் சுவாரசியமற்று இருப்பினும் ஒரே கவிதையை வெவ்வேறு வடிவங்களில் எழுதுவதாகத் தோன்றினாலும், தமிழில் கவிதை மொழியினை அதிகபட்ச சாத்தியங்களுக்கு இட்டுச் சென்ற சாதனையாளர் அபி ஆவார். நீங்கள், அவன், என் போன்ற சொற்கள் மூலம் முன்னிலைப்படுத்தியும் தன்மையுளப்படுத்தியும் கவிதை சொல்லுகின்ற முறையினால், கவிதையுடன் ஒருவிதமான நெருக்கம் ஏற்படுகிறது.

நீ நிற்கும்
சிலுவையின்
நிழலில் கூட
ஆணிகள்

நீ என வாசகனை விளித்து அபி முன்னிறுத்தும் வார்த்தைகள் வாசகனை மையப்படுத்துவதாகக் கருதலாம். தேவதூதன் இயேசு அறையப்பட்ட சிலுவைக் குறியீட்டினைச் சாதாரண மனிதனுக்கும் ஆனதாக மாற்றிக் கவிதையை வேறு தளத்திற்கு மாற்றுகின்றார் கவிஞர்.

எனக்குச்

சிறகுகள் தந்த

உன் கரங்கள்

உடனே வலையானதேன்?

சிறகுகள் x வலை என்ற முரண்பட்ட சொற்கள்மூலம் எதிராளியை முன்னிறுத்தும் கவிதையிலும் அபியின் சொல்தேர்வு அருமையாக வெளிப்பட்டுள்ளது. புரியாத கவிஞர் என்ற குற்றச்சாட்டிற்குள்ளாகிய அபியின் வரிகளா இவை என்று இளம் வாசகன் கேட்கக்கூடும். எல்லா வகையிலும் சொற்களைக் கசக்கி எழுதப்படுவதுதான் கவிதை என்ற நிலையில் அபி காட்சிக்கு எளியவராக உள்ளார். எளிய சொற்களையும் கவிதை மொழியாக உருமாற்றி வெவ்வேறு தளங்களுக்கு இட்டுச் செல்லுவது இவரது தொடக்ககாலக் கவிதைகளின் சிறப்பாகும்.

உலகின் விஷங்களை வெல்லவோ
உன் முகத்தில் இரண்டு மகுடிகள்

நீவிழிகளை 'மகுடிகள்' என்று உருவகப்படுத்தும் அபி அவை விஷத்தை வெல்வதற்கானவை என்பதை நுணுக்கமாகக் கவிதைக்குள் பொதிந்திருப்பது வாசிப்பில் சலனத்தை ஏற்படுத்துகிறது.

ஒற்றையடிப் பாதை...

எந்த ஊரிலும்

இரையெடுக்காமல்

இளைத்து இளைத்து

எங்கோ போகிற

ஒற்றையடிப் பாதை...

இங்கு விவரிக்கப்படுவது பாம்பா, பாதையா என்ற குழப்பமேற்படுகிறது. கவிதை மொழியானது மலைப்பாம்பைப் போல அங்குமிங்கும் வளைந்து ஊர்கிறது. வழியில் எதுவும் நிகழலாம், ஆள் அரவமற்றது... போன்ற சாத்தியப்பாடுகள் உடைய ஒற்றையடிப் பாதையை மொழி விளையாட்டு மூலம் பாம்பாக்கும் சித்து வேலை அபிக்குக் கைவரப்பட்டுள்ளது. வாசிப்பில் வசீகரத்தைத் தருவதுடன் மன அதிர்வுகளையும் தோற்றுவிக்கிறது. 'பகல்வெளியில் எங்கோ...' என்ற கவிதையும் இதே தன்மையுடையது.

அபியின் பிற கவிதைகளை விட 'ராப்பிச்சைக்காரன்' கவிதை பலராலும் சிலாகிக்கப்படுகிறது. தொகுப்பின் முன்னுரையில் அப்துல் ரகுமான் சொல்லியுள்ள கருத்தை எவ்வித விமர்சனமுமற்றுப் பல திறனாய்வாளர்கள் தம்முடைய நூல்களில் கையாண்டுள்ளனர். காமத்தை ராப்பிச்சைக்காரனாக உருவகிக்கும் அபியின் கவிதை முயற்சி தட்டையானது.

போ போ போய்விடு
போ போ போய்விடு
ராத்திரிப் பிச்சைக்காரனே

என்று வெறுப்புடன் கூவும் அபியின் கவிதையுலகு மேலோட்டமாக இருக்கிறது. காமத்தை உயிருள்ள ஜீவனாக, வஸ்துவாக முன்னிலைப் படுத்தும் கவிதை கருத்தளவிலும் ஏற்புடையதாக இல்லை. ஆண்பெண் மதிப்பீட்டில் ஏற்பட்டுள்ள அண்மைக்கால மாற்றங்கள் காமம் பற்றிய அபியின் புரிதலைக் கேள்விக்குள்ளாக்குகின்றன. 'காமம் மலரினும் மெல்லிது' என்று கொண்டாடும் தமிழ்ச் சூழலில் 'ராப்பிச்சைக்காரன்' மிக வறட்சியான கவிதை.

மௌனத்தின் நாவுகள் தொகுப்பைப் பொறுத்தவரை வாசிப்பில் வாசகனுக்குத் தரும் அனுபவங்கள் நெருக்கமானவை. அபியின்

முன்மொழிதல்களுடன் வாசகரும் இணைந்து பயணம் செய்வதற்குத் தோதாகக் கவிதைகள் உள்ளன. கவிதை வரிகள் 'சுலோகங்களாக' மனதில் பதிந்து வளர்ச்சியைத் தரவல்லன. அபியின் கவிதைகள் என்றாலே 'மௌனத்தின் நாவுகள்' தான் என்ற அழுத்தமான பாதிப்பு இன்றுவரை உள்ளது.

*1979*இல் வெளியான 'அந்தர நடை' தொகுப்பும் *1988*இல் வெளியான 'என்ற ஒன்று' தொகுப்பும் முந்தைய தொகுப்பைவிட முற்றிலும் மாறுபட்ட கவிதைகளை முன்னிறுத்துகின்றன. அபியின் கவிதை வெளிப்பாடு மாற்றமடைந்துள்ளது. படைப்பாளி என்ற நிலையில் படைப்பு மனம் பற்றிய புதிய வகைப்பட்ட சிந்தனையில் ஆழ்ந்திட்ட கவிதையுலகு வேறு தளத்தில் பயணப்படுகிறது. மெய்யியலும் வாழ்க்கை பற்றிய அனுபவச் செறிவும் வாழ்வின் அர்த்தமும் அர்த்தமின்மையும் தோற்றுவிக்கும் அபத்தமும் அபியின் கருத்தியலில் பாதிப்பை தோற்றுவித்துள்ளன.

வடமொழிச் சொற்களும், அலங்காரச் சொற்களும் நிரம்பிய நடையைப் புறக்கணித்து விட்டுத் தனக்கான கவிதை மொழியைத் தேர்ந்தெடுப்பதில் அபியின் முனைப்பு புலப்படுகிறது. ஆழ்மனதில் இடையறாத விவாதத்திற்குள்ளாகும் படைப்பாளிக்கே இத்தகைய மாற்றம் சாத்தியப்படும். இது அபிக்கு லபித்திருக்கிறது.

இரு தொகுப்புகளிலும் கவிதை ஊடகத்தினைக் கையாண்டுள்ளவிதம் ஆழ்ந்த விவாதத்திற்குரியது. காலம் x அகாலம், உள் x வெளி என வெவ்வேறு நிலைகளில் இயக்கமும் ஆற்றலும் ஏற்படுத்தும் பதிவுகள், கவிதை வரிகளாக வெளிப்பட்டுள்ளன. சூன்யம் என்ற ஒன்றுமற்ற வெளி, புலன்ரீதியில் கவிஞர்களைக் குழப்பத்திற்குள்ளாக்குகிறது. எல்லாம் தெளிவாக இருக்கிறது என்ற நிலையே தெளிவின்மையின் தொடக்கம் என்பதான யதார்த்தப் பிரக்ஞை ஒவ்வொரு கணமும் வெவ்வேறு பிசிறுகளை உருவாக்குகிறது.

கவிஞனின் புறவுலகக் காட்சிகள் மெல்ல மறைந்து முழுக்கத் தன்வயப்பட்ட நிலையில், அமானுஷ்யம் நிரம்பி வழியும் சூழலில் புலன்களின் செயற்பாடு சுருங்கிவிடுகிறது. அதிலும் கவிஞர் அபிக்குப் போன்று அறிவியல் அறிமுகமிருப்பின், இன்னும் விஷயம் சிக்கலாகிவிடுகிறது. கவிதை எதிராளியை முன்வைத்துச் சொல்வதாகத் தோன்றினாலும், அபி தன்னையே முன்வைத்து முன்மொழிந்துள்ளார். அபியின் கவிதைகள் அபியின் சாயலுக்காக எழுதப்பட்டவை. அபி புலன்களின் தேடலையும் பிரக்ஞையின் நுட்பங்களையும் மறுவாசிப்புச் செய்து கவிதையாக்கியுள்ளார். இதனால்தான் பின்னிரு தொகுதிகளும் சராசரி வாசகனை அண்டவிடுவதில்லை; மாயலோகத்தில் கற்கோட்டையாக விரைத்து நிற்கின்றன. அபியின் கவிதையுலகிற்குள் நுழையச் சங்கேதச் சொல் தேவைப்படுகிறது.

அபியின் கவிதைச் சொற்கள் கலைச்சொற்களாக இருப்பதனால் எளிதில் உள்ளேவிட மறுக்கின்றன. பொதுவாகக் கவிதை வாசிப்பில் வழமையாகக் கிடைத்திடும் குதூகலம் அல்லது கொண்டாட்டம் கிடைக்காத நிலையில், வெளி, இடம் என விரித்து அகாலத்திற்குள் மட்டுமான தேடலைக் கவிதை முன்னிறுத்துவதால் வரிகள் வறண்டுள்ளன. இவை குறித்த பயிற்சியிருப்பின் வரிகளுக்குள் நுழையலாம் என்று கவிதை விடுக்கும் சவாலை எதிர்கொள்ளும் நிலையில்லாத தமிழ்ச்சூழலில் அபி பெரிய அளவில் பேசப்படாமலே உள்ளார்.

அந்தர நடை தொகுப்பிலுள்ள பின்வரும் கவிதைகள் அபியின் தத்துவச் சார்புக்குச் சில சான்றுகள்.

பிரபஞ்ச தூசுகள்...
மூச்சிடை உள்ளிழுத்து
வெளியை
ஒரு சிரிப்பில் சுருட்டி விரிந்த
சூன்யத்தில்
....
நீ
இயல்பில்
வடிவிலி
சூன்யம் என்ற சொல்
இருந்த வரை
எல்லாம் சரியாயிருந்தது
அண்டம், தன்
தையல்பிரிந்து
அவதியுற்றது

இவை போன்ற கவிதைகள் பிரபஞ்சம் பற்றிய அபியின் புரிதலை முன்னிலைப்படுத்துகின்றன.

தத்துவத்தில் தோய்ந்தாலும் மின்னலெனப் பளீரிடும் சொற்கள் மூலம் அற்புதமான கவிதை வரிகளும் தொகுப்பிலுள்ளன.

“ஒருநாள்
கூந்தல் இடைகளில்
காற்று
பிணங்களை
இழுத்துக் கொண்டோடியது”

“சுவர் விலகி வழிவிடினும்
கதவு விலகுகிறது”

“வார்த்தைகள்
பிறந்த மேனியிலே
பிரிந்து தொடர்பற்று
எங்கேனுமொரு
அனாதை ஆசிரமத்தின்
சவ்வுக் கதவு தட்டும்”

இத்தகைய போக்கு சிறிய அளவிலே உள்ளது.

படிமங்கள்மூலம் கவிதையைத் தத்தவச் செறிவினுக்குள் நகர்த்திச் செல்லும் அபியை இருண்மைக் கவிஞர் அல்லது படிமக் கவிஞராக மட்டும் முத்திரையிடுவது ஏற்புடையதன்று. அவரது கவிதைகள் ஒவ்வொரு வாசிப்பிலும் புத்தம் புதியதான தரிசனங்களைத் தந்து கொண்டேயிருக்கின்றன. புரியாத புதிரான மன இயந்திரத்தின் நுட்பங்களும் பிரபஞ்சத்தின் மர்மமான சிடுக்குகளும் தொடரும் சூழலில், அபியின் கவிதைகள் என்றும் தனக்கான வாசகரைத் தேடி வெளியெங்கும் அலைந்து கொண்டேயிருக்கின்றன.

யாதுமாகி, ஜூலை 2005

விக்ரமாதித்யனின் கவித்துவம்

எழுபதுகளின் பிற்பகுதியில் மதுரை பேருந்துநிலையக் கடையொன்றில், மட்டமான தாளில் அச்சடிக்கப்பட்டிருந்த 'விழிகள்' பத்திரிகையை வாங்கிப் புரட்டினேன். அதில் வெளியாகியிருந்த, "கரடி சைக்கிள் விடும்போது நாம் வாழ்க்கையை அர்த்தப்படுத்த முடியாதா?" என்று முடியும் கவிதை எனக்குப் பிடித்திருந்தது. எஸ்.வைத்தீஸ்வரன், நாரணோ ஜெயராமன், சி.மணி, பிரமிள் போன்றோரின் இறுக்கமான கவிதைகளுக்கிடையில், விக்ரமாதித்யனின் அந்த நெகிழ்வான வரிகள் வித்தியாசமாக இருந்தன. விழிகள் இதழை நடத்திய மு.ராமசாமியிடம், "யார் இந்த விக்ரமாதித்யன்?" என்று கேட்டேன். அவர், "யாருன்னு தெரியலை, கவிதை அனுப்பியிருந்தார். பிடிச்சிருந்தது, போட்டேன்" என்றார். அப்புறம் அவர் ஓரிரு ஆண்டுகளில் என்னைத் தேடி சமயநல்லூர் வந்ததும், அதனால் ஏற்பட்ட நட்பும், அனுபவங்களும் தனிக்கதை.

அன்னம் பதிப்பகம் வெளியிட்ட 'நவகவிதை' வரிசையில், விக்ரமாதித்யனின் 'ஆகாசம் நீல நிறம்' கவிதைத் தொகுப்பு தனித்துவமானது. எளிய சொற்களில், சிடுக்குகள் அற்ற மொழிநடையில் எழுதப்பட்டிருந்த கவிதைகள் வாசிப்பில் நெருக்கத்தை ஏற்படுத்தின. அன்றைய காலக்கட்டத்தில், மைய நீரோட்டத்தில் இணையமுடியாத நிலையையும், அதனால் நொம்பலாகும் மனிதனையும் சித்திரித்த கவிதைகள் பலரைக் கவர்ந்தன. வாசகரை முன்னிறுத்திக் கவிதைகளின் வழியாக விக்ரமாதித்யன் நிகழ்த்திய சொல்லாடல்கள், புதியபோக்கினை அறிமுகப்படுத்தின. நவீனத் தமிழ்க்கவிதையில் அவருடைய இடத்தினை உறுதிப்படுத்தின.

அவருடைய இரண்டாவது தொகுப்பான 'ஊருங்காலம்' மிகவும் வெளிப்படையான கருத்தை முன்னிறுத்தியது. சொற்கள் தேர்வில் அக்கறையில்லாமல், மொழியின்மீது ஆளுகையற்று எழுதப்பட்டிருந்த

கவிதைகள் வாசிப்பில் ஈர்ப்பை ஏற்படுத்தவில்லை. விக்ரமாதித்யனின் முதல்தொகுப்பின் மீதான கவனத்துடன், அவரைக் கவிஞராகக் கொண்டாடிய என்னைப் போன்றோர், 'ஊருங்காலம்' வெளியானவுடன் நேரில் சொன்ன விமர்சனங்களை அவர் புறக்கணித்தார். தொடர்ந்து பல்வேறு இதழ்களில் அவர் எழுதிய கவிதைகள் பிரசுரமாயின. அதிக அளவில் கவிதை எழுதுகிறவராக அவரை அடையாளப்படுத்தின. அவர் தனக்கெனத் தனித்த பாணியில் எழுதிய கவிதைகள், இளம் வாசகர்களைக் கவர்ந்தன. கவிதை என்பது 'கம்பசித்திரம்' என்ற கட்டமைப்பைச் சிதைத்து, எப்படி வேண்டுமானாலும் இருக்கலாம் என்பதை அறிமுகப்படுத்திய எளிய கவிதை வரிகளைப் பின்பற்றிக் கவிஞர்கள் சிலர் உருவாகினர். இரண்டாயிரமாண்டுப் பாரம்பரியமான தமிழ்க்கவிதைப் பரப்பில் அருவி, சிவன், அம்மன், கொலுசு, பத்தினி... எனக் கவிதை மூலம் விக்ரமாதித்யன் சித்தரித்தது புதியபோக்குதான். எனினும் தொடர்ந்து அதேமுறையில் எழுதப்பட்ட கவிதைகள் தீவிரமான வாசகருக்கு ஆயாசத்தை ஏற்படுத்தின.

எண்பதுகளின் நடுவில், 'மகாகவி'யாகத் தன்னைக் கருதிய விக்ரமாதித்யனின் கனவில் அர்த்தமிருந்தது. ஏனெனில் அன்று படைப்பாளர்கள் எல்லோருக்கும் ஏதோ ஒரு லட்சியம், அடைய வேண்டிய இலக்காக இருந்தது. கவிதைகளின் மூலம் தமிழகமெங்கும் பரவலாக நண்பர்களைப் பெற்று, 'மகாகவி'யாக வலம் வந்த விக்ரமாதித்யன் தன்னுடைய நடவடிக்கைகள் மூலம் தனித்து விளங்கினார். இந்நிலையில் தொண்ணூறுகளில் தொடங்கிய நவீன கவிதைப்போக்கு, தமிழில் பெரும்பாய்ச்சலாக வெளிப்பட்டது. புதிதுபுதிதான இசங்களின் அறிமுகமானது, புதிய வகைப்பட்ட கவிஞர்களைத் தமிழுக்கு அடையாளங்காட்டியது. பெண்கவிஞர்களும், தலித்தியக் கவிஞர்களும் தங்களுக்கென உருவாக்கிய புதியமொழியில் எழுதிய கவிதைகள் சூழலில் அதிர்வை ஏற்படுத்தின. மொழியின் அதிகபட்ச சாத்தியப்பாடுகளைச் செறிவாகக்கொண்டு புனையப்பட்ட கவிதைகள் நவீன கவிதைப்போக்கினைத் தீர்மானித்தன. இத்தகு சூழலிலும் விக்ரமாதித்யன் அவருடைய வழமையிலிருந்து மாறாமல் தொடர்ந்து கவிதைகள் எழுதிக் கொண்டிருக்கிறார். அவருடைய கவிதைகளை மதிப்பிட வழமையான அளவுகோல்கள் போதாது; புதிய வகைப்பட்ட விமர்சன அணுகுமுறைகள் தேவைப்படுகின்றன.

கடந்த முப்பத்தைந்து ஆண்டுகளாகப் படைப்புலகில் தீவிரமாக இயங்கிவரும் மூத்த படைப்பாளியான விக்ரமாதித்யன், அவ்வப்போது புனைகதை, கட்டுரைகள் எழுதினாலும் அவர் கவிஞர் என்றே அறியப்படுகின்றார். புதுக்கவிதை மூலவரான ந.பிச்சமூர்த்தியின் மரபில் வந்தவரான விக்ரமாதித்யன், 'பக்தி இலக்கியம்' மீது பற்றுக் கொண்டவர். எல்லோருடனும் சாதிவேறுபாடு இல்லாமல் பழகும்

அவருக்குக் கவிதை என்பது உயர்சாதிக்காரர்களுக்கு மட்டுமே கைவரக் கூடிய 'புனித வஸ்து' என்ற அபிப்ராயமுண்டு. தாமிரபரணி ஆறு, திருநெல்வேலி, சைவஉணவு, தேவாரம், பிள்ளைமார் வீட்டுவளவு போன்றவற்றை உன்னதம் என்று வழிபடுகின்ற சைவப் பிள்ளைமார்தனம் அவருக்குள் ஆழமாகப் பொதிந்துள்ளது. மதம் என்ற ரீதியில் சைவம் ஏற்படுத்திய கொடூரங்களையோ, சம்பந்தரும் நாவுக்கரசரும் தேவாரப் பதிகங்களில் பதிவாக்கியுள்ள வன்முறைகளையோ மறந்துவிட்டு, அவற்றைத் தமிழரின் அடையாளமாகத் தூக்கிப்பிடிப்பது, அவருடைய சாதிய ஈடுபாட்டின் வெளிப்பாடு அன்றி வேறு என்ன? அவர் மரபின் வேர்கள் என்று கவிதைகளின் மூலம் விதைக்கும் கனவு, சைவசித்தாந்தப் பின்புலமுடையது.

பொதுவாக விக்ரமாதித்யனின் கவிதைப் பரப்பு, அன்றாடக் காட்சிகளைப் பதிவாக்க முயலுகிறது; ஓய்வாக அல்லது குழப்பத்துடன் இயங்கிடும் மனிதமனத்தில் பளீரிடும் எண்ணங்களைச் சொற்களாக மாற்றுகின்றது. ஆனால் கவிதைக்குச் சொற்சிக்கனம் அடிப்படையானது என்பதை மறந்திட்ட கவிஞர், இஷ்டம் போலச் சொற்களின் வழியே பயணிக்கிறார்; விரல்களின் இடுக்கில் கசிந்திடும் சொற்களை எவ்விதமான ஆளுகையும் இல்லாமல் பயன்படுத்துகிறார். சங்கக் கவிதை முதலாகக் கவிதையின் தொழில்நுட்பம் குறித்து அறிந்திருந்தும், விக்ரமாதித்யன் தனது கவிதையாக்கத்தில், எவ்விதமான தொழில் நுட்பத்தையும் பயன்படுத்த மறுப்பது ஆய்விற்குரியது.

விக்ரமாதித்யனுக்குக் கவிதையின் பாடுபொருள், வடிவம், செய்நேர்த்தி குறித்து பெரிய அக்கறை எதுவுமில்லை. அவர் ஒரு செம்மாந்த நிலையில் அல்லது பித்து மனநிலையில் போதமற்று எழுதிக் குவிக்கின்றார். கவிதை எழுதுவது என்பது அவரைப் பொறுத்தவரையில் புகைப்பதும், குடிப்பதும், புணர்வதும் போலத்தான். இன்னும் சொன்னால், சுவாசிப்பது போன்றதாகும். அவர் மீது வன்முறை செலுத்தவேண்டுமெனில், கவிதை எழுதக்கூடாது என்று தடைவிதிக்க வேண்டும். வாழ்க்கையின் நல்லது, கெட்டது பற்றி நன்கறிந்தும், தன் இஷ்டம்போல வாழ்வேன் என அவர் தேர்ந்தெடுத்த வாழ்க்கையைப் போலவே அவருக்குக் கவிதையும் உள்ளது. எனவேதான் கவிதை பற்றிய நண்பர்களின் விமர்சனங்களையும், ஆலோசனைகளையும் செவிமடுக்கத் தயாராக அவர் இல்லை.

கவிதை எழுதுதல், கவிதையை நகலெடுத்தல், ஏதோ ஒரு சிறுபத்திரிகைக்கு அனுப்புதல், அது எப்பொழுது வெளியாகும் எனக் காத்திருத்தல், ஒருக்கால் அப்பத்திரிகை நிறுத்தப்பட்டுவிட்டால், வேறு பத்திரிகைக்கு அதே கவிதையை அனுப்புதல்... என்ற விக்ரமாதித்யனின் பௌதிக முயற்சிகள் கடுமையான உழைப்பின் அடிப்படையிலானவை. தமிழகத்தின் எங்கோ ஒரு மூலையிலிருந்து

நான்கைந்து இளைஞர்களால் நடத்தப்பெறும் குட்டியூண்டு பத்திரிகைக்குக்கூட 'வித்தியாசம்' பார்க்காமல் கவிதைகள் அனுப்பும் ஒரே மூத்த கவிஞர் விக்ரமாதித்யனாகத்தான் இருப்பார். கவிதைகள் எழுதி அனுப்புவதன் மூலம் தன்னுடைய பொருளியல் வாழ்க்கைக்கு எந்தப் பயனும் கிடைக்காது என்று அறிந்தும், அவர் இடைவிடாமல் இயங்கிக் கொண்டிருக்கிறார். அவரைக் கவிதைப்பிசாசு பிடித்துள்ளது என்றுதான் கருத வேண்டியுள்ளது.

உ.வே.சா.வின் ஆசிரியரான மகாவித்துவான் மீனாட்சிசுந்தரம் பிள்ளை ஓர் ஊரில் தங்கியிருந்து, ஓரிரு மாதங்களுக்குள் ஆயிரக்கணக்கான செய்யுள்கள் அடங்கிய புராணம் இயற்றுமளவு வல்லமை பெற்றிருந்தார். அவரைப் போன்ற புலவர்கள், தமிழ்க்கவிதை மரபில் எல்லாக் காலக்கட்டங்களிலும் செல்வாக்குடன் விளங்கினர். இருபதாம் நூற்றாண்டிலும் 'ஆசுகவி' எனக் கவிதைமழை பொழியும் கவிஞர்கள் தமிழகத்தில் வாழ்ந்தனர். இத்தகைய கவிராயர்கள், ஊர்ஊராகச் சென்று பாடல்கள் பாடிய சங்ககாலப் பாணர் மரபின் வழித்தோன்றல்கள் ஆவர். தனிப்பாடல் பாடிய புலவர்கள் பற்றிய வரலாற்றுத் தகவல்களை ஆராய்ந்தால், அவர்கள் ஊர்கள்தோறும் அலைந்து திரிந்து வாழ்ந்ததை அறியமுடியும். புலவர் என்று தன்னை அடையாளம் காணும் நிலையில், வேறு தொழில்கள் எதுவும் செய்யாமல், எப்பொழுதும் பாடல் எழுதும் மனநிலையுடன் அலைந்து திரிதல் என்பது புலவர்களுக்கே உரியதாகும். 'எத்திசை செலினும் அத்திசைச் சோறே' என்ற வார்த்தைகள் வெறுமனே வீராப்புக் கருதிச் சொல்லப்பட்டவை அல்ல் புலமைச்செருக்குடன் திமிராகச் சொல்லப்பட்டவை. இத்தகைய கவிராயர்களுக்குத் தமிழ்ச்சமூகத்தில் பெரும்மரியாதை இருந்தது. கவிஞர் விக்ரமாதித்யனைக் கவிராயர் மரபில் வந்தவராகத்தான் கருத வேண்டியுள்ளது. நாடோடி போலப் புலம்பெயர்ந்து கொண்டிருப்பதுடன், கவிதைகளைத் தனது அடையாளமாகக் கொண்டிருப்பவரை வேறு எப்படிக் குறிப்பிடவியலும்?

விக்ரமாதித்யன் தனது முதல்தொகுப்பில் எழுதிய கவிதைகளை மீண்டும் மீண்டும் நகலெடுக்கிறார் என்று அவர்மீது ஒரு குற்றச்சாட்டு உண்டு. யோசிக்கும்வேளையில், கவிராயர் மரபில் வந்த அவரால் வேறு எப்படிச் செயற்பட முடியும்? பொருளியல்ரீதியில் தனது இருப்பைத் தீர்மானிக்க முடியாத அவலமும், சுயஇரக்கமும் தனி மனிதப் புலம்பல்களாக அவருடைய கவிதைகளில் தொடர்ந்து இடம்பெறுவது தற்செயலானது அல்ல. ஆயிரக்கணக்கான ஆண்டு களாகப் பொதிகைமலை உச்சியிலிருந்து கொட்டுகின்ற அருவிக்கும் விக்ரமாதித்யனுக்கும் பெரிய வித்தியாசம் எதுவுமில்லை. அன்றாட வாழ்வின் கசப்புகள், கொண்டாட்டங்கள், துக்கங்கள், பெருமிதங்கள் போன்றவை அவருக்குள் ஏற்படுத்திய உணர்வுகள் அப்படியே

கவிதை வரிகளாக வெளிப்படுகின்றன. கவிதைகள்மூலம் அவர் கண்டறிந்த கண்டுபிடிப்புகள் என்று எதுவுமில்லை. கவிதையைப் பூடகமாக்கி மர்மப்படுத்துதல், திருகப்பட்ட மொழியின் மூலம் ஏதோ ஒன்று கவிதைக்குள் இருப்பதாக பம்மாத்துப் பண்ணுதல், எல்லாம் தெரிந்தது போன்று பாசாங்குசெய்து கவிதையைத் தத்துவ வாகனமாக மாற்றுதல்... போன்றவை அவருடைய கவிதையாக்கத்தில் இல்லை என்பதையும் இங்குப் பதிவு செய்ய வேண்டியுள்ளது.

பாலைநிலவன், யவனிகா ஸ்ரீராம், வஷ்மிமணிவண்ணன், கைலாஷ்சிவன், பிரான்சிஸ் கிருபா, சங்காரராம சுப்ரமணியன் போன்ற முக்கியமான கவிஞர்களைப் பற்றியெழுதி 'ப்ரமோட்' செய்யும் விக்ரமாதித்யனுக்கு நவீனகவிதையின் சூட்சுமங்கள் நன்கு தெரியும். மொழியை நுணுக்கமாகக் கையாளும் திறன் பெற்றுள்ளவர், கவிதையாக்கத்தில் ஏன் சோதனை முயற்சியில் ஈடுபடவில்லை என்பது முக்கியமான கேள்வி. அவர் தன்னுடைய இருப்பினைக் கவிதையின் மூலம் விசாரிக்க மட்டும் முயலுகின்றார். எழுபதுகளில் கிராமத்து மந்தை/சாவடியில் உட்கார்ந்து விட்டேத்தியாகப் பேசிக்கொண்டிருக்கும் கிராமத்தினரின் 'மனத்தடை களற்ற பேச்சுகள்' போல, விக்ரமாதித்யனின் கவிதைகளின் பரப்பும் விரிந்து கொண்டேயிருக்கின்றது. சுருங்கக்கூறின், மரபான கவிதைசொல்லியாக வெளிப்படும் விக்ரமாதித்யனின் படைப்புலகு, மரபிற்குள்ளேயே தோய்ந்துள்ளது; தேங்கியுள்ளது.

கவிஞர் விக்ரமாதித்யனோ, ஜெர்மன் நாவலாசிரியரான ஹெர்மன் ஹெஸ்ஸே எழுதியுள்ள 'சித்தார்த்தா' நாவலில் வரும் கோவிந்தன்போல, வாழ்க்கை எனும் ஆற்றங்கரையோரம் அமர்ந்து வெள்ளம் சுழித்தோடுவதை நிதானமாக வேடிக்கை பார்த்துக்கொண்டிருக்கிறார்

(விக்ரமாதித்யனின் வியாழக்கிழமையைத் தொலைத்தவன் கவிதைத் தொகுதிக்கான முன்னுரை)

உயிர் எழுத்து, பிப்ரவரி 2010

அப்பாஸின் தேடல்: கவிதை வழியே

தமிழில் கவிதை ரெண்டாயிரமாண்டுப் பாரம்பரிய அழுத்தம் காரணமாகத் திணறிக் கொண்டிருக்கிறது. அதுவே கவிதையின் உச்சம் என்று சிலாகிக்கும் குரல் ஒலிக்கிறது. மரபில் கண்டெடுக்கப்பட்ட முத்தாக மகிழ்ந்து புளகாங்கிதம் அடையும் வஸ்துவாகவும் கவிதை மாறிக் கொண்டிருக்கிறது. இன்னொருபுறம் இதுதாண்டா கவிதை என்ற அதிகாரத்தின் மொழியும் கவிதை வெளிப்பாட்டின் ஊடே சதா கேட்டுக் கொண்டேயிருக்கிறது. ஊடகங்கள், பெர்முடாஸ், வைரமுத்து, ஃபேர் அண்ட் லவ்லி, வெல்வெட் ஜாக்கெட், வெப் இதழ்கள், ஏ.ஆர். ரகுமான், இளஞ்சிவப்பான காண்டம், ஷாப்பிங் காம்ப்ளக்ஸ், பாலகுமாரன், ஒயிட் ரம், குதியுயர்ந்த செருப்பு... இப்படியாக ஒவ்வொரு விநாடியிலும் வடிவமைக்கப்படும் தமிழ்ப் பிம்பத்தின் எச்சம்தான் அய்யன் திருவள்ளுவர். இதில் எப்படிக் கவிதையை அனுசரிப்பது? பளிங்காக மின்னும் பியர்ஸ் சோப் கட்டிபோல வழுவழுத்த கவிதைக்கு சூர்யசந்திரருக்குக் கீழ் இடமில்லை என்பது பெரும் அராஜகம். ஆரத்தழுவிச் செல்லும் காற்றின் சிநேகம்போல கவிதை வரிகள் வாசகரின் காதுகளுக்குப் பின்னிருந்து முணுமுணுப்பது அருமையான விஷயமல்லவா? கவிதையின் விசாரணை எதன் மீது? சகல ஜீவராசிகளின் மீது விசாரணையைக் கவிதை தொடங்குகிறதா? எல்லாம் தெரிந்த பின்னர் விளக்கினுக்கு ஏது ஜோலி? அப்புறம் சந்தோஷமாக ஒளியை அணைத்து விடலாம். இந்த இடத்தில்தான் அப்பாஸ் தனது 'வயலட் நிற பூமி' தொகுப்புடன் காற்றில் மிதந்து காட்சி தருகிறார். திசைகளெங்கும் சொற்களின் கும்மாளம். அளவுகோல்களை உடைத்தெறிந்த உற்சாகம். மெசையா (Messiah) போஸில் அருளாசி வழங்குவது முதலாக, எல்லாவற்றையும் பச்சைக் குதிரை தாண்டிச் செல்கின்றன அப்பாஸின் கவிதைகள். மனதின் விசித்திர அம்சங்கள் திசைகள்தோறும் எதிர்கொள்ளும் நூற்றுக்கணக்கான அனுபவங்கள், ஒரு நிலையில் உறைந்து போவது மனித வாழ்வின் சூட்சமம். அதை நுட்பமாகத் தரிசித்த உயிர் பெரிதாக அலட்டிக் கொள்வதில்லை. சவால், பிரேமை என எதையும் ஜோடிக்காமல், யதார்த்த வாழ்க்கையை

போகிற போக்கில் எதிர்கொள்ளும் அப்பாஸின் கவிதைகள் நுட்பமான மொழி ஆளுமையினால் வாசகனுக்குள் சிருஷ்டிக்கும் மனப்பதிவுகள் முக்கியமானவை. தேனருவியின் நீர் விழுதைப் பிடித்து மேலேறிச் செல்லும் மனவிழைவு போல கவிதை வரிகள் மூலம் வெளிக்குள் பயணித்துத் தனக்கான இடத்தை நிறுவ முயலுகிறார் அப்பாஸ்.

அப்பாஸ் தனது கவிதை மூலம் சித்திரிக்கும் உலகில் சதாசர்வகாலமும் மனிதர்கள் உரையாடிக் கொண்டிருக்கின்றனர். சக மனிதர்களுடன் இடைவிடாமல் பேசுவதற்கு அப்பாஸிற்கு நிரம்ப விஷயங்கள் உள்ளன. அவர் தனக்குள் படிந்துள்ள வாழ்க்கையின் வண்டலையும் விசாரிப்புகளையும் நுட்பமாகக் கவிதையாக்கியுள்ளார். முடிந்தால் 'கிழத்துறவி' மூன்று அவுன்ஸ் அருந்திவிட்டு அப்பாஸுடன் பேச்சைத் தொடங்கலாம். அருவருப்பாக பொங்கும் பியரின் நுரைக்கப்பால் கண்ணடித்து அழைக்கும் வானவில்லின் ஜாலமாக விரியும் கனவுலகிற்குள் அப்பாஸின் விரலைப் பிடித்துக் கொண்டு நடக்கலாம். வழியில் தொங்கும் சுழல் ஏணியில் ஏறிச் சுழன்று உள்வெளி அறியா போதத்திற்குள் மயங்கிச் சுழன்று பார்க்கலாம். அதற்கான எல்லா சாத்தியக் கூறுகளும் அப்பாஸின் கவிதை வரிகளுக்கள் ஒளிந்து கிடக்கின்றன. Game-ஐத் தொடங்கியாகிவிட்டது. அப்பாஸ் ரெடி. அப்ப நீங்க? என்று வாசகரை நோக்கிக் குரல் பலமாக ஒலிக்கிறது. விதிகள் யாவருக்கும் பொதுவாக இருப்பதான பாவனையில் உற்சாகமாக விளையாட்டைத் தொடங்கலாம். இறுதியில் விதிகள் விளையாட்டு, கவிதை எதுவும் முக்கியமல்ல. சொல்லாடல் மூலம் தனது நிலையை வெளிப்படுத்த அழைப்புவிடும் கவிதைகள் வாசகருக்குப் பெருவட்டாக எதுவும் சொல்லுவதில்லை. Landscape ஆக விரியும் இயற்கையின் கனபரிமாணங்கள் போல அப்பாஸ் வடிக்கும் சொற்களின் பிணைப்பு வாசிப்பில் நுட்பமான அனுபவங்களைத் தருகின்றது அவ்வளவே.

வெளியின் பிரமாண்டத்திற்குள் கால அளவீடுகளின் மூலம் நிலைநிறுத்த முயலும் மனித முயற்சிகள் நுட்பமானவை. காலம் கயிற்றரவாக மயங்கும் புள்ளியில் அப்பாஸின் கவிதைகள் வெளிப்படுவது சுவராசியமாக உள்ளது.

'நீ உன்வீடு திரும்புதலுக்கும் / நான் நூலகம் திரும்புவதற்கும் / அவளின் அவசரத்திற்கும் / இடையில் அவைகள் / பறந்த வண்ணம் பறந்த வண்ணம்'

மஞ்சள் வெளியில் / மெல்ல நம் பார்வைகள் / ஊடுருவும் கணங்களுக்கு இடையில்/பறந்து செல்கிறது சிட்டுக்குருவி

'... வரும் காலம் பற்றி சப்தித்து / நகரும் கடிகாரம் பற்றி / அறையில் நானும் மனைவியும்'

‘தொடர்ந்து வரும் தற்செயல்களை / வார்த்தைகளுக்குள் சுருட்டிப் பார்க்கும் / உலகத்தை மீறிய தற்செயல்களில் நானும் அவளும்’

மனிதக் கணக்கீடுகளுக்கப்பால் காலம் குமளியிட்டு வழிவது அப்பாஸிற்கு ஆழ்நிலையில் உறுத்தலாக இருக்கிறது. அவரது மனம் சலித்தெடுக்கும் சொற்கள் அபத்தமாக இருப்பதறிந்தும் கவிதை வரிகள்மூலம் வாசகருடன் உற்சாகமாகக் கதையாடலைத் தொடங்குவது அப்பாஸின் தனித்துவம்.

வயலட் என்ற சொல் ஒலிப்பில் உணர்த்தும் அர்த்தம் கவிஞருக்குக் கிளர்ச்சி தருகிறது. அது சொல் நிலையிலும் அர்த்த நிலையிலும் வண்ணமாக வெளிப்பட்டுக் கண்ணுக்கும் மனதுக்கும் தரும் அனுபவம் முக்கியமானது. பச்சைநிற பூமி என்ற மரபு வழிப்பட்ட பிம்பச்சிதைவில், வயலட் நிற பூமி என்ற சொற்களின் சேர்க்கையில் கிளர்ச்சியடைகின்றார். வயலட் என்ற சொல்லுக்கும் வண்ணத்திற்குமான தொடர்பு விளைவிக்கும் / உணர்த்தும் அர்த்தம் காற்றடித்த பலூனாகக் கவிதையைத் தூக்கிச் செல்கிறது. மனிதமன உணர்வுகளும் அன்றாட வாழ்க்கையும் வயலட் நிறத்துடன் குழம்பிப் பின்னிக்கிடப்பதை அவதானிக்கும் கவிஞர் இறுதியில் வயலட் நிறத்திற்காக எல்லாவற்றையும் தாங்கிக்கொள்ள முயல்வது வேடிக்கையானதாகத் தோன்றினாலும் அலைபாயும் மனவெளிப்பாட்டினை அறிய முடிகிறது.

அப்பாஸின் கவிதை மொழியானது மேலோட்டமான வாசிப்பில் இளம் வாசகருக்குக் குழப்பத்தைத் தரலாம். கவிதை உணர்த்தும் உலகை வெளிப்படையாக அறிய இயலாதபோது மனதின் சலனங்களைக் காட்சியாக்கியுள்ள கவிஞரின் மனவோட்டத்துடன் வாசகனும் இணையவேண்டிய தேவையேற்பட்டுள்ளது. கவிதை வரிகளுக்கிடையில் பயணம் செய்வதற்கான தோதுவை வாசகருக்குத் தராதபோதிலும், சுயமுயற்சியினால் புதியதான காட்சிகளை வடிவமைத்துக் கொள்ளலாம். என்றாலும் கவிதைகள் முதல் வாசிப்பில் தளதளத்து வாசகனை ஒதுங்கச் செய்கின்றன. இது நவீன கவிதை வாசிப்பில் வெளிப்படும் சிக்கல். இந்நிலையில் ஒதுங்கி நின்று வேடிக்கை பார்க்கும் பார்வையாளனாக வாசகன் இருக்கவியலாது. கவிஞன் போல வாசகனும் உசாராக இருந்து கவிதையின் நுட்பங்களைத் தேட வேண்டிய காலகட்டமிது. அவ்வகையில் அப்பாஸின் கவிதைகள் தனக்கான வாசகரை எதிர்நோக்கிக் காத்துக் கொண்டுள்ளன. அவை பொங்கி வழியும் நதிக்கரையோரம் அழகிய விரிந்த கூந்தலுடன் காத்திருக்கும் இளம்பெண்ணின் பார்வையைப் போல ஆயிரமாயிரம் சேதிகளைச் சொல்லுகின்றன. இதுவே அப்பாஸைக் கவிஞராக்கும் மாயாஜாலம்.

சதங்கை, நவம்பர் – டிசம்பர் 2001

மனுஷ்ய புத்திரனின் கவிதைகளில் அரசியல்

தமிழ்க் கவிதை சங்ககாலம் முதலாகவே புறம் சார்ந்த நிலையில் அரசியலுக்கு முக்கியத்துவம் தந்துள்ளது. அன்றைய காலகட்டத்தில் இனக்குழுத் தலைவன், குறுநில மன்னன், வேந்தன் என ஆளுவோரைச் சார்ந்து பாணர், புலவர் வாழ்ந்தனர். தமிழ் மொழி என்ற அடையாளத்தை முன்னிறுத்தி தமிழக நிலப்பரப்பினை விரிவாக்கும் அரசியல், புலவர்கள் மூலம் துரிதமாக நடந்தது. வீரத்தை மேன்மைப்படுத்திய கவிதை வரிகள் அரசியல் அன்றி வேறு என்ன? அதற்கடுத்த நிலையில் மதத்தை முன்னிறுத்திக் கட்டமைக்கப்பட்ட அரசியல், காலந்தோறும் கவிதைகளில் வெளிப்பட்டுள்ளது. விடுதலைப் பாடல்கள் எழுதிய பாரதியார், பகுத்தறிவு பாடல்கள் பாடிய பாரதிதாசன் என இருபதாம் நூற்றாண்டுக் கவிதையானது, அரசியல் பின்புலத்திலிருந்து தொடங்குகின்றது. சமூகத்தில் மனித இருப்பு முழுக்க அரசியலை முன்வைத்து இயங்குகையில் கவிதை மட்டும் விதிவிலக்காக இருக்க வாய்ப்பில்லை. ஒவ்வொரு செயலின் பின்னரும் அரசியல் நுட்பமாக வினையாற்றுகின்றது. எல்லாவிதமான கவிதைகளும் ஏதோவொரு வகையான அரசியலை முன்னிலைப்படுத்துகின்றன. அரசியலற்ற தன்மை என்ற பேச்சுக்கூட ஒருவகையில் அரசியல்தான். சூழலுடன் ஒத்திசைந்தும் முரண்பட்டும் வாழ்கின்ற நிலையில், அன்றாட வாழ்வில் எதிர்கொள்கின்ற பிரச்சினைகள் கவிதையாக்கத்தில் வெளிப்படுவது தவிர்க்கவியலாதததது. ஆட்சியதிகாரம்மூலம் ஆளுகை செலுத்துகின்ற அரசியல் ஸ்தூலமாக ஒருபுறம் எனில், அதற்கு இணங்குகின்ற உடல்களைத் தயாரிக்கின்ற அரசியல் இன்னொருபுறம் உள்ளது. நவீன கவிதை என்பது புனித வஸ்து போலக் கருதி, சொற்களின் வழியே மங்கலான மொழியில் இருண்மையாக இருப்பதை உன்னதமானது எனக் கருதும் போக்கு தமிழில் வலுவாக உள்ளது. ஐம்பதுகளில் எழுத்து இதழில் வெளியான அகம் சார்ந்து வெளியான கவிதைப் போக்கு, நவீன கவிதைக்கு உன்னத அந்தஸ்தை உருவாக்கி விட்டது. சமகாலத்திய அரசியல் சம்பவங்கள் ஏற்படுத்திய பாதிப்பினால் எழுதப்படும் கவிதைகளை இரண்டாம் நிலையில் மதிப்பிடுவது

வழக்கமாகி விட்டது. அரசியல் என்பது வாழ்வின் ஆதாரமானது என்ற புரிதலுடன் எழுதப்படும் கவிதைகள் குறித்து பெரிய அளவில் பேச்சுகள் இல்லாதபோதும், கவிஞர் ஆத்மாநாம் சமரசமின்றி, தனது அரசியல் விமர்சனங்களைக் கவிதையாக்கியுள்ளார். அவருக்குப் பின்னர் சுகுமாரன் போன்ற சில கவிஞர்கள் முயன்றாலும், தமிழில் பாப்லோ நெரூடா மாதிரி ஆளுமை தோன்றவில்லை. பொதுவாக அரசியல் என்றாலே அலர்ஜியாகும் தமிழ்க் கவிஞர்களைக் கவனத்தில் கொள்ள வேண்டியுள்ளது.

தமிழகத்தைப் பொறுத்தவரையில் விடுதலைப் போராட்டம், திராவிட இயக்கம், பொதுவுடமை இயக்கம் ஆகியன அரசியல் தளத்தில் பாதிப்புகளை ஏற்படுத்தியுள்ளன. எனினும் இன்று அரசியலற்ற நிலைமை ஆதிக்கம் செலுத்துகின்றது. இந்நிலையில் மத அடிப்படைவாத இயக்கங்கள், நுண்ணிய அளவில் மத அரசியல்மூலம், மக்கள் மீது ஆதிக்கம் செலுத்த முயலுகின்றன. இதனால் மத அடிப்படைக்கேற்ற பாசிச உடல்களைத் தயாரிக்கப்படுகின்றன. இத்தகு அரசியல் பின்புலத்தில் மனுஷ்ய புத்திரனின் அரசியல் கவிதைகளை மதிப்பிட முடியுமா? யோசிக்க வேண்டியுள்ளது.

1983இல் மனுஷ்ய புத்திரனின் கவிதைகள் என்ற தொகுப்பின் மூலம் கவிஞராக அறிமுகமான மனுஷ்ய புத்திரன் இன்றுவரை தொடர்ந்து கவிதைகள் எழுதிக் கொண்டிருக்கின்றார். பன்னிரண்டு கவிதை தொகுதிகள் வெளியிட்டுள்ள மனுஷ்ய புத்திரனின் கவிதைகள், வாழ்க்கை குறித்த விமர்சனங்களைப் பதிவாக்கியுள்ளன. அண்மையில் ஒவ்வொரு மாதமும் உயிர்மை இதழில் வெளியாகும் அவருடைய கவிதைகளின் எண்ணிக்கை, இளங்கவிஞர்களைப் பெருமூச்சு விடச் செய்யும். கவிதை எழுதுவதைத் தவம் போலத் தொடர்ந்து முயலும் மனுஷ்ய புத்திரன் அண்மைக்காலமாக தி.மு.க.வின் அரசியலைப் பேசுவதுடன், இடைவிடாமல் பல்வேறு சேனல்களில் உரத்து முழங்கு கின்றார். அவருடைய கவிதைகளில் பருண்மையாக வெளிப்படும் அரசியல்தான் என்ன? ம் பார்க்கலாம்.

தொண்ணூறுகளின் முற்பகுதியில் வெளியான என் படுக்கையறையில் யாரோ ஒளிந்திருக்கிறார்கள் என்ற தொகுப்பில் மனுஷ்ய புத்திரன் பெரிதும் தன்னிலை சார்ந்து கவிதையாக்கியுள்ளார். போர்கள் முடிந்து/ போர்கள் தொடங்குகின்றன/ ஒவ்வொருநாளும்/ தொலைக்காட்சிச் செய்தியின் முன்/பதட்டத்துடன் அமர்ந்திருக்கிறேன்/ செய்தி வாசிக்கும் பெண்ணே/கடைசி நம்பிக்கையாகிய/ உன் கடைசிப் புன்னகைக்காக. எதன் மீதும் நம்பிக்கையற்று இருத்தலின் மீதான கசப்பான மனநிலையின் வெளிப்பாடு தான் ''தோழர் ஹிட்லர்'' கவிதை வரிகள். ஹிட்லரின் வாளும் கவிஞரின் குண்டூசியும் ஒன்றாகி விடாது என்பதை அறிந்தும் கவிஞருடைய பிரகடனம் ஆதிக்க அரசியலை ஏற்பது போல

நுட்பமாக மறுதலிக்கின்றது. தொடக்ககாலக் கவிதைகளில் சூழல் பற்றிய அபிப்ராயங்கள் பெரிதும் கவிதையாகியுள்ளன.

21ஆம் நூற்றாண்டின் தொடக்கம் நவீனமான போக்குகளை முன்னிலைப்படுத்திய நிலையில், கவிதையின் பாடுபொருளும் மாற்றமடைந்தது. இன்று முக்கியமான கவிஞர்களாகக் கருதப் படுகின்றவர்கள் பலரும் 90களில் களமிறங்கியவர்கள். இதுவரை வாழ்வின்மீது நம்பிக்கை கொள்ளச் சொன்ன தத்துவங்கள் பலவீன மடைந்த நிலையில், இருப்புக் குறித்த அவநம்பிக்கை பரவலானது. தமிழகத்தில் நிலவிய அ.தி.மு.க.வின் ஆட்சியதிகாரம், சில தனிநபர்கள் சார்ந்து எதுவும் நிகழலாம் என்ற நிலையை ஏற்படுத்தியிருந்தது. தமிழகக் கவிஞர்கள் சொந்த விவகாரங்கள் குறித்துக் கவிதை எழுதிக் கொண்டிருந்த நிலையில், அரசி என்ற தலைப்பில் மனுஷ்ய புத்திரன் காலச்சுவடு இதழில் எழுதிய ஆறு கவிதைகளும் அரசியல்ரீதியில் முக்கியமானவை. அவை நீராலானது (2001) தொகுப்பில் இடம் பெற்றுள்ளன.

கூந்தல் முடித்தெழுந்த அரசி
வென்ற நகருக்குள் பிரவேசித்தபோது
நகரம் ஸ்தம்பித்து நின்றது
அரசி கண்ணுக்கெட்டியவரை
ஸ்தம்பித்த நகரையே பார்த்தாள்
எங்கோ ஒருமரம் அசைந்தது.
பின்னர் அதுவும் நிறுத்தப்பட்டது
அது தன்னுடைய நகரமே என்று
நிச்சயப்படுத்திக் கொண்டாள்
அரசி ஸ்தம்பிக்கும் நகரங்களை
மிகவும் நேசித்தாள்
ஸ்தம்பித்தல் சக்தியின் வெளிப்பாடு
மெதுவாக கையை உயர்த்தி
"இனி நகரம் வழக்கம் போல இயங்கலாம்"
என்றபோது யாரும் அதை நம்பவில்லை
மகத்தான அரசி
மகத்தான மக்கள் சக்திக்கு
மகத்தான தன் முதல் செய்தியை
மீண்டும் வலியுறுத்துகிறாள்
"வாகனங்களும் மனிதர்களும்
வழக்கம் போல சாலைகளில் செல்லலாம்".

அன்றைய காலட்டத்தில் அதிகாரத்தின் ருசியைப் பருகியவாறு, எல்லாவற்றையும் தனது ஆளுகையின்கீழ் வைத்து அரசாண்ட முதலமைச்சர் ஜெயலலிதா மீது விமர்சனம் வைப்பதற்குக்கூட

ஊடகங்கள் பயந்து கொண்டிருந்தன. அவர் ஒருவர் மட்டும்தான் கட்சியின் மையம். பிறர் எல்லோரும் பூஜ்யங்கள் என்ற நிலையில், எதுவும் பேச முடியாத நிலை உச்சமாக இருந்தது. அரசியின் கையசைப்பில் எல்லாம் இயங்குகின்றன என மனுஷ்ய புத்திரன் விவரிப்பது, கவிதைக்கு ஒருவிதமான அமானுட ஆற்றலை அளிக்கின்றது. அரசியின் பிரவேசத்தினால் நகரம் ஸ்தம்பித்தது என்ற வரிகள், அதிகாரத்தின் உச்சத்தினை வெளிப்படுத்துகின்றன.

அரசியின் கைகளில் சாவிகளும் கனத்துக் கொண்டிருக்கின்றன. அவளது குரல் ஓங்கி ஒலிக்கின்றது. அரசி/ அவ்வளவு தெளிவான முகத்துடன் கூறுகின்றாள்./ இனி குற்றவாளிகள் யாரும் தப்ப முடியாது/வேறெந்தக் காலத்திலும்/ நம்முடைய காலத்தினைப்போல் நீதியின் குரல்/இவ்வளவு திடமாக ஒலித்திருக்க முடியாது/ அரசியின் தன்னம்பிக்கை/ அவளை எல்லாக் குற்றங்களுக்கும்/ மேலானவளாக்குகிறது/ குற்றமும் நீதியும்/ அரசியின் உறைந்த கண்களில் ஒடுங்குகின்றன.

சாத்தான் வேதம் ஓதும் காலகட்டத்தில் எதுவும் நடைபெறும் என்பதைவிட, கண்ணுக்குப் புலப்படாத பயத்தை நிரந்தரமாக மக்களின் மனதில் ஏற்படுத்தி விடுவதுதான் முக்கியமானது. அஞ்சி அஞ்சி சாவார் என்ற பாரதியின் வரிகள் எப்பொழுதும் பய பீதிக்குள் உறைந்திருக்கும் மக்கள் பற்றிய விமர்சனம். அதிகாரத்தினுக்கு எதிரான சிறிய முணுமுணுப்பினால்கூட கொடிய விளைவுகள் ஏற்படுமென நடுங்கியிருக்கும் உடல்களைத் தயாரிப்பதுதான் பாசிசத்தின் முதன்மைப் பணி. இன்று வரையிலும் அடிமை உடல்களை உருவாக்குவது தமிழக அரசியலில் நுட்பமாக நடைபெறுகின்றது. ஆட்சி பீடத்தில் இருப்பவரால் சகலமும் சாத்தியம் என நம்ப வைத்து "அம்மா அம்மா" என ஒற்றைச் சொல்லை மந்திர உச்சாடனமாகச் சொல்வது அதிகாரத்தின் உச்சம். அரசி என மனுஷ்ய புத்திரன் உருவாக்க முயலும் பிரதி அதிகாரம் பற்றிய விமர்சனமாகும். அரசியின் தன்னம்பிக்கை காரணமாக எல்லாக் குற்றங்களுக்கும் மேலானவளாகிறாள் என்பது கவிஞரின் நுண்ணரசியல் தொடர்புடையது.

அரசி நகரத்து மக்களிடம் பயமும் வெறுப்பும் கொள்ளத் தொடங்கினாள். அரசி எல்லாவற்றையும் ஓரிரவுக்குள் முடிக்க விரும்புகிறாள். எல்லாவற்றையும் வேகமாகவும் அதேவேளையில் சட்டப்படியாகவும் செய்து முடிக்க முயலும் படைத்தலைவன் களைப் படைந்து விட்டான் என்று கவிஞர் புனைந்திருப்பது முக்கியமானது. அரசி எல்லா இடங்களுக்கும்/ ஒரு சித்திரமாக வருகிறாள் என்பது அரசி பற்றிய பிம்பம் பொது வெளியில் கட்டமைக்கப்படுவதைப் பதிவாக்கியுள்ளது. அரசியல் பற்றிய பதிவுகள் கவிதைகளில் இடம் பெறாமல் கவனத்துடன் ஒதுங்கியிருந்த தமிழ்க் கவிதைச் சூழலில் மனுஷ்ய புத்திரனின் அரசி பற்றிய கவிதைகள் தனித்துவமானவை.

அரசி குறித்த கவிதைகள் இன்றைய தமிழக அரசியல் சூழலில் இன்றும் பொருத்தமாக உள்ளன. ஒரு காலகட்டத்தில் அரசி குறித்த பேச்சு இல்லாத நிலையில் அந்தக் கவிதை மறைந்து போக வாய்ப்புண்டு. எனினும் அரசி வரலாற்று ஆவணமாக மாறிவிடும்.

நீரடியில் கிடக்கிறது/ கொலை வாள்/ இன்று இரத்த ஆறுகள் எதுவும் ஓடவில்லை/ எனினும் ஆற்று நீரில் கசக்கிறது இரத்த ருசி/ இடையறாத /நதியின் கருணை/ கழுவி முடிக்கட்டுமென்று/ நீரடியில் கிடக்கிறது/ கொலை வாள். நீரினால் சகலமும் புனிதமாகும் என்ற நம்பிக்கையுள்ள சமூகத்தில் தெய்வமாகக் கருதி வணங்கப்படும் ஆற்று நீருக்கடியில் கொலை வாள் கிடக்கிறது. எப்பொழுதும் கொலைகளை நம்பி நடைபெறுகின்ற அரசியல் என்பது வரலாறு முழுக்க தொடர்கின்றது. இரத்தக் கவிச்சி அடிக்கும் வரலாற்றில் அதிகாரப் போட்டியில் ஆயுதம் ஏந்தப்படும்போது, வெளியெங்கும் மனித உடல்கள் மிதக்கின்றன. மதம் ,சாதி என அரசியல் முன்னிலைப்படுத்தும்போது, காற்றின் பக்கங்களில் ரத்தச் சுவடுகள் அழுத்தமாகப் பதிவாகின்றன. நீருக்கடியில் கிடக்கும் வாள் என்பது எப்பொழுதும் வெளியே வந்து குருதியைச் சுவைக்கக் காத்திருக்கிறது எனவும் கவிதை வரியை வாசிக்கலாம்.

ஒருவன் மௌனமாக இறந்து போகிறான்/ அதுதான்/ அனைவரையும் பொறுப்பாக்கிக் கொண்டிருக்கிறது என முடியும் மரண அறிக்கை கவிதை எவ்விதமான தடயமும் இல்லாமல் தற்கொலை செய்து கொள்கின்றவர்களைப் பற்றிய கேள்விகளை எழுப்புகின்றது. சமூகத்தில் அதிருப்தியடைந்து அல்லது வெறுப்படைந்து தனது இருப்பினை முடித்துக்கொள்ள விரும்பும் ஒருவனின் முடிவுகூட ஒருவகையில் அரசியல் சார்ந்தது.. இந்நிலையில் தற்கொலை செய்து கொண்டவனின் மரணத்திற்கு வாழ்கின்ற அனவரும் பொறுப்பு என்ற மனுஷ்ய புத்திரனின் கவிதை வரிகள் அழுத்தமான அரசியல் பின்புலமுடையவை.

இடமும் இருப்பும் (1998) தொகுப்பில் இடம்பெற்றுள்ள இந்த நகரத்தைத் தூங்க வைக்கவேண்டும் கவிதை நகரப் பின்புலத்தில் பருண்மையான அரசியலை முன் வைத்துள்ளது. நகரத்தில் வாழ்கின்ற நெருக்கடியினால் வேறுபட்ட பிரச்சினைகளினால் துயரமடையும் அவலம் நுட்பமாகப் பதிவாகியுள்ளது. யுத்தத்தின் நெறிமுறைகள்/ ஏதுமில்லாத இந்த நகரம்/ துரோகம்/பெட்ரோல்/தூசு/குற்றங்களால்/ தன்வழி முறைகளை நிச்சயித்துக் கொண்டிருக்கின்றது/ இன்றும் சில பெண்களும்/குழந்தைகளும் காணாமல் போயிருக்கிறார்கள். நகரத்து வாழ்க்கையில் அடையாளமற்றுப் போகும் மனித இருப்பின் நிலையானது எளிய கவிதை வரிகளாகியுள்ளது அக்கவிதை வாசிப்பினில் மூச்சுத் திணறலை ஏற்படுத்துகின்றது. இரவு வேளையில் விழித்திருக்கும் நகரம் ஒருபோதும் உறங்காதா என்ற கேள்வியை எழுப்புகின்றது.

அதிகாரத்தின் சிறிய திருகாணியான போலீஸ்காரர்கள் பற்றி மனுஷ்யபுத்திரன் உருவாக்கும் பிம்பம் நுட்பமானது. ஏதோ ஒரு குற்றம் சுமத்துப்பட்டு கை விலங்கிடப்பட்டு அழைத்துச் செல்லப்படும் காட்சியைக் காண்கின்ற கவிஞரின் சுதந்திரமான மனம் சங்கடப்படுகின்றது.

இழை
கைவிலங்கிடப்பட்ட வயோதிகனுடன்
அப்போதுதான் சலவை செய்த
முகங்களோடு அவ்விரு போலீஸ்காரர்கள்
பஸ் ஏறி வந்தபோது
நான் எப்போதும்
என்னோடு கொண்டுபோகும் மரத்திலிருந்த
பறவைகள் திடுக்கிட்டுக் கலைந்தோடின
இழுத்துச் செல்லப்படும் மனிதர்களின்
சக பிரயாணியாகும்
அவமானகரமான துயரங்கள்
சுற்றிலும் எரியும் கண்களாகியின
எதிர்கொள்ளலின் நிச்சயங்களோடிருந்த
கிழவனுக்கு ஒரு போலீஸ்காரன்
சொல்கிறான்
கையில் துண்டைப் போட்டு மூடிக்க'

பறவைகளைப் போல எப்பொழுதும் சுதந்திரமாகத் தன்னை அறிகின்ற கவிஞருக்குக் கைகளை மூடிக்கொள் என்ற போலீஸ்காரரின் சொற்கள் விடுவிடுப்பாக உள்ளன. வயதானவர் கைது செய்யப்பட்டு விலங்குடன் பேருந்தில் செல்கின்ற காட்சியை முன்வைத்து மனுஷ்ய புத்திரன் உருவாக்கியுள்ள வரிகள், கவிதை என்பதில் இருந்து விலகி, மனித இருப்பு குறித்த கேள்விகளை எழுப்பியுள்ளன. சக மனிதர்களுக்கு ஏற்படுகின்ற துயரமானது உருக்கமான மொழியில் கவிதையாகியுள்ளது.

அரசியல் என்பது ஆட்சி அதிகாரத்தினைக் கைப்பற்றுவதற்கான போராட்டம் மட்டும் அல்ல. அது சமூகத்தின் எல்லா மட்டங்களிலும் நுட்பமாகச் செயலாற்றுகின்றது. பெற்றோர்குழந்தை, கணவன் மனைவி, நண்பர்களுக்கு இடையில் என அரசியல் அழுத்தமாகச் செயலாற்றுகின்றது. மனுஷ்யபுத்திரன் குறிப்பிடும் இறந்தவனுக்கும் அவருக்குமான உறவு பற்றிய குறிப்பு எதுவுமில்லை. நெருக்கமான உறவினர் அல்லது நண்பராக இருக்கலாம். என்றாலும் இறந்தவனுடன் ஏதோ ஒருவகையில் நிலவும் அரசியல் கவிதையாகியுள்ளது.

இறந்தவனின் ஆடைகள்
இறந்தவனின் ஆடைகளை
எப்படிப் பரமரிப்பதென்றே

தெரியவில்லை
... ...
இறந்தவனின் ஆடைகளை
அழித்து விடலாம்தான்
இறந்தவனைத்
திரும்பத் திரும்ப அழிக்க
கைகள் நடுங்குகின்றன.
இறந்தவனின் ஆடைகள்
ஆடைகள் போலில்லை
இறந்தவனின் தோலாக இருக்கிறது.

இறந்து போனவனைப் பற்றிய நினைவு மீண்டும்மீண்டும் ஏதோ ஒரு வடிவில் தொடர்கின்றது. இறந்தவனின் ஆடைகள் அவனது தோலைப் போல இருக்கின்றன என்பது கவிதையை அமானுடத்திற்குள் இழுத்துச் செல்கின்றது. இறந்தவன் மீதான பயம் அவனது ஆடையாக மரியுள்ளது எனவும் கவிதையை வாசிக்கவும் இடமுண்டு.

வரலாறு எனும் பைத்தியக்கார விடுதி கவிதை (அதீதத்தின் ருசி;2009) ஈழத்தமிழர் போராட்டத்தையும் அதன் விளைவுகளையும் பற்றித் துயர் மொழியில் குறிப்பிட்டுள்ளது. தமிழ்மொழி அடையாளத்தை முன்னிறுத்தி நடைபெற்ற தமிழர் உரிமைக்கான போரராட்டம் சிதலமடைந்த நிலைக்கான அரசியல் மனுஷ்ய புத்திரனுக்கு ஏற்படுத்தியுள்ள பாதிப்புகள் அளவற்றுப் பெருகுகின்றன.

முப்பதாண்டுகளில்
ஒவ்வொரு சதுர மைலாகச் சுருங்கி
இப்போது ஒரு கண்ணீரத் துளியாக
எஞ்சி விட்டது
தோழி
நாம் இன்று அருந்துகிற
ஒவ்வொரு கோப்பை மதுவும்
உன் விடுதலைக்காக இறந்தவர்களின்
குருதியால் நிரம்புகிறது

வரலாறு என்பது அழித்தொழிக்கப்பட்டு முகமற்ற மனிதர்களால் நிரம்பி வழியும் சூழலில் எங்கும் வலியும் வேதனையும் நிரம்பி வழிகின்றன. கொலைகாரர்கள் தன்னம்பிக்கையுடன் இறுதி வெற்றியை நோக்கி முன்னேறிக் கொண்டிருக்கிறார்கள் என வருந்துகின்ற மனுஷ்ய புத்திரனுக்கு இருப்பின்நிலை அபத்தமாகப்படுகின்றது. சுற்றி வளைக்கப்படுவதனால் சுருங்கிப் போவது நிலம் மட்டுமல்ல, மனிதர்களின் சுதந்திரமும்தான்.

மயான பூமியை நோக்கிக்
கிளம்புகின்றது
இறுகிய முகங்களுடன்
சமாதானத்தின் மரக் கப்பல்
வரலாற்றில்
இவ்வாறு ஒடுக்கப்பட்டவர்கள்
இதற்கு முன்பு
எப்போதாவது பறவைகளாக மரி
வனாந்திரங்களுக்குள்
பறந்து சென்றிருக்கிறார்களா?

இப்படியெல்லாம் ஏன் நடைபெறுகின்றன என்று காலங்காலமாகப் பேரிலக்கியம் எழுப்பும் கேள்வியை நவீன கவிதைமூலம் மனுஷ்ய புத்திரன் கேட்கின்றார். சக மனிதர்கள் மீதான வதையின் வழியே அதிகாரத்தைக் கட்டமைக்க முயலும் அரசியல் கவிதை வாசிப்பின் வழியே வாசகரின் சமநிலையைச் சிதலமாக்கியுள்ளது. ஈழத்தமிழரின் ஒடுக்குமுறைக்கெதிரான முப்பதாண்டு காலப்போராட்டம், அடக்கியொடுக்கப்பட்ட நிலையில், வரலாறு இதற்கு முன்பும் இப்படித்தான் ஒரு பைத்தியக்கார விடுதியாக இருந்ததா? என்று கையறு நிலையில் மனுஷ்ய புத்திரன் கேட்பது அவல நாடகத்தின் உச்சம்.

தோல்வியின் பக்கம் நிற்கிறோம் கவிதையும் இழப்பின் வலியைப் பதிவாக்கியுள்ளது.

வேறெந்தப் புனித நீரையும்விட
நம்மைப் பரிசுத்தமாக்குகிறது
தோல்வியின் கண்ணீர்
வேறெந்தத் தனிமையைவிடவும்
பயப்படவும் வைக்கிறது
தோல்வியின் கண்ணீர்
வேறெந்த நாளையும்விட
நம் நினைவுகளில் பிரகாசிக்கிறது
தோல்வியின் நாள்

தோல்வியைவிட அதனால் ஏற்படும் கண்ணீர் பின் விளைவுகளை ஏற்படுத்தக்கூடியது. தோல்வியிலிருந்து விடுபடும் மனநிலையை முன்வைத்துக் கலங்குகின்ற மனிதமனம் அதிலிருந்து மீள்கின்ற வழியைத் தேட வேண்டும் எனக் கவிதையின் வழியே மனுஷ்ய புத்திரன் சொல்ல விழைகிறாரா? யோசிக்க வேண்டியுள்ளது.

சாத்தானோடு வாழ்வதற்கு சில எளிய பயிற்சிகள் கவிதை, வசன நடையில் சில விஷயங்களை வாசகனோடு பகிர்ந்து கொள்கின்றது. யார் சாத்தான் என்ற கேள்வி எதுவுமில்லாமல் மனுஷ்ய புத்திரன்

பகிர்ந்திடும் ஆலோசனைகள் முழுக்க அரசியலானவை. ஒரு சாத்தானை/நீங்கள் திருத்த முயலாதீர்கள்/அதற்கு மனிதத் தன்மையை/கற்றுக் கொடுக்க விரும்பாதீர்கள்/அதற்கு தத்துவப் பயிற்சி அளிக்க விரும்பாதீர்கள்/அதற்குப் புரட்சி செய்ய/கற்றுக் கொடுக்காதீர்கள்/பிற்கு அது உங்களிடம் வரும்போது/உங்களால் அடையாளம் /கண்டுகொள்ள முடியாமல் போய்விடும்.

சாத்தான் என்பது மனிதர்களுடன் நாளும் உறவாடும் நிலையில் சாத்தனை எங்ஙனம் எதிர்கொள்வது முக்கியமான பிரச்சினை. சாத்தான் இல்லாமல் யாருடைய வாழ்க்கையும் இல்லாத சூழலில் யார் சாத்தான் என்ற கேள்வி தோன்றுகின்றது. இந்தக் கவிதையை நுட்பமாக வாசித்தால் எல்லோரும் ஒரு நிலையில் சாத்தானாக இருப்பதை அவதானிக்க முடியும். உறவினர், நண்பர் என வாழ்கின்ற நிலையில் சாத்தானோடு சமரசம் செய்வதைத் தவிரவேறு வழியில்லை. சாத்தனும் கடவுளும் அவ்வப்போது இடம் மாறிடும் வல்லமை மிக்கவர்கள். சாத்தானை அடையாளம் காண்பது எளிதான விஷயம் அல்ல. இக்கவிதையில் சாத்தானை முன்வைத்து மனிதஉறவில் வெளிப்படும் நுண்ணரசியல் அழுத்தமாக வெளிப்பட்டுள்ளது.

இதற்கும் முன்பும் இதற்குப் பிறகும் (2010) கவிதைத் தொகுதியில் அரசியல் பற்றிய மனுஷ்ய புத்திரனின் பார்வையில் மாற்றமேற்பட்டுள்ளது. சுயம் சார்ந்த நிலையில் அரசியலை முன்னிலைப்படுத்தி எழுதுவதற்கு முன்னுரிமை தரப்பட்டுள்ளது. குறிப்பாக மனித உடல்கள், மனங்கள் பற்றிய நுண்ணரசியல் கவிதையாகியுள்ளன. அங்கே கடவுள்கள் பிறப்பதற்கு முன் என்ற கவிதையானது மதங்களை வைத்து நடைபெறும் அரசியலானது ஏற்படுத்தும் சேதங்கள் பற்றி விமர்சிக்கின்றது. கடவுள்களை மனிதர்கள் உருவாக்குவதற்கு முன்னர் ஒரு காலம் இருந்தது, பின்னர் அந்தக் காலமும் அழிக்கப்பட்டது என்ற மனுஷ்ய புத்திரனின் அவதானிப்பு நுட்பமானதாகும். அகழ்வாராய்ச்சிகள் தரும் முக்கியமான தகவல்கள்மூலம் புதிய வரலாறு உருவாக்கப்படுகின்றது. நீதியரசர்கள் புதிய தீர்ப்புகளை எழுதுகின்றனர்.

ஆனால் அதில் ஒரு முக்கியமான
தடயம் மறைக்கப்பட்டு விட்டது
அது நம் அனைவரையும் மனம்
உடையச் செய்வது
நான் அந்தத் தடயத்தை
இந்த வரிகளுக்குள் ஒளித்து வைக்கிறேன்
நீங்கள் அதைக் கண்டுபிடிக்கலாம்
இன்னும் உங்களுக்கு
ஒரு இதயம் இருக்கிறது
ஒரு சந்தர்ப்பம் இருக்கிறது

இப்போது அங்கே என்ன இருக்கிறது?
வெற்றிடம் இருக்கிறது
துப்பாக்கி ஏந்திய காவலர்கள் இருக்கிறார்கள்
கடந்து செல்லும் பறவைகளின் நிழல்கள் இருக்கின்றன

எங்களின் பெயரால் அரசர்கள் நடத்திய கூட்டக்கொலைகள், வன்முறைகளுக்கு அளவேது? கருணையே வடிவான கடவுளுக்கு ஒரு மன்னன் ஆலயம் கட்டியதில் இருந்து தொடங்குகின்றது மனித வேட்டை என விரியும் கவிதையின் வழியே விவரிக்கப்பட்டுள்ள அரசியல் காத்திரமானது. கொலைகளுக்கு இன்னும் எவ்வளவோ அவகாசம் இருக்கிறது/கொல்லப்படுவதற்கு இன்னும் எவ்வளவோ ஜனங்கள் இருக்கிறார்கள் என்ற மனுஷ்ய புத்திரனின் நெடுங்கவிதை வரிகள் மதத்தை முன்வைத்து இன்னும் தொடரவிருக்கும் கொலைகள் பற்றி முன்னறிவிப்புச் செய்துள்ளது.

பசித்த பொழுது (2011) கவிதைத் தொகுப்பு வெளியானபோது மனுஷ்ய புத்திரன் நிரம்பக் கவிதைகள் எழுதுகின்றவராக மரியதுடன், பாடுபொருளிலும் மாற்றமேற்பட்டுள்ளதனை அறியமுடிகின்றது. வாக்குமூலம் கவிதையில் எதையும் மாற்றிக்கொள்ளாமல் ஒன்றுக்குப் பதிலாக இன்னொரு கண்ணாடி அணிந்தால் போதும் என்ற ஆலோசனை தற்செயலானது அல்ல. எங்கும் போகாமல் எதையும் சமரசம் செய்யாமல், எதையும் நிரூபிக்க வேண்டிய தேவை இல்லாமல் ஆகின்ற நிலை பற்றிய கவிதை சமகாலத்திய அரசியலின் துல்லியமான வெளிப்பாடு. எளிய மனிதர்கள், குற்ற உணர்வின் போதம் மிகுந்தவர்கள்தான் ஏதோ ஒன்றினைப் பற்றி இருப்பவர்கள் என்பது, கவிதை போகிற போக்கினில் உருவாக்கியுள்ள சூழலின் மீதான விமர்சனமாகக் கருத வேண்டியுள்ளது.

எனது எழுத்து
இரண்டாயிரம் வருஷம்
பழமையானது
இந்தச் சுரங்கப் பாதை
என்றார்கள்
... ...
இருட்டு
ஈரவாடை
வௌவால்களின் றெக்கை ஒலி
பாம்புகளின் மூச்சு
ஒன்றுக்கும் பயந்தது இல்லை
கூடவே பிறந்தது
பித்திலிருந்து பிறந்த மந்திரம்
இன்னும்

ஓரடி எடுத்து வைத்தால் போதும்
வெளியேறி விடலாம்
இப்போது செய்ய வேண்டியதெல்லாம்
எப்படியாவது மீற வேண்டும்
இந்த தமிழ் மனத்தை

தமிழ் மொழியை முன்வைத்துத் தமிழகத்தில் நடைபெற்ற அரசியலினால் சலிப்படைந்த கவிஞரின் மனம் அதிலிருந்து வெளியேற விரும்புகின்றது. மொழி அரசியலின் விளைவாகச் சீரழிந்துகொண்டிருக்கும் தமிழர் வாழ்க்கை குறித்த அக்கறையினால் அது குறித்த பேச்சுகளை உருவாக்க முயன்றதன் விளைவுதான் தமிழ் மீதான விமர்சனமாக வெளிப்பட்டுள்ளது. பொதுப்புத்தியில் உருவாக்கப்பட்டுள்ள தமிழ் மனம் உருவாக்கியுள்ள சூழல் குறித்த எரிச்சல், அதை விட்டே விலக வேண்டுமென்ற பதிவு, நகைமுரண்.

சூரியனுக்கு அருகில் வீடு (2013) கவிதைத் தொகுதியில் இடம்பெற்றுள்ள கல்மரம், நம் காலத்து நாயகர்கள் கவிதைகள் குறிப்பிடத்தக்கன. பெண்ணைக் கல்மரமென மதிப்பிடும் மனுஷ்ய புத்திரன் பெண்ணரசியலின் முக்கியமான அம்சத்தைக் கவிதையாக்கியுள்ளார்.

... ...
ஒரு மரம் கல்லாக
எத்தனையோ வருடங்கள் வருடங்கள் ஆகின்றன
என்கிறார்கள்
ஒரு பெண்ணைக் கல்மரமாக மாற்றுவதற்கு
அவளது
கனவைச் சிதைப்பது போதும்
ஒரு நம்பிக்கையை முறிப்பது போதும்
ஒரு வாக்குறுதியால்
அவளைக் காத்திருக்கச் செய்தால் போதும்
ஒரு குற்ற உணர்ச்சிக்கு
அவளை ஆளாக்கினால் போதும்
ஒரு துரோகத்தினால்
அவளை அதிர்ச்சிக்குள்ளாக்கினால் போதும்
எல்லாவற்றையும் விட
ஒரு கல்மரத்தை முறிப்படிப்பது கடினம்
அது அத்தனை வீம்புடன்
அங்கே அமர்ந்திருக்குகின்றது

பெண்ணைக் கல்மரமாக்குவதற்கு என்ன செய்ய வேண்டுமென்ற விவரணையின் வழியே மீண்டும் உடல்ரீதியாகப் பெண்ணை அணுகிடும் போக்கினைக் கவிஞர் விவரித்துள்ளார். பெண்ணுடல் கல்லானது என்ற இதிகாச காலத்துக் கவிதை மரபு புதிய வடிவில்

கவிதையாகியுள்ளது. ஆண் மனம் கட்டமைக்கும் பெண்ணுடல் குறித்த புதிர்களுக்கு மனுஷ்ய புத்திரனும் விதி விலக்கில்லை என்பது கவிதையில் வெளிப்பட்டுள்ளது. கசப்பு பொங்கிடும் வேளையில் காதலைக் கல்மரத்தினுக்குச் செலுத்துவது அபாயகரமானது என்ற கவிஞரின் கண்டுபிடிப்புப் பற்றிப் பெண்ணியவாதிகள் என்ன சொல்லக்கூடும்?

நம் காலத்து நாயகர்கள் கவிதை நவீன வாழ்வில் பரிதாபகரமாக வீழ்ச்சியடைந்து கொண்டிருக்கும் நாயகர்களின் நிலையைப் பதிவாக்கியுள்ளது. குரூரமாக வேட்டையாடப்படும் நம் காலத்து நாயகர்கள் கொடிய குற்றவாளிகளைப் போல கடுமையாக நடத்தப்படுவதன்மூலம் தண்டனைக்குள்ளாகிறார்கள். யாரோ ஒருவன்/ நாயகர்கள் மேல் எறிவதற்கு/சாலையில் கடைசிக் கல்/எதுவும் மிஞ்சியிருக்கிறதா/என ஆவேசத்துடன் தேடிக்கொண்டிருக்கிறான். செய்வதற்கு எதுவுமற்ற நெருக்கடியான சூழலில், முன்மாதிரியாக விளங்க வேண்டிய நம் காலத்து நாயகர்களும் வீழ்ச்சியடையும்போது அவநம்பிக்கைதான் மிச்சமாகிறது. சமூக மாற்றம் குறித்த அக்கறையுடன் கவிதை எழுதத் தொடங்கிய தொடங்கிய மனுஷ்ய புத்திரனின் அரசியல் நம்பிக்கை இன்று சிதலமாகிக் கொண்டிருக்கிறது.

நூற்றுக்கணக்கில் கவிதைகள் எழுதியுள்ள மனுஷ்ய புத்திரனின் பொதுவான அரசியல் பார்வை காலந்தோறும் மாறி வந்துள்ளதை அவதானிக்க முடிகின்றது. அதே வேளையில் அவருடைய அரசியல் ஈடுபாடும் கவனத்திற்குரியது. இன்று அவர் தி.மு.க.வின் அரசியலை முக்கியமானது எனக் கருதி மேடைகளில் முழங்கிக் கொண்டிருக்கிறார்: சேனல்களில் ஆவேத்துடன் தனது தரப்பு அரசியல் கருத்துகளை அழுத்தமாக முன்வைக்கின்றார்; அன்றாட வாழ்வில் பரபரப்பை ஏற்படுத்தும் நிகழ்வுகள் குறித்துச் சமரசமற்றுப் பேசுகின்றார். இவையெல்லாம் அரசியல்தான். இத்தகைய அரசியல் குறித்து மனுஷ்ய புத்திரன் ஏன் கவிதைகள் எழுதவில்லை என்ற கேள்வி தோன்றுவது இயற்கை. என்றாலும் சமகாலத்திய சூழலின் தாக்கத்தினால் மனுஷ்ய புத்திரன் உருவாகியுள்ள கவிதைகளில் வெளிப்படும் அரசியல் காத்திரமானது. அரசியல் இல்லாமல் எதுவுமில்லை என்ற கருத்தியல் அடிப்படையில் மனுஷ்ய புத்திரன் எழுதியுள்ள கவிதைகள், சம காலத்தின் பதிவுகளாக விளங்குகின்றன.

உயிர் எழுத்து, டிசம்பர், 2014

காந்தியுடன் இரவு விருந்திற்குச் செல்லும் மனுஷ்ய புத்திரன்: நம் காலத்து அரசியல் கவிதைகள்

அரசியல் இல்லாமல் எதுவுமில்லை என்ற நெருக்கடியான சூழலில் மனித இருப்பு, பூமியில் முன்னெப்போதையும்விட இன்று அதிகமான சவால்களை எதிர்கொண்டுள்ளது. குறிப்பாக ஊடகங்கள்மூலம் திட்டமிடப்பட்டுக் கட்டமைக்கப்படுகிற கார்ப்பரேட்டுகளுக்குச் சாதகமான அரசியல் பின்புலத்தில், தனிமனித சுதந்திரமும் இயக்கமும் சிதலமாகின்றன. அசலானதாகவும் சுயமானதாகவும் சிந்திப்பதற்கான சூழல் முழுக்க மறுதலிக்கப்படுகிற நிலையில், சமூக அக்கறையுள்ள மனிதர்கள், இன்னும் தீவிரமாக இயங்கிட வேண்டியுள்ளது. அதிகாரத்தின் கரம் எங்கும் பற்றிப் படர்கையில், உடல்கள் மீதான கண்காணிப்பின் அரசியல் வலுவடைந்துள்ளது. இன்னொருபுறம் அரசியலற்ற தன்மையைப் பரப்பி, எதற்கும் அடங்கியொடுங்கிடும் உடல்களைத் தயாரிப்பது துரிதமாக நடைபெறுகிறது. அந்நிய மூலதனத்திற்குச் சிவப்பு ரத்தினக் கம்பள வரவேற்பு அளித்தவாறு, தேசபக்தி பேசிக்கொண்டு ஆட்சியதிகாரத்தில் இருக்கிற பி.ஜே.பி.யின் அரசியல் செயல்பாடு, கபட நாடகத்தின் உச்சம். இன்னொருபுறம் இந்துத்துவா பின்புலத்தில் பாசிசத்திற்குத் தயாராகிடும் அடிமை உடல்களை உருவாக்கிடும் பணியைச் செய்திட மோடி தலைமையிலான அரசு துடிக்கிறது. நுகர்பொருள் பண்பாட்டின் மேலாதிக்கச் சூழலில் மரபான விழுமியங்களின் சிதலத்தில் மொழியும் படைப்புகளும் சந்தைக்கான சரக்காக உருமாற்றப்படுகின்றன. இலக்கியம் பற்றிய பேச்சுகளில் ஏற்பட்டுள்ள மாறுதல்கள் காரணமாகப் படைப்பாளி படைப்புகளில் உன்னதம் தேடியலைவது பொருத்தமாக இல்லை. அதிலும் இரண்டாயிரமாண்டு அரசியல் பாரம்பரியமுடைய தமிழ்க் கவிதையின் தொடர்ச்சியாக இயங்குகிற நவீனமான கவிஞன், புதிய வகைப்பட்ட அரசியல் சூழலுடன் எதிர்வினையாற்றிட வேண்டிய தேவை ஏற்பட்டுள்ளது. இத்தகு சூழலில் சமகால அரசியல், பண்பாட்டுத் தளத்தில் கவிதைகள் வழியாக உடனுக்குடன் செயலாற்றுகிற கவிஞர் மனுஷ்ய புத்திரன் தனித்து விளங்குகிறார். அவருடைய அரசியல் கவிதைகள் முகநூல்

உள்ளிட்ட மின்னணு ஊடகத்தில் உடனுக்குடன் பதிவேற்றம் செய்யப்பட்டு, இளைய தலைமுறையினரின் கருத்தியலில் தாக்கத்தை ஏற்படுத்துகின்றன. உரைநடையின் செல்வாக்கு மேலோங்கியுள்ள சூழலில் கவித்துவமான மொழியுடன் சமூகப் பிரச்சினைகளை முன்னிறுத்துகிற மனுஷின் கவிதைகள், ஆனந்த விகடன் உள்ளிட்ட வெகுஜனப் பத்திரிகைகளிலும் பிரசுரமாகிப் பரவலாகக் கவனம் பெற்றுள்ளன.

கவிதை என்பது சொற்களால் ஆன மொழி விளையாட்டு. என்றாலும் கவிதை வாசிப்பில்தரும் அனுபவம், அதிர்ச்சி, மகிழ்ச்சி காரணமாக இரண்டாயிரமாண்டுகளாகத் தமிழில் நீடித்துள்ளது. கவிதையை உருப்பளிங்கு போலவும், கதவு இல்லாத இரும்புப் பெட்டகம்போல மாற்றி விநோத வஸ்துவாக்கும் முயற்சி காலந்தோறும் தொடர்ந்து நடைபெறுகிறது. இறுக்கமும் செறிவும்மிக்க புதிரானதுதான் கவிதை என்ற பார்வைக்கு மாற்றாக நெகிழ்ச்சியுடனும் எளிமையாகவும் இருப்பது சிறந்த கவிதையின் அடையாளம் என்பது சங்க இலக்கியப் படைப்புகள் தொடங்கி நடைமுறையில் உள்ளது. பாரதியாரின் அரசியல் கவிதைகள் பொதுப்புத்தியில் ஏற்படுத்திய ஆழமான பாதிப்புகள், தமிழ்க் கவிதையில் புதிய போக்கினைக் கட்டமைத்தன. தமிழகச் சமூகச் சூழலில் கவிதையின் மூலம் நிகழ்காலச் சம்பவங்களை விமர்சனத்திற்குள்ளாக்கி, கவிதை என் கைவாள் என அரசியல் விழிப்புணர்வை ஏற்படுத்தும் செயல், இன்று வலிவடைந்துள்ளது. அந்தவகையில் கவிதைசொல்லியான மனுஷ் தன்னைச் சுற்றிலும் அன்றாடம் நடைபெறுகிற சம்பவங்களினால் பாதிப்பிற்குள்ளாகி, எளிய சொற்களால் உருவாக்கியுள்ள அரசியல் கவிதைகள், வாசிப்பில் ஏற்படுத்தும் தாக்கங்கள் அழுத்தமானவை. கவிதை எனச் சிறுபத்திரிகை உலகு இதுவரை உருவாக்கியுள்ள புனிதத்தைக் கட்டுடைத்து, கவிதை வடிவத்தை அரசியல், சமூகப் பிரச்சினைகளுடன் தொடர்புபடுத்துவது மனுஷ் கவிதைகளின் தனித்துவம்.

காந்தியுடன் இரவு விருந்திற்குச் செல்கிறேன் எனத் தன்னையும் உள்ளடக்கிய மனுஷின் கவிதை, இன்றைய கார்ப்பரேட் அரசியல் குறித்த பகடியாகியுள்ளது. பிரிட்டிஷ் ஏகாதிபத்தியத்தின் காலனிய ஒடுக்குமுறைக்கு எதிராக வைராக்கியத்துடன் போராடிய காந்தியை முன்வைத்துக் கவிஞர் உருவாக்கிடும் பேச்சுகள் காத்திரமானவை. இரவுவேளையில் உணவு சாப்பிடும் வழக்கமற்ற காந்தியுடன் விருந்திற்குச் செல்கிற கவிஞர் மனுஷ், இன்றைய சூழலில் காந்தியின் இருப்பினையும் அடையாளத்தையும் அர்த்தமிழக்கச் செய்கிற மதஅடிப்படைவாத அரசியலைக் கேள்விக்குள்ளாக்குகிறார். இரவில் விருந்து, கொண்டாட்டம் என்ற மேட்டுக்குடி மனநிலைக்கு எதிரான மனப்பான்மையுடைய காந்தி, இன்றிருந்தால் எப்படி செயல்படுவார்? யோசிக்க வேண்டியுள்ளது.

எப்பொழுதெல்லாம் அக்கிரம், அநியாயம் தலையெடுக்கிறதோ அப்போது காந்தி, உண்ணாநோன்பை அறிவித்ததுடன், எளிய மக்களைத் திரட்டி எதேச்சதிகாரத்திற்கு எதிராகப் போராட்டத்தைத் தொடங்குவது வழக்கம். எளிமையைத் தனது வாழ்க்கையின் ஆதாரமாகக் கருதிய காந்தி, இன்றைய் நுகர்பொருள் பண்பாட்டுச் சூழலுக்கு முற்றிலும் அந்நியமானவர்தான். வர்க்க அரசியலை அப்புறப்படுத்திவிட்டு, அதற்கு மாற்றாக மதஅடிப்படைவாதத்தை முன்வைக்கிற கார்ப்பரேட்டுகளுக்கு எதிராக விழிப்புணர்வுடன் போராடுகிற மக்களின் மனநிலை மழுங்கடிக்கப்பட்ட சூழலில், காந்தியை முன்வைத்த மனுஷின் கவிதை வரிகள் அழுத்தமானவை.

புலால் மறுத்தலை வாழ்நாளெல்லாம்
போதித்த காந்தி
புலால் உண்டதற்காக
மனிதர்கள் தோல்
உரிக்கப்படுவதைக் கண்டதும்
என் தட்டிலிருந்த
மாமிசத் துண்டைக் கடித்து
தன் உண்ணாநோன்பை
முடித்துக்கொள்கிறார்

இறந்த விலங்கின் இறைச்சியை உண்டதற்காக இந்துத்துவ அடிப்படைவாதிகள் எளிய மனிதர்களைக் கொன்ற சம்பவத்தைக் காந்தி எப்படி எதிர்கொண்டிருப்பார் என்பது முக்கியமான கேள்வி. அகிம்சையைப் போதித்த காந்தி, புலால் சாப்பிட்டுத் தனது எதிர்ப்பைக் காட்டியிருப்பார் என்ற மனுஷின் நம்பிக்கை, கசப்பின் வெளிப்பாடு. தனது வாழ்க்கையை லட்சிய போதத்துடன் மாற்றி நுண்ணரசியல் செய்த காந்தியை விமர்சிப்பது மட்டும் மனுஷின் நோக்கமல்ல. யோசிக்கும்வேளையில் இன்றைய இந்திய அரசியல் சூழலில் காந்தி தேவைப்படுகிறார் எனத் தோன்றுகிறது.

காந்தியின் கையினால் சுற்றப்படும் ராட்டை பழுதடைந்த நிலையில், அவருக்கு எலக்ட்ரானிக் ராட்டையைப் பரிசளிக்க வேண்டுமென நினைக்கிற கவிஞர், இன்றிரவு/ அவரது தோழிகள் படைசூழ/ அவருடன் விருந்திற்குச் செல்கிறேன் என்கிறார். கையால் சுற்றப்பட்ட ராட்டை என்பது வழக்கொழிந்த சூழலில், எலக்ட்ரானிக் ராட்டை என்பது வெறும் பகடி மட்டுமல்ல. மரிவருகிற நெருக்கடியான அரசியலின் ஆதிக்கம் வலுவடைந்த நிலையில் காந்தியத்தின் மறுபிரவேசம் குறித்தத் தேடலாகக் கவிதையைக் கருத முடியுமா?

தொண்ணூறுகளின் முற்பகுதியில் தமிழகத்தின் முதல்வராக ஜெயலலிதா பாசிஸ்டாகச் செயல்பட்டபோது, பிரசுரமான மனுஷின் அரசி கவிதை, துணிச்சலுடன் நடப்பு அரசியலை விமர்சனத்திற்குள்ளாக்கியது.

அன்றைய வெகுமக்கள் ஊடகங்கள் ஜெ பற்றிக் கள்ள மௌனம் சாதித்தன. நடப்புச் சமூகத்தில் அதிகாரம் எந்த வடிவில் நிலவினாலும் அது குறித்துக் கவிதையின்மூலம் எதிர்க்கருத்தைப் பதிவு செய்திடும் புலமை மரபு, தமிழைப் பொருத்தவரையில் சங்க இலக்கியத்தில் தொடங்கியுள்ளது. ஆள்கிறவரின் அதிகார வெறியின் விளைவு மக்களைப் பாதிப்பிற்குள்ளாக்கும்போது, அதற்கெதிராகக் கவிதையின்மூலம் குரலெழுப்புவதுதான் புலமை மரபின் அறமாகும். அம்மரபில் தோய்ந்திருக்கும் அறம் இன்றுவரை தொடர்கிறது. வரம்பற்ற அதிகாரத்தினால் தமிழகத்தை ஆட்டிப்படைத்த ஜெயலலிதாவை அப்போலா தினங்கள் கவிதை வரிகள்மூலம் கடுமையாக விமர்சித்து, அரசியலதிகாரத்தைக் கேள்விக்குள்ளாக்கிடுவது, கவிஞர் மனுஷின் முதன்மை நோக்கமாகும்.

மது பானங்கள் தயாரிப்பாளர்களும் சசிகலா கும்பலும் பின்னிருந்து இயக்கிட எதுவும் செய்வேன் எனச் சர்வாதிகாரியாகக் கொக்கரித்த அன்றைய முதல்வரான ஜெயலலிதாவின் செயல்களைத் தொடர்ந்து கவிதையின் வழியாகக் கவிஞரான மனுஷ் விமர்சிப்பது அவருடைய அரசியல் ஈடுபாடுதான். உடல்நலமின்மை என முதலமைச்சர் ஜெயலலிதா திடீரென அப்போலா மருத்துவமனையில் சேர்க்கப்பட்டது முதலாக நடைபெற்ற மர்மான நிகழ்வுகள் சாதரணமானவை அல்ல. அங்கு உண்மையில் என்ன நடந்தது என்பது கவர்னரும் அறியாத நிலையில், ஒவ்வொரு நாளும் வெளியிடப்பட்ட அறிக்கைகள், திகில் நாடகத்தின் காட்சிகள் போல இருந்தன. எழுபத்தைந்து நாட்களில் தமிழக அரசியல் பின்புலத்தில் நடைபெற்ற சம்பவங்கள் குறித்த கேள்விகளுக்கு இன்றளவும் விடையில்லை. தமிழகத்தில் எல்லோரும் திருதிராஷ்டர்களாக என்ன நடக்கிறது என்ற புரிதலற்றுத் திணறுகையில், ஒரு கவிஞராக மனுஷ் எழுதிக் குவித்த கவிதைகள் உக்கிரமான மொழியில் வெளிப்பட்டுள்ளன. 'அப்போலா தினங்கள்' என்ற தலைப்பில் மனுஷ் படைத்திட்ட கவிதை வரிகள், சமகால அரசியலைக் கேள்விக்குள்ளாக்கியுள்ளன. அவை ஒருவகையில் காத்திரமான சமகால அரசியல் விமர்சனங்கள்.

இந்த நகரத்தை
இப்போது
ஆள்வது யார் என்று கேட்கிறார்கள்
எப்போதும் போல
இந்த இருட்டு
இந்த பயம்

அப்போலாவின் தீவிர சிகிட்சைப் பிரிவில் அனுமதிக்கப்பட்ட ஜெயலலிதாவின் உடல்நிலை பூடகமாக்கப்பட்ட நிலையில், எங்கும் பயத்தின் நிழல் பற்றிப்படர்ந்திட்ட சூழல், கவிதை வரிகளாகியுள்ளது.

அரசியல் என்றால் சதிகளும் மந்திராலோசனைகளும், கவிழ்ப்புகளும் நிரம்பியது என்பது அப்போலா தினங்களில் மீண்டும் ஒருமுறை நிரூபிக்கப்பட்டுள்ளது. அதிகாரத்தின் வெற்றி, எப்போதும் பயத்தை ஏதோ ஒருவழியில் வெகுஜனங்களின்மீது தூவுதில்தான் இருக்கின்றது. பரந்துபட்ட மக்களின் விதைக்கப்பட்ட சந்தேகத்தின் விதை விருட்சமாக உயர்ந்தபோது, எங்கும் கள்ள அமைதி நிலவிய சூழலை, மனுஷின் கவிதைகள் பதிவாக்கியுள்ளன.

துண்டிக்கப்பட்ட நாவுகளின் குரல் என விரிந்திடும் கவிதையில் மக்களின் சந்தேகங்களும் கேள்விகளும் முடிவற்ற நிலையில், அரசி பற்றிய பேச்சுகள் தடைசெய்யப்பட்ட சூழலில், மனுஷின் ஆதங்கம் நியாயமானது. முகநூல் உள்ளிட்ட சமூக வலைத்தளத்தில் எழுதிய இளைஞர்கள் கைது செய்யப்பட்டதுடன், அரசாங்கம் எல்லா ஊடகங்களையும் கண்காணித்தது, சூழலில் பீதியைக் கிளப்பியது. எங்கும் வதந்திகள் பரவியபோதும் முதல்வரின் உடல்நிலை ரகசியமாக இருந்தது. அப்போலாவில் நடந்தது என்னவென்பது மக்கள் யாரும் அறியாத சூழலில், ஜெயலலிதாவை முன்வைத்துச் சசிகலாவும் அவருடைய அடியாட்களும் நிழலாக இருந்து ஆட்சியதிகாரத்தைச் செலுத்திய காலகட்டத்தில் நடைபெற்ற காட்சிகள் முக்கியமானவை.

அவர்கள் சிரித்தார்கள்
எதையும் கேட்க வேண்டியதில்லை
இந்த நகரமே எதைப் பேசுகிறது
என்று எங்களுக்குத் தெரியும்
நான்கு பேரின் நாக்கை அறுத்தால்
எல்லா நாக்குகளும் தானே அடங்கிவிடும்

அரசியல் சூழல் குறித்து நியாயமாகப் பேசுகிறவர்களின் நாக்குகளை வெட்டியபிறகு, அரசியைப் பற்றி மக்கள் யோசிப்பதைத் தடுத்திட முடியுமா என்ற மனுஷின் வரியில் அதிகாரத்திற்கெதிரான குரல் அழுத்தமானது. சமூக வலைத்தளங்களில் எழுந்த கேள்விகளை முடக்கிட முயன்ற அரசியந்திரத்தின் பின்புலம் என்னவென்பது இன்றுவரை யாரும் அறியாத மர்மமாக உள்ளது. ஜனநாயக நாட்டில் எதுவும் நடைபெறுவதற்கான சாத்தியப்பாடுகள் உள்ளன என்பதன் வெளிப்பாடுதான் அப்போலா தினங்கள். சமகால அரசியல் நெருக்கடியின் குரலாகப் பதிவாகியுள்ள நீண்ட கவிதைகளில் கசப்பும் வெறுப்பும் கலந்த சொற்கள் ததும்பி வழிகின்றன. அரசி பற்றிய அதிகார பிம்பத்தைக் கட்டமைத்திடும்போது, வெறுமனே பார்வையாளன் போல கவிஞர் கவிதை சொன்னாலும் சமகாலத்தின் அவலக்குரல் நுட்பமானது. அரசிக்கு என்ன நடந்தது/ என்பதைப் பற்றிய கேள்விகளை/அவளது சமாதிக்கு மேல் பறக்கும்/வண்ணத்துப்பூச்சிகள்/ இன்னும் கேட்டவண்ணம் இருக்கின்றன. ஜெயலலிதா மரணத்தின்

மர்மம் இன்றும் நிழலெனப் பரவிக்கொண்டிருக்கிற சூழலில், மனுஷின் கவிதை வரிகள் முடிவற்ற கேள்விகளை எழுப்புகின்றன.

நம்பத்தகுந்த வட்டாரங்கள் என ஊடகங்கள் தெரிவிக்கிற உண்மைத் தகவல்கள் அல்லது சம்பவங்கள் பின்னர் பொதிந்திருக்கிற அரசியல் உருவாக்கிட முயன்றிடும் கருத்தியல் நுண்ணரசியலானது. மனுஷ், நம்பத்தகுந்த வட்டாரம் எப்படி இருக்கும் என்று அப்பாவியாக எழுப்புகிற கேள்விக்கான விடை பகடியான மொழியில் அமைந்துள்ளது. ஐசியூனிட்டில் உற்சாகத்துடன் பேசுகிறார், சாப்பிடுகிறார் ஜெயலலிதா என நம்பத்தகுந்த வட்டாரம் உருவாக்கிய தோற்றம் உண்மையானதுதானா? பெரும்பான்மை மக்களைத் தங்களுடைய நோக்கத்திற்கேற்ப உருவாக்கிட அதிகார வர்க்கத்தினருக்கு எப்போதும் நம்பத்தகுந்த வட்டாரம் என்ற பேச்சு, உதவுகிறது. நம்பத்தகுந்த வட்டாரத்தைப் பார்க்க ஆவலுடன் காத்திருந்த கவிதைசொல்லியான மனுஷைச் சுற்றுலா வழிகாட்டி அழைத்துச் செல்கிறார். ஊருக்கு ஒதுக்குப்புறமாக/ ரகசிய இடத்திற்கு/ அழைத்துச் சென்றான்/ அங்கே பொட்டலில்/ பசி மயக்கத்துடன் படுத்திருந்த/ பூனை/ எங்களைப் பார்த்து/ மியாவ்/ என்று ஒரே ஒருமுறை கத்திவிட்டு/ மறுபடி தூங்க ஆரம்பித்துவிட்டது. புனைவுகள் மீது கட்டமைக்கப்பட்ட அப்போலா தினங்களில் நிகழ்ந்த சம்பவங்களை விமர்சிக்கிற கவிதையில் கேலியும் கிண்டலும் பொங்குகின்றன.

அரசி2 கவிதையானது அன்றைய அப்போலாவின் மர்ம தினங்கள் குறித்த காத்திரமான விமர்சனம். அவள் நிஜமாக இருந்தபோது/ உருவாக்கிய அச்சத்தைவிட/ அவள் நிழலாக மாறியபோது/ உருவான அச்சத்தின் கனம்/ தாங்க முடியாததாக இருந்தது என்ற வரிகளின் பின்புலத்தில் அரசியின் இறுதி நாட்கள் பதிவாகியுள்ளன.

அதிகாரத்தின் வழிமுறைகளில்
எப்போதும் இருள் படர்ந்திருக்கிறது
அதிகாரத்தின் வாள் நுனிகளில்
எப்போதும் நஞ்சு தடவியிருக்கிறது.

அதிகாரம் கட்டமைத்த பிம்பமான அரசி, இறுதியில் பதுமையைப் போல அந்த வீட்டில் இருந்து கொண்டு வரப்பட்டார். அவள் கடைசியாக இருந்த வீட்டில்/ அவள் கடைசியாக இருந்த அறைச்சுவரில் இருந்த/ பல்லி ஒன்றுக்கும் மட்டுமே/ அந்த உண்மை தெரிந்திருந்தது/ அந்தப் பல்லி எப்போது பேசும்/ யாருக்கும் தெரியாது. இன்று வரையிலும் அரசிக்கு என்ன நடந்தது மர்மமான சூழலில் பல்லி பேசினால் உண்மை தெரியும் என்பது, கவிதையை அமானுஷ்யத்திற்கு நகர்த்துகிறது.

ஒரு நாள் இரவில் ரூபாய் மதிப்பு நீக்கப்பட்டதாக வெளியான பிரதமர் மோடியின் அறிவிப்பைத் தொடர்ந்து, ஏடிஎம் வாசலில்

இரண்டாயிரம் ரூபாய் எடுப்பதற்காகக் காத்திருந்த கோடிக்கணக்கான இந்தியர்களின் மனதில் நிலவிய பீதி அளவற்றது. கருப்புப் பணத்தை ஒழிக்கப்போகிறேன் என்ற பொய்யான தகவலுடன் களத்தில் இறங்கிய நடுவண் அரசாங்கம், எளிய மக்களின் பணத்தை வங்கிகளில் முடக்கியதில் உள்நோக்கமுண்டு. ஏற்கனவே வங்கிகளில் பல்லாயிரக்கணக்கான கோடிகளில் கடன் வாங்கி, திருப்பிச் செலுத்தாத கார்ப்பரேட்டுகளுக்கு மீண்டும் கடன் கொடுப்பதற்கான பருண்மையான நோக்கம் உள்ளது. ஆனால் மக்கள் தேசநலனுக்காக எல்லாவற்றையும் பொறுத்துக்கொள்ள வேண்டும் என்று மோடி கூறியது, கடைந்தெடுத்த அயோக்கியத்தனம். வங்கியில் சேமித்துள்ள தங்களுடைய சொந்தப் பணத்தை எடுப்பதற்காக இந்திய மக்கள்பட்ட துயரங்களைக் குறித்து மனுஷ் எழுதியுள்ள கவிதைகள், அவருடைய சமூக அக்கறையின் விளைவாகும். இருண்டகாலக் குறிப்புகள் என்ற பெயரில் வெளியான மனுஷின் கவிதைகளை இன்று மறுவாசிப்பிற்குள்ளாக்கிடும்போது, அன்றைய சூழலின் வெக்கையினால், போதமிழந்த நிலையில் அவர் எழுதிக் குவித்துள்ளது புலப்படுகிறது.

மக்கள் பொறுத்துக்கொள்ளத்தான் வேண்டும்
ஒரு பைத்தியக்காரக் கும்பலின் நோக்கங்களுக்கு
தேசமே பைத்தியமாக்கப்படுவதை
ஒரு இலக்கற்ற போலி இலட்சியத்திற்கு
ஒவ்வொரு மனிதனும் பலியாக்கப்படுவதை
மக்கள் பொறுத்துக்கொள்ள வேண்டும்

மக்கள்மீது ஓரிரவில் திணிக்கப்பட்ட வன்முறையைப் பொறுத்துக் கொள்ளல் குறித்த அதிகார வர்க்கத்தின் அறிவுரையின் பின்னால் பொதிந்திருக்கிற நுண்ணரசியலைக் கேள்விக்குள்ளாக்கிடும் மனுஷின் கவிதை வரிகள், நுட்பமானவை. சிரமத்திற்கு வருந்துகிறேன்/ மாடு மேய்ப்பவர்களை/ ஒரே இரவில் கடன் அட்டைகளை/ பயன் பயன்டுத்துபவர்களாக/ மாற நிர்பந்திப்பதற்காக என்ற வரிகள் அன்றைய இருண்ட காலத்தில் பதிவாக என்றும் விளங்கும்.

வங்கியில் பணம் எடுப்பவர்களின் கைவிரலில் கறுப்பு மை வைக்கப்படும் என்பது சிவில் சமூகத்தின்மீது திணிக்கப்பட்ட கொடூரம். சராசரி மக்களின்மீது அவசரநிலையைத் திணித்திட்ட மோடி அரசின் கொடூரச் செயல்பாட்டினுக்குப் பின்னர் பொதிந்திருக்கிற அரசியலில் கார்ப்பரேட்டுகளின் நலன் உள்ளது. இந்நிலையில் கவிஞர் மனுஷ் ஏன் அத்தோடு விட்டீர்கள்/ நெற்றியில் கறும்புள்ளி/ செம்புள்ளி குத்தி அனுப்புங்கள்/ ஒரு காதை அறுத்து அனுப்புங்கள்/ உங்கள் தேசபக்திக்காக/ இதைக்கூட பொறுக்கமாட்டோமா? என்கிறார். இந்தியப் பொருளாதாரத்தைப் பன்னாட்டுக் கார்ப்பரேட் நிறுவனங்களின் வேட்டைக்காடாக மாற்றிவிட்டு, தேசபக்தி என எளிய மக்களிடம்

போதிப்பது எதற்காக? தரகு அதிகாரவர்க்க முதலாளிகளான அம்பானி, விஜய் மல்லையா போன்றோரின் ஆதாயத்திற்காக எதையும் செய்திட முயலுகிறப் பிரதமர் மோடி குழுவினர், விளிம்பு நிலையினரின் நலனுக்காகப் பணமதிப்பு நீக்கம் செய்யப்பட்டதாகச் சொல்வது அண்டப்புளுகு. மக்களின் எந்தவொரு நியாயமான எதிர்ப்பையும் மலினப்படுத்துவதற்காகப் போலியான தேசபக்தி என்ற சொல்மூலம் காவிக் கும்பல் கட்டமைக்கிற புனைவின் பின்னர் பொதிந்திருக்கிற அரசியலை எதிர்ப்பதற்கான கலகமாக மனுஷின் இருண்டகாலக் குறிப்புகள் கவிதைகள் உள்ளன.

காவிரி என்பது அன்னையின் பெயர் என்ற கவிதை, உருக்கமான மொழியில் தமிழகத்து மக்களின் எதிர்பார்ப்புகளைப் பேசுகிறது. தண்ணீரில் கிடக்கிறது/ காவிரியின் நீதி கேட்கும் சிலம்பு எனத் தொடங்குகிற கவிதை, நியாயத்தின் பின்புலத்தில் தமிழக மக்களின் வலியைப் பதிவாக்கியுள்ளது.

காவிரி என்பது அன்னையின் பெயர்
அவளைப் பைத்தியக்காரியாக்கி
உங்கள் அடிமையாக்கி
நீங்கள் அடைத்து வைத்திருக்கும்
சுவர்களுக்குப் பின்னே
அவளது பசித்த மக்கள்
கதவு திறப்பதற்காகக்
கண்ணீருடன் நின்றுகொண்டிருக்கிறார்கள்

மண்ணில் இயற்கையாகப் பாய்ந்தோடுகிற ஆற்றைத் தங்களுக்கு மட்டும் உரியது எனச் சிறையிலிட முயலுகிற கர்நாடகா மாநில அரசியல்வாதிகளின் நியாயமற்ற அடாவடிச் செயல்கள் கண்டனத்திற்குரியன. ஒருக்கால் பெரும் மழை பொழிந்து கர்நாடகா மாநிலம் முழுக்க வெள்ளக்காடானால், அப்போதும் தமிழகத்திற்குத் தண்ணீர் தரமாட்டேன் எனத் தேக்கி வைப்பது சாத்தியமானால், அவர்கள் எதுவும் பேசலாம். காலங்காலமாக இயற்கையாகப் பாய்கிற காவிரியைத் தடுத்து வைத்துக்கொண்டு, வெட்டி நியாயம் பேசுவதனால், பாதிக்கப்படுவது தமிழக மக்கள்தான். தமிழகத்து டெல்டா நிலப்பகுதியில் வறண்ட நிலத்தைப் பார்த்தவாறு பசியோடு காத்திருக்கிற விவசாயிகளின் கண்ணீர் துயரமான மொழியில் கவிதையாகியுள்ளது.

உடல் பற்றிய அளவுக்கதிகமான மதிப்பீடுகளும் புனிதங்களும் கட்டமைக்கப்பட்ட இன்றைய சமூகச் சூழலில், குறிப்பாகப் பெண்ணுடல் எதிர்கொள்கிற பிரச்சினைகள் ஏராளம். பெண்ணுடல் அரசியலை முன்வைத்துப் பெண்ணியவாதிகள் முன்வைக்கிற கேள்விகள் ஒருபுறம் என்றால், டிஜிடல் வெளியில் காட்சியளிக்கிற நிர்வாணப் பெண்ணுடல்கள்

இன்னொருபுறம் வலுவாக உள்ளன. இன்று மின்னணு ஊடகம் எங்கும் பரவலான சூழலில், இணைய வெளியில் காட்சிப்படுத்தப்படுகிற நிர்வாண உடல்களின் மாயத்தோற்றங்கள் பண்பாட்டு அதிர்ச்சியை ஏற்படுத்துகின்றன. குறிப்பாகப் பெண்ணுடல்கள், இதுவரை தமிழ்ச் சமூகம் உருவாக்கியுள்ள விழுமியங்களை அர்த்தமிழக்கச் செய்கின்றன. திடீரென ஒருநாளில் virtual வெளியில் காட்சியளிக்கிற தனது நிர்வாண உடலைக் காண நேரிடுகிற பெண்ணின் மனம், அதைத் தாங்கவியலாமல் தற்கொலையைத் தேர்ந்தெடுக்கிறது. ஏதோ ஒரு விளையாட்டுப்போல லென்ஸின் முன்னர் தனது நிர்வாண உடலை எந்தக் கூச்சமுமின்றிக் காண்பித்த பெண்ணுக்கு, நிஜம் தகிக்கிறது. ஸ்மார்ட் மொபைல் போன்கள், கணினியுடன் இணைக்கப்பட்ட காமிராக்கள் எந்த மூலையில் இருந்தும் கண்காணிக்கிற இக்கட்டான சூழலில், அந்தரங்கம் அர்த்தமிழக்கிறது. நிர்வாண உடல்களின் கதை என்ற கவிதையானது இன்று இளைஞர்களும் இளைஞிகளும் எப்போதும் எதிர்கொள்ளவிருக்கிற அபாயத்தை வேறு கோணத்தில் விவரிக்கிறது. நீங்கள் ஒரு நிர்வாண உடலைப்/ பார்க்க விரும்பினால்/ கண்ணாடியின் முன்/ உங்கள் ஆடைகளைக் களைந்துவிட்டு/ நிற்பதே சிறந்தது என்ற நடிகையான ராதிகா ஆப்தேயின் கருத்து, வாசிப்பில் அதிர்ச்சியை ஏற்படுத்தலாம். அதேவேளையில் நிர்வாணம் பற்றிப் பதற்றமின்றி, அதைப் புரிந்துகொள்வதன் திறவுகோலாகவும் அவருடைய ஆலோசனை உதவுகிறது எனச் சொல்லலாமா?

நிர்வாணம் பற்றிச் சொல்வதற்கு
ஏராளம் இருக்கின்றன
தங்கள் சொந்த நிர்வாணத்தை
காணொளியாகவோ
புகைப்படமாகவோ
காண நேர்கிறவர்கள்
தங்கள் நிர்வாண உடலை
உடனே தூக்கில் தொங்கவிட்டு விடுகிறார்கள்
அல்லது ரயில் தண்டவாளத்தில்
வீசிவிட்டுப் போய்விடுகிறார்கள்

உடல் பற்றிய சமூக மதிப்பீட்டிற்கும் நடப்புச் சூழல் குறித்தான முரண் காரணமாகக் காவு வாங்கப்படுகிற பெண்ணுடல்கள் பெருகுகிற சூழல் குறித்த அழுத்தமான கேள்விகளை எழுப்புகிறது மனுஷின் கவிதை. இதுவரை நிர்வாணம் குறித்துப் பொதுப்புத்தியில் உருவாக்கப்பட்டுள்ள பிரேமைகளையும் புனைவுகளையும் மறுபரிசிலனை செய்ய்ய வேண்டிய நெருக்கடியான காலகட்டமிது. ஒருநிலையில் டிஜிடல் வெளியில் காட்சிப்படுத்தப்படுகிற நிர்வாணத் தோற்றத்தை எப்படி எதிர்கொள்வது

என்ற கேள்வியைப் பாடுபொருளாகக்கொண்ட கவிதை, நவீன சமூகம் எதிர்கொண்டுள்ள முக்கியமான பிரச்சினையாகும்.

கி.பி.3016 ஆம் ஆண்டில் அழிந்த தமிழர் நகரத்தை அகழ்வாய்வு மேற்கொண்டபோது, கிடைத்தவை பற்றிய மனுஷின் கவிதை, சமகாலத் தமிழர்கள் குறித்த நுட்பமான பதிவு. இதுவரை அகழ்வாய்வில் கிடைத்த பொருட்கள், பண்டைத் தமிழரின் பண்பாடுச் செறிவினுக்கு ஆதாரமாக இருப்பதனால், இன்று தமிழ்ப் பெருமை பேசுவோர் புளகாங்கிதம் அடைகின்றனர். கி.பி.3016ஆம் ஆண்டில் தமிழகத்தின் மண்ணைத் தோண்டும்போது, தொல்லியல் ஆராய்ச்சி மாணவி கண்டறிந்த ரகசியக்கூடம் பற்றிய பதிவுகள், நடப்பில் பெண்ணுடல்கள் மீது நிகழ்த்தப்பட்ட வதைக்களத்தைச் சித்திரிக்கின்றன. வீட்டை விட்டு ஓடிப்போன பெண்கள் பிடித்து வரப்பட்டுப் பாதாள அறையில் அடைக்கப் பட்டனர். அவர்களது கணவர்கள் கொல்லப்பட்டு/ தண்டவாளத்தில் வீசப்பட்டார்கள்/அல்லது கொல்லப்படுவதற்கு முன்னர்/ தற்கொலை செய்துகொள்வதாக/வாக்குமூலம் அளித்தார்கள்... அந்தப் பெண்களைத் தீ வைத்து உயிரோடு எரிக்கப்பட்டதற்கும்/ ஒரு மாமிசத்தைப் போல வெட்டப்பட்டதற்கும்/ காதில் விஷம் ஊற்றிக் கொன்றதற்கும்/ மயக்க ஊசிகள்மூலம்/ அரைப் பைத்தியமாக்கப்பட்டதற்கும்/ஏராளமான சான்றுகள் இருக்கின்றன என நீளும் கவிதை, பெண்ணின் வலியையும் இருப்பினையும் பதிவாக்கியுள்ளது. தமிழர் நாகரிகம், பண்பாடு, மரபு, பாரம்பரியம் போன்ற சொல்லாடல்கள் முன்னிறுத்தப்படுகிற இன்றைய காலகட்டத்தில் சாதிய ஏற்றத்தாழ்வு காரணமாகப் பெண்ணுடல்களை வதைக்குள்ளாக்கிடும் தமிழர் அரசியலைப் பகடியான மொழியில் மனுஷ் பதிவாக்கியுள்ளார்.

உபயோகிக்க முடியாத கருவி என அன்பினை முன்வைத்திட்ட கவிதை வரிகளில் சக மனிதர்களுக்கிடையிலான உறவு கேள்விக் குள்ளாக்கப்பட்டுள்ளது. அன்பு என்ற சொல்லின் பின்னல் புதைந்திருக்கிற அரசியல் அழுத்தமானது. அன்பின் பட்டன் கத்தியை மடக்கு தம்பி என ப்ரியத்துடன் தொடங்கிடும் கவிதை வரிகள் வாசிப்பில் சுவராசியமளிக்கின்றன. உனக்கு யாரோ/சொல்லித் தந்திருக்கிறார்கள்/அன்பு என்பது/ ஆற்றில் இறங்குவது போல என்று/ அன்பின் துருப்பிடித்த வாளோடு/ நான் இங்கே நெடுங்காலமாக/ செய்வதறியாது அமர்ந்திருக்கிறேன். அன்பின் மறுபக்கம் ஆதிக்கம், அதிகாரம், வெறுப்பு எனப் படர்ந்திடும் உணர்வுகள் என்ற பார்வை நுட்பமான அவதானிப்பு. உலகிலுள்ள எல்லா மதங்களும் அன்பு என்ற சொல்லின் பின்புலத்தில்தான் வரலாறு முழுக்க லட்சக்கணக்கானவர்களைக் கொன்று குவித்துள்ளன. எவ்விதமான விமர்சனங்களுக்கும் அப்பால்பட்ட தூய அன்பு என்று காலந்தோறும் உருவாக்கப்பட்டுள்ள புனைவினைக் கேள்விக்குள்ளாக்கும் மனுஷின் கவிதைமொழியில் அரசியல் தோய்ந்துள்ளது.

சர்க்கஸில் புலிகளைப் பழக்குகிறவன் பற்றிய கவிதை, மனித இருப்புக் குறித்து ஆழமான கேள்விகளை எழுப்புகிறது. விருந்தினர் விடுதியில் இப்பொழுது எடுபிடியாக வேலை செய்கிற கிழவன், முன்னர் சர்க்கஸில் புலிகளைப் பழக்கியதை விவரிப்பது சுவராசியமானது. அதைக் கேட்டவுடன் கவிதைசொல்லி மனமுடைந்து சொல்கிறார். நான் இப்படித்தான் ஒவ்வொரு அதிகாரத்திற்கும்/ பழக்கப்படுத்தப்பட்டேன்/ அந்தக் கிழவனிடம் சொல்ல/ எனக்கு அவமானமாக இருக்கிறது. வலிமையான புலியைப் பழக்குவதுபோல தீவிரமான கருத்தியல் சார்புடையவரையும் அதிகாரத்தின் நலனுக்கேற்ப மாற்றுவது, இங்குத் திட்டமிட்ட முறையில் நடைபெறுகிறது. கொம்பாதி கொம்பனையும் அடக்கியொடுக்கித் தொழுவத்தில் கட்டுவதற்குக் காத்திருப்போர் முன்னால் என்ன செய்ய முடியும்? அவனிடம் உன் குடும்பம் எங்கே என்று கேட்கப்பட்ட கேள்விக்குத் சொன்ன விடை முக்கியமானது.

ஒரு காலத்தில் இருந்தது
இப்போது இல்லை
சர்க்கஸில் புலிகளைப் பழக்குவது போல
அத்தனை எளிதில்லை
ஒரு குடும்பத்தைப் பழக்குவது.

அடர்ந்த வனத்தில் சுயேச்சையாகத் திரியும் புலிக்குட்டியைப் பிடித்து வந்து பழக்குகிற விநோதமான வேலை செய்கிறவனின் குடும்பம், அவனைவிட்டுத் தள்ளிப் போய்க்கொண்டிருப்பது நகைமுரண். சிறுகதைக்குரிய விஷயத்தைக் கவித்துத்துடன் நெடுங்கவிதையாகச் சொல்லியுள்ள மனுஷின் கவிதைமொழி நுட்பமானது.

எப்பொழுதும் பேசிக்கொண்டே இருப்பவன்/ திடீரென ஒரு நாள்/ தனிமையின் நரகத்தில் வீழ்ந்தான் எனத் தொடங்கும் காதுகளைத் தின்பவன் கவிதை, அதியற்புதப் புனைவாக அரசியலை முன்வைக்கிறது. பொதுவாக எப்பொழுதும் யாரிடமாவது எதையாவது பேசுவதில் ஆர்வமுடையவர்களுக்குப் பிறர் சொல்வதைக் கேட்பதற்குக் காதுகள் இருக்காது. அவன் திருமணமானபோது, இளம் மனைவியின் முலைகளைவிட அவளுடைய காதுகளை நேசித்துப் பேசுகிறான் என்ற விவரிப்பு, காதுகளைத் தேடியலைகிறவனின் அவஸ்தையைச் சொல்கிறது. இன்று பலரும் ஏதோ ஒரு காரணத்தினால் பிறரை நோக்கிப் பேசிக்கொண்டே இருக்கின்றனர். எதிராளியிடம் கலந்துறவாடுவதைவிடத் தனது பேச்சு மேன்மையானது, சரியானது என்ற நம்பிக்கை வலுவடைந்த மனிதர்களின் எண்ணிக்கை பெருகுவதை மனுஷ் நீண்ட கவிதையாக்கியுள்ளார். பேசிக்கொண்டே இருப்பவன்/ ஒருநாள் தனிமையில் நரகத்தில் வீழ்ந்தபோது/ முதலில் தற்கொலை செய்துகொள்ளலாம்/என்று நினைத்தான்...

பிறகு அவன் அறையின் சுவரில்
ஒரு பெரிய காதை வரைந்தான்
அருகே மேலும் பல சிறிய காதுகளை வரைந்தான்
அவனுக்கு அது போதுமானதாக இருந்தது
நிஜக் காதுகளைவிட வரையப்பட்ட காதுகள்
சௌகர்யமானவையாகவும்
பணிவு மிக்கவையாகவும் இருந்தன
சுவர் முழுக்க வரையப்பட்ட காதுகள்
முன்னால் அவன் தன் உரையைத் தொடங்கினான்
அதுதான் அவன் வாழ்நாளின்
மிகச்சிறந்த உரையாக அமைந்திருந்தது

காதுகள், தனிமனிதன் இயற்கையோடும் சகமனிதர்களுடன் தொடர்புகொள்வதற்கான கருவி என்ற நிலை, இன்று மாறியுள்ளது வெளியில் இருந்து ஒவ்வொரு கணத்திலும் திணிக்கப்படுவதற்கான/ கொட்டப்படுவதற்கான தொட்டியாகக் காதுகள் மாற்றப்பட்டு விட்டன. அதிலும் மதஅடிப்படைவாதிகளாலும் ஆதிக்க அரசியல்வாதிகளாலும் இடைவிடாமல் செய்யப்படுகிற பிரச்சாரங்களினால் நிரம்பித் ததும்புகிற காதுகள், ஒருநிலையில் தங்களுடைய இயல்பினை இழக்கின்றன. இன்னொருபுறம் பேசு, பேசிக்கொண்டேயிரு, கேளு ,கேட்டுக்கொண்டேயிரு, பார், பார்த்துக்கொண்டேயிரு என ஊடகங்கள் தருகிற நெருக்கடியினால், அசலான கருத்து எதுவுமற்ற மனிதர்கள் உருவாக்கப்படுகின்றனர். இருபத்து நான்கு மணி நேரமும் செய்தி சேனல்களில் ஒளிபரப்பாகிடும் பிரேக்கிங் நியூஸ் கேட்கிறவனின் மூளை நாளடைவில் துருப்பிடித்துவிடும். இப்படியாக ஊடகங்களினால் தகவமைக்கப்படுகிற பெரும்பாலான மனிதர்கள், தொலைக்காட்சி சேனல்கள் முன்னர் உறைந்திருப்பது வழமையான விஷயமாக மாறிவிட்டது. எப்போதும் பேசுவதைக் கேட்பதற்காக மட்டும் காதுகள் மாறிக்கொண்டிருப்பது அரசியல் சார்ந்தது என்பதைக் கவித்துவத்துடன் பதிவாக்கியுள்ள மனுஷின் கவிதை வரிகள், வாசிப்பில் புதிய உலகினுக்கு இட்டுச் செல்கின்றன.

போர்முனைச் செய்திகள், வெறுமனே மண்டியிட வந்திருக்கிறேன், வீட்டிற்குத் திரும்புவதற்கான காரணங்கள், கலவரம், கள்ளத் தீர்க்கதரிசிகள், கலவரம் உள்ளிட்ட பெரும்பாலான கவிதைகள் சமகால அரசியலை முன்வைத்துள்ளன.

கவிதையில் அரசியல் கூடாது என்ற பம்மாத்தின் பின்னர் பொதிந்திருக்கும் அரசியல் பாசாங்கானது. கவிதை என்ற வடிவத்திற்குப் பொருத்தமற்ற புனிதத்தைப் புனைந்துரைப்பது, ஒருவகையில் அபத்தம். ஒவ்வொரு நிமிடமும் ஒவ்வொருவரும் யாருடைய கைப்பாவைகளாகவோ மாற்றப்படும் நெருக்கடியான சூழலில்,

அந்தரங்கம் என ஒன்று இருக்க முடியுமா? யோசிக்க வேண்டியுள்ளது. காதல், அகம் எனத் தோய்ந்திருக்கிற கவிதைக்கும் புறம் சார்ந்து தனிமனிதன் எதிர்கொள்கிற அரசியல், பண்பாட்டு நெருக்கடிகள் சார்ந்த கவிதைக்கும் சமூகப் பயன்பாட்டில் பெரிய வேறுபாடு எதுவும் இல்லை. இந்தக் காலகட்டத்தில் மனிதர்களுடைய அரசியல், பண்பாடு, சமூக வாழ்க்கை எப்படி இருந்தது? கார்ப்பரேட் அரசியலின் ஆதிக்கம் வலுவடைந்தபோது விளிம்புநிலையினருக்கு என்ன நிகழ்ந்தது? எந்தக் குற்றமும் செய்யாத காரணத்தினால், பாதகம் எதுவும் ஏற்படாது என்ற நடுத்தர வர்க்கத்தினரின் நன்னம்பிக்கை எந்த நேரத்திலும் சிதைக்கப்படுவதற்கான சாத்தியமுண்டு என்பது மனுஷின் கவிதை தருகிற எச்சரிக்கை. எப்போதும் யாரும் பலியாடுகளாக மாற்றப்படலாம் என்பதற்குச் சாட்சியமாக இளவரசன், ராம்குமார் சம்பவங்கள் ஏற்படுத்திய பதற்றத்தை மனுஷ் முன்னிலைப்படுத்தியுள்ளார். இருத்தல் பாதுகாப்பானது என நம்புகிற சமகாலத்தினர், அரசியல்ரீதியில் எதிர்கொண்ட முடிவற்ற கேள்விகளை எதிர்காலத் தலைமுறையினர் அறிந்திட மனுஷின் கவிதைகள், சமூக ஆவணமாக விளங்குகின்றன தனிப்பட்ட கவிஞரின் குரல் என்றபோதிலும், ஒட்டுமொத்தச் சமூகத்தின் கூட்டுக்குரலாகத்தான் கவிதையானது காலந்தோறும் வெளிப்படுகிறது. இருளின் நிழல் எங்கும் பற்றிப் படர்ந்திடும் இன்றையத் தமிழக அரசியல் சூழலில், மனுஷின் கவிதைகள் வாசிப்பின் வழியாகத் தொந்தரவு செய்கின்றன; வாசகரின் சமநிலைக்குக் குந்தகம் விளைவிக்கின்றன. எல்லாம் திருப்திகரமாக இருக்கிறது என்ற நுகர்பொருள் சார்ந்த அற்பமான பிலிஸ்டைன் மனநிலையினைக் கேள்விக்குள்ளாக்கிற மனுஷின் அரசியல் கவிதைகள், நம் காலத்தின் குரலாக விரிந்துள்ளன.

உயிர்மை, ஜூன், 2017

ஸ்ரீநேசனின் கவிதைகளின் வழியே...

கவிதை என்பது, மொழியினால் உருவாக்கப்படும் சொற்களின் விளையாட்டு என்ற புரிதலில் கவிஞருடன் வாசகரும் ஒத்திசைவது நிகழ்கிறது. இரவுவேளையில் வானத்தில் ஜொலிக்கும் விண்மீன்கள் பார்வையாளர்கள் மனதில் உருவாக்கிடும் சித்திரங்கள் போலக் கவிதைகள், வாசிப்பில் கிளர்த்தும் அனுபவங்கள்தான் முக்கியமானவை. மொழியின் துல்லியத்தைச் சிதைத்து அர்த்தமாகும் கவிதை வரிகள், மனித மனதுக்கு நெருக்கமாக இருப்பது, ஒருவகையில் விநோதம். பொதுவாகக். கவிதை மொழி உருவாக்கும் உணர்வலைகள், வாழ்க்கையனுபவங்களுடன் நெருக்கமாக உள்ளன. சொற்களில் இருந்து விடுவிக்கப்படும் அர்த்தமானது, கலங்கலாகவும் பித்து மொழியாகவும் உருமாறுவது, கவிதையில் மட்டும் சாத்தியமாகிறது. நீண்ட பாரம்பரியமான கவிதை மரபு தொடர்கிற தமிழ்ச் சூழலில் அண்மைக்காலத்தில் பெருகியுள்ள கவிஞர்களின் புதிய சொற்கள் உற்சாகமளிக்கின்றன. அந்த வரிசையில் குறைந்த எண்ணிக்கையில் கவிதைகள் எழுதியுள்ள ஸ்ரீநேசன், தனித்து விளங்குகிறார். காலத்தின் முன் ஒரு செடி(*2002*), ஏரிக்கரையில் வசிப்பவன்(*2010*) என்ற இரு தொகுப்புகளுடன், ஸ்ரீநேசனின் கவிதைகள், கல்குதிரை உள்ளிட்ட சிறுபத்திரிகைகளில் பிரசுரமாகியுள்ளன. நவ கவிஞர்களில் ஸ்ரீநேசனின் வரிகள், வாசகருடன் உறவாடி, இட்டுச் செல்லும் இடமானது ஏழு கடல், ஏழு மலைகளுக்கப்பால் பரந்துள்ளது. கவிதை என்பது பளிங்கு போன்றது என்ற மாயையைத் தகர்த்துவிட்டு, ஸ்ரீநேசனின் எளிய கவிதை வரிகள் வாசிப்பில் தரும் நெருக்கமானது, மனதை வருடுகிறது.

'காலத்தின் முன் ஒரு செடி' என்ற கவிதைத் தொகுதியின் தலைப்பு உணர்த்தும் மன உணர்வு முக்கியமானது. சிறிய செடியானது காற்றில் குதூகலிக்கலாம் அல்லது வீசும் புயலில் தடுமாறி, வேரோடு பிடுங்கி எறியப்படலாம். எதுவும் நடப்பதற்கான சாத்தியத்துடன் கால வெளியில் காற்றுடன் உறவாடும் செடிதான் கவிஞர் குறிப்பிட

விழைவதா? செடி போலக் காற்றில் திளைப்பது ஒருவகையில் கவிஞர் ஸ்ரீநேசன்தானா? அல்லது சகல மனிதர்களுமா? புவியில் தனிமனித இருப்பானது செடியைப் போன்றது என்ற பார்வை, 'ஏலி ஏலி லாமா சபக்தனி' என தேவகுமாரன் சிலுவையில் தொங்கியபோது கதறியதன் இன்னொரு வெளிப்பாடுதான்.

பெரும்பாலான கவிஞர்கள் தங்களுடைய கவிதைகளின் வழியாகத் தங்களுக்கு உவப்பான வாழ்தல்முறையைத் தேடுகின்றனர். ஸ்ரீநேசனின் கொலை விண்ணப்பம் கவிதை வரிகள், சமூக இருப்பினை அரசியல் தளத்தில் காட்சிப்படுத்துகிறது. வேட்கை விண்ணப்பம், வேண்டல் விண்ணப்பம் என வள்ளலார் பாடியுள்ள பாடல்கள் போல ஸ்ரீநேசன் கொலை விண்ணப்பம் பாடியிருப்பது, கவிதைக்குக் கூடுதல் பரிமாணத்தைத் தந்துள்ளது. பஞ்சமா பாதகங்களில் முதலாவதாகக் கருதப்படும் கொலையை முன்வைத்துத் தன்னிலையைப் பெரிய அளவில் யாரும் பதிவாக்கிடாத சூழலில் அழுத்தமான மொழியில் ஸ்ரீநேசன் சொல்லியிருப்பது, அதிர்ச்சியைத் தருகிறது. 32 வரிகளில் கவிஞரின் நெகிழ்ச்சியான மனநிலை வெளிப்படுகிறது. ஸ்ரீநேசனின் ஈரம் ததும்பிடும் கவிதை வரிகள், முடிவிலியான பேச்சுகளை உருவாக்குகின்றன.

கொலை விண்ணப்பம்
நீங்கள் என்னைக் கொல்ல விரும்புகிறவராக இருந்தால்
முதலில் என்னைத் திட்டுங்கள்
மோசமான காது கொடுத்துக் கேட்க முடியாத வார்த்தைகளால்
தவறாமல் அம்மாவுடனான எனது உறவை
அதில் கொச்சைப்படுத்துங்கள்
எதிர்வினையே புரியாத என்னைக்
கண்டு இப்போது எரிச்சலடையுங்கள்
... ...
அல்லது நான் பருகும் மதுவில் விஷம் கலந்து கொடுங்கள்
முடியாத பட்சத்தில் மலையுச்சியை நேசிக்கும்
என் சபலமறிந்து
அழைத்துச் சென்று அங்கிருந்து தள்ளி விடுங்கள்
அது அநாவசியமான வேலை என நினைத்தால்
என் முதுகிலேனும் பிச்சுவாக் கத்தியால் குத்துங்கள்
... ...
ஒன்றினாலும் பலனில்லாத பட்சத்தில் கண்ணெதிரே
என் மனைவியை வன்புணர்ச்சி செய்யுங்கள்
அல்லது என் குழந்தைகள் தூங்கும் போது பாறாங்கல்லால்
தலை நசுக்குங்கள்
அப்படியும் நான் உயிரோடு தொடர்ந்திருந்தால்

தயவுசெய்து இறுதியிலும் இறுதியாக
அன்பையாவது செலுத்துங்கள்.

கொலை என்ற ஒற்றைச் சொல், கொடூரமாக உயிரைப் போக்குதல் என்ற புரிதல் நிலவுகிற சூழலில், இறுதியிலும் இறுதியாக அன்பை யாசிக்கிற வரிகள், தமிழ்க் கவிதையுலகு கட்டமைத்துள்ள புனைவுக்குச் சவால் விடுகின்றன. இதுவரையிலும் யாரும் எதிர்கொண்டிராத இடத்திலிருந்து, வாழ்வின் வலியைச் சொல்கிறது, கவிதை. விழுமியங்களின் சிதைவு ஒருபுறம் எனில், இருத்தல் என்பது துரோகம் உள்ளிட்ட அற்பமானவைகளினால் இன்னொருபுறம் ததும்புகிறது. இருவேறு எதிரெதிர் புள்ளிகளுக்கிடையில் தத்தளிக்கிற மனநிலையில், சகமனிதர்கள் மீதான விருப்பும் வெறுப்பும் சமநிலையில் கொந்தளிக்கின்றன. வதையை முன்னிறுத்தி நிலக்காட்சி போல விரியும் பிம்பம், வாசிப்பில் கிளர்த்தும் உணர்வலை தனித்துவமானது, கவிதையின் இறுதி வரிகள், நிச்சயம் கவிஞருடையவை அல்ல. தயவுசெய்து இறுதியிலும் இறுதியாக அன்பையாவது செலுத்துங்கள் என உருக்கத்துடன் விடுக்கப்படுகிற வேண்டுகோள், கவிதையானது தனக்குள்ளாக உருவாக்கியிருக்கிற அரசியலின் வெளிப்பாடு. கவிதையின் தொடக்க வரிகள் நேரடியாகப் புறவாழ்க்கையின் நெருக்கடி காரணமாகத் தன்னையே வதைக்குள்ளாக்கும் மனதைப் பதிவாக்கிவிட்டு, இறுதியில் வாழ்வின் யதாத்தத்தை நேரடியாக எதிர்கொண்டுள்ளது. அகமனப் பதிவாக அவ்வப்போது ஏற்படுகிற அனுபவங்கள், ஒரு புள்ளியில் தகித்துப் பிழம்பாகக் கொப்பளிப்பதுபோல ஸ்ரீநேசனின் கவிதை வெளிப்பட்டுள்ளது.

நவீன கவிதை என்றாலே திருகலான மொழியில் கலங்கலாக இருக்க வேண்டும் என்பது கவிதையாக்கத்தில் எழுதப்படாத விதியாக உள்ளது. கவிஞரின் குறிப்பிட்ட மனநிலையின் வெளிப்பாடு கவிதை வரிகளாக மாறும்போது, விதிக்கப்பட்ட நெறிமுறை என எதுவும் இருக்க முடியாது. இந்நிலையில் கவிதையானது எளிமையாக இருக்கக்கூடாது; நேர்ப்பொருளில் கூறலாகாது; இருண்மையான சொற்களில் இருக்க வேண்டும்; இறுக்கமும் செறிவுமாக அமைய வேண்டும் எனச் செயற்கையாகக் கட்டமைப்பது நடைபெறுகிறது. கவிஞரின் அகத்தில் காட்சிப்படுகிற சொற்களின் தேர்வென்பது, ஒருவகையில் அபோதமான நிலையில் நடைபெறுகிறது. இந்நிலையில் ஸ்ரீநேசன் போன்ற மொழி ஆளுகைமிக்க கவிஞர்களின் வெளிப்பாடுகள், நெகிழ்ச்சியான முறையில் கவிதையைப் புதியதாக்குகின்றன. நள்ளிரவு என்ற சொல் உருவாக்கும் புனைவுவெளியில் இயேசு இளம்பெண்ணை அழைத்துச் செல்கிறார் என விரியும் கவிதை வரிகள், சுவராசியமளிக்கின்றன. பேருந்து செல்லாத ஊருக்குப் பின்னிரவில் ஒற்றையாகத் தனியாக நடந்து செல்லும் இளம்பெண் என்ற காட்சி, இயல்பானதெனினும்,

அந்நிகழ்வின் பின்னர் பொதிந்துள்ள பயம் அல்லது திகில் குறித்த ஸ்ரீநேசனின் பார்வையானது, கவிதையில் நுட்பமாகப் பொதிந்துள்ளது. விசுவாசிகளைத் துயரங்களில் இருந்து மீட்பவராக இயேசு பூமிக்கு வர இருக்கிறார் என்ற நம்பிக்கை காலந்தோறும் தொடர்கிறது. எதுவும் நடப்பதற்கான சாத்தியம் நிலவுகிற சூழலில், அந்தப் பெண் கருதுகிற இயேசுவே வில்லனாகும் நிலையைப் பின்புலமாகக்கொண்ட ஸ்ரீநேசனின் கவிதை வரிகள், இருப்பினைப் பகடியான மொழியில் கலைத்துப் போடுகின்றன. 'நள்ளிரவில் இயேசு இளம்பெண்ணை அழைத்துச் செல்கிறார்' கவிதை நுண்ணரசியல் சார்ந்து ஆண்–பெண் உறவைக் கேள்விக்குள்ளாக்குகிறது.

வெளியூரிலிருந்து/ஏதோ காரணம்/வந்த பேருந்து வழியில் பழுதடைந்திருக்கலாம்/…/

ஆட்கள் அடங்கிய நடமாட்டமில்லாத/ நிலைய நள்ளிரவில்/ பேருந்தை விட்டு/இறங்குகிறாள் /நகரத்திலிருந்து/கிராமத்திற்குச் செல்பவளாக/அதன் பாதையில்

பயந்தும் துணிந்தும் நடந்தவள் தன்னைத்/ திரும்பிப் பார்த்தவாறு/ கடக்கும்/சைக்கிள்காரனிடம் தன்னை/அமர்த்திச் செல்லுமாறு/ மன்றாடுகிறாள்/ஏற்றிக் கொண்டவுடன்/ பெருமூச்சு விட்டு/ இயேசு வந்தீர்கள் என்கிறாள்/ நீங்கள்கூட/பார்த்திருக்கலாம்/நள்ளிரவில்/ கிராமத்துச் சாலையில்/ தன் சைக்கிள் பின்புறத்தில்/இயேசு/ஓர் இளம் பெண்ணை/அமர்த்திச் செல்வதை.

கிராமத்து இரவுவேளையில் எப்போதாவது நடைபெறுகிற சம்பவத்தைச் ஸ்ரீநேசன் கவிதையாக்கும்போது, துயரப்பட்டுப் பாரம் சுமக்கிற பெண் என உருவகித்து, அவளுக்குச் சிறிய உதவி செய்கிறவரை இயேசு எனக் கற்பிதம் செய்வது, கவிதையை வேறு தளத்திற்கு மாற்றுகிறது. புறவாழ்க்கையின் யதார்த்தம் அகவாழ்வில் நுட்பமான மாறுதல்களை உருவாக்குகின்றது; இன்ப துன்பத்தை நிர்ணயிக்கின்றது. இங்கே சூழலின் அழுத்தம் காரணமாகத் தோன்றும் மனவுணர்வுகள், நெகிழ்ச்சியான மொழியில் கவிதையாகியுள்ளன. மேலும் கவிதையின் அர்த்தமானது எளிமையாகவும் நேர்ப்பொருளிலும் அமைந்துள்ளது. இருண்மையாகவும் இறுக்கமுடன் செறிவுமாகவும் இருத்தல்தான் நவீன கவிதை என்று செயற்கையாகக் கட்டமைக்கப்படும் போக்கு, தமிழ் மரபுக்கு அந்நியமானது என்ற புரிதல், ஸ்ரீநேசனுக்கு இயல்பாகவே இருக்கிறது.

'ஒரு கதவும் இல்லை' என்ற கவிதை ஸ்ரீநேசனின் கவித்துவ ஆளுமைக்குச் சான்று. வாழ்க்கை அனுபவங்களும் அக உணர்வுகளும் ஒத்திசைந்து வெளிப்படும் இந்தக் கவிதையில், ஒருவிதமான ஓசைநயம் தொனிக்கிறது. கவிஞன் தான் வாழ்ந்த காலத்தின் சாட்சியாகச்

செயல்பட்டதற்கான அடையாளம், கவிதையில் நுட்பமாக வெளிப்படுகிறது. "காலூன்றி நிற்கும் பூமீயின் அதிர்வுகளும் அதற்கான எதிர்வினைகளும் கவிதைக்குரிய தருணங்களை நிகழ்த்துகின்றன. இந்தத் தருணங்களை நிலைநிறுத்திக் காலத்தின் காலத்தின் பகுதியாக்குவதும் அனுபவப் பொதுமையாக்குவதுமே கவிஞனின் பணியாகிறது. வாசகன் தனது வாசிப்பில் இந்தத் தருணத்தை மீட்டுருவாக்குகிறான், மீட்டுருவாக்கத்தில்தான் எந்தக் கவிதையும் அனுபவமாகிறது" என்ற கவிஞர் சுகுமாரனின் மதிப்பீடு, இங்கு ஒப்பு நோக்கினுக்குரியது.

அறை வாசலில் உன் நிழலாடியது/விளக்கொளி சற்றே மங்கியதில் உணர்ந்தேன் அதை/நீ நுழைவதற்கும் முன்பே திடுக்கிட்டு விளக்கை/ அணைத்து விட நினைத்தேன்.

விளக்கணைவதால் எந்த அறையும் மூடிக் கொள்வதில்லை/உள்ளே நுழைந்துவிட்ட நீ மிகவும் பிரகாசிக்கிறாய்/உன் பிரகாசத்தில் கூசி விளக்குத் தானாய் அணைந்தது.

அவ்வெளிச்சத்தில் உள்ள உடல் பேதமில்லை/தாழிடவோ உன் உடலில் ஒரு கதவும் இல்லை/அது அழைக்கிறது எதிரே/பசுமையால் போர்த்தப்பட்ட பள்ளத்தாக்கு ஒன்று பரவசமூட்டுகிறது/நான் பயணிக்கிறேன்/ அது ஒரு புனித யாத்திரையாகிறது.

மூச்சுத் திணற மலைமுகடு அடைகிறேன்/ சடாரென ஒரு பேரலை என்னைத் தாக்குகிறது/ பாலைவன மணற்புயலாய் ஒரு சுழற்சி/ பின் மரக்கிளையின் உச்சி.

எப்போதும் விழலாம் என்ற தவிப்பில்/ பேய் மழை கொட்டுகிறது/ கிளை நழுவுகிறது பேரருவியில் விழுந்து கொண்டிருக்கிறேன்/வந்து சேர்ந்த இடம் பலயுகமாய் நீர்வற்றா பழங்குளம்/ அதன் நிச்சலனத்தின் பாசி மீது ஒரு பச்சைத் தவளையென/ மிதந்திருக்கிறேன் மிதந்தவாறே இருக்கிறேன்/ சில காலத்திற்குப் பின்தான் உணர்கிறேன்/ அந்தக் குளத்துக்கு ஒரு கதவும் இல்லை நான் வெளியேறிட

தன்னுணர்ச்சி மிகுந்திட வெளிப்படுகிற கவிதைகள், வெறுமனே யதார்த்த நிகழ்வினை அப்படியே சொல்வதில் சுவராசியம் எதுவுமில்லை. காட்சிப்படுத்தும் அபூர்வமான தருணத்தை வசீகரமானதாக்க வேண்டுமெனில், சொற்களை மாந்திரிகத்திற்குள்ளாக்கிட வேண்டியுள்ளது. புனைவும் நனவும் கலந்து விரியும் கவிதை வரிகளில் தோய்ந்துள்ள மயக்கமானது, கவிதைக்கு மெருகூட்டுகிறது. ஒரு கதவும் இல்லை என்ற ஸ்ரீநேசனின் கவிதை, மெல்லிய யதார்த்தமான சம்பவத்தைச் சித்திரிப்பதுபோலத் தொடங்கினாலும்' தாழிடவோ உன் உடலில் ஒரு கதவும் இல்லை" என்ற வரியில் அமானுடத்தன்மையானதாக உருமாறும் விந்தை நிகழ்கிறது. இந்தக் கவிதையை எப்படி வாசிப்பது? நேசமான ஆணுக்கும் பெண்ணுக்கும் இடையிலான அற்புதமான

பாலுறவைத் தாண்டி, மனரீதியில் கவிதைசொல்லி அடைந்துள்ள உன்னதமான அனுபவம் பதிவாகியுள்ளதா? கவிதையில் செயல்படும் ஆழமான இயக்கம், உள்நீரோட்டமாகத் தொடர்ந்து இயங்குகிறது; கட்டற்றுப் பொங்குகிறது. உணர்ச்சியின் வேகம் சொற்களின் வழியாகக் பாய்ந்து செல்கையில், வாசிப்பில் வாசகனால் அதனை உணர முடியும். கதவு என்ற சொல் குறியீட்டு நிலையில் உணர்த்தும் பொருளுக்கு அப்பால், மனதின் துள்ளலைச் சொல்கிற இந்தக் கவிதை, பாசாங்கு அற்ற நிலையில் பூமி இயங்குவதுபோலக் காலத்தை மீறி மனங்களில் அலையாகப் பரவும் வல்லமையுடையது.

கவிதையில் மிகையதார்த்தமானது சொற்களை வேறு ஒன்றாக உருமாற்றுகிறது. எல்லாம் இயல்பானதாக இயங்குகின்றன என்ற பொதுப்புத்திக்கு மாற்றாகக் கவிதை, ஆலிஸின் உலகினுக்கு வாசகனை இட்டுச் செல்லும் வாய்ப்புள்ளது. 'புகைப்பவர்கள்' என்ற கவிதையில் ஸ்ரீநேசன் சித்திரித்துள்ள சம்பவம் சர்ரியலிசத்தன்மையுடன் விரிந்துள்ளது.

நான் பாறையின் மீது/ படுத்தவாறு புகைத்துக்கொண்டிருந்தேன்/ அவ்வழியில் வந்த ஒருவன்/புகைக்க சிகரெட் ஒன்று கிடைக்குமா என்றான்/ இல்லை எனவே இல்லை என்றேன்/ அவனோ சற்றும் எதிர்பாராத சந்தர்ப்பத்தில்/என்னையே எடுத்து வாயில் வைத்து/ கொளுத்தி புகைத்தவாறு நடக்கிறான்/ நீங்கள் நம்பமாட்டீர்கள்/ தீக்குச்சியையும் பெட்டியையும்/நான்தான் தரவேண்டியிருந்தது.

என்ன உலகம் இது, என்ன மனிதர்கள் இவர்கள் எனச் சலிப்புடன் தொடங்கும் கவிதை சாதாரணமான நிகழ்ச்சியைச் சொல்வது போல இருக்கிறது. தற்செயலாக வந்தவன், புகைக்க சிகரெட் கேட்பதும் இல்லை என்றவுடன், கவிதைசொல்லியைச் சிகரெட்டாகக் கொளுத்திப் புகைத்தவாறு நடந்தான் என்பது பூடகத்தன்மை மிக்கதாகிவிட்டது. ஒன்றைச் சொல்லி வேறு ஒன்றை உருவாக்குகிற மனம் பண்ணுகிற மாயம்தான் கவிதையின் சாரமாகியுள்ளது. பொதுவாகச் ஸ்ரீநேசனின் மிகைநடப்பியல் கவிதைகள் எல்லாம், கனவு மனம் புனைகிற விநோதமான நினைப்புத்தான். கட்டற்றுப் பொங்குகிற மனதின் வேட்கையும் விழைவுகளும் புனைகிற காட்சிகள் அளவற்றவை. உற்சாகமும் கொண்டாட்டமும் ததும்பிடும் கனவுகள் என்பதற்கு மாற்றாக வதையும் வன்மமும் நிரம்பிய சூழலைக் கற்பிதம் செய்வது கவிஞரின் விசித்திரமான மனநிலையின் வெளிப்பாடுதான்.

ஏரிக்கரையில் வசிப்பவன் என்ற ஸ்ரீநேசனின் இரண்டாவது கவிதைத் தொகுதியின் தலைப்பு தரும் அனுபவம் மண் சார்ந்து விரிகிறது. இழந்து போனதன் ஏக்கமும் வெறுமையும் இயற்கை மீதான அளவுக்கதிகமான ப்ரியமும் எனச் சூழலைப் பதிவாக்கியுள்ள கவிதைகள், வாசிப்பில் கவர்ச்சியானவை. கவிதை வரிகளின் ஊடான பயணம், வாசகனை அத்துவான வெளிக்கு இட்டு செல்கிறது. ஒருபோதும்

திரும்பவியலாத நிலவெளியில் பயணிப்பதான மனோபாவம், ஸ்ரீநேசனின் ஏரி சார்ந்த கவிதைகளுக்கு வனப்பை அளிக்கிறது. ஏரி என்ற சொல் தருகிற போதம் ஒருபுறம், ஏரியைக் கண்டவுடன் மனம் இயற்கையுடன் ஒத்திசைகிற அனுபவம் இன்னொருபுறம் என ஏரிக்கரையில் தத்தளிக்கிறவனுடன் வாசகனும் இணைகிறான். கட்புலன்களுக்கு அகப்படாத இடத்தில் பார்வையைப் பதிய வைக்கும் முயற்சிக்கிற வேளையில், கவிதையானது தனிமனித ஈடுபாட்டுடன், சமூக அக்கறையைப் புலப்படுத்துகிறது. 'ஏரிக்கரை அம்மன்' கவிதையில் அம்மனும் ஏரியும் ஒன்று என்ற நிலையில் ஸ்ரீநேசன் புனைந்திடும் கவிதை வரிகளில் அம்மனின் அருள் சொட்டுகிறது.

ஏரிக்கரைக்குத் தனியாக வந்த கவிஞருடன் தற்செயலாக வந்தது நாயும். பரந்து விரியும் நீர்ப்பரப்பு மனதுக்கு நெருக்கமாக உள்ளது. அதோ ஏரி நீர்த்தாளில் புதிர் வரிகள் அலைகின்றன/ காற்றே அதை எழுதுவதாய்/ அதில் என் வரிகளும்/எதிரும் புதிருமாய் அலைய வாசிப்பதுமாய் இருக்கிறது. ஏரியின் மேற்பரப்பில் காற்றினால் உருவாகிடும் நீரலை ஏற்படுத்துகிற மனப்பதிவில் தனது வரிகளும் இருப்பதாக உணர்கிற மனநிலை நுட்பமானது. இயற்கை குறித்த குதூகலமும் கொண்டாட்டமும் ஏரியை முன்வைத்து நடை பெறுவது தற்செயலானது அல்ல. "நகரத்துக்கடியில் புதையுண்ட ஏரி" கவிதையின் தலைப்பு ஆயிரமாயிரம் விஷயங்களை முன்னிறுத்தி, மரித்துக்கொண்டிருக்கிற ஏரிகள் குறித்த மனப்பதிவுகளை உருவாக்குகின்றது.

ஸ்ரீநேசனின் இயற்கை மீதான நேசத்தின் இன்னொரு வெளிப்பாடாக மலை பற்றிய கவிதைகள் விளங்குகின்றன. எதிரே பரந்து விரிந்திருக்கும் ஏரியைப் போலவே விண்ணைத் தழுவி நிற்கும் மலை உருவாக்கும் மனப்பதிவுகள் முக்கியமானவை. 'அவனதன் காமம்' கவிதையில் மலையைப் பற்றிய விவரணையுடன் காமம் கொப்பளிக்கிறது. விசித்திரமான இரவொன்றில்/ நள்ளிரவை நெருங்கும் நேரத்தில்/ மதுக்கடையிலிருந்து/ வெளிவந்த அவர்கள் கண்டனர் எனத் தொடங்கிடும் கவிதை வரிகளில் 'திரவ மலை'யைக் கண்டறிந்தனர் என்பது புனைவின் உச்சம்தான். புலன்கள் தடுமாறும் உச்சமான நிலையில் போதையும் மலையும் ஒருங்கிணைகின்றன. மலை என்ற சொல்லுக்குப் பின்னால் பொதிந்திருக்கும் சாத்தியங்களின் வழியாக ஸ்ரீநேசனின் கவிதைகள் மிதக்கின்றன. 'ஒரு மலையின் மாலை' கவிதை வரிகள் மங்கலான மொழியில் மாலை, பறவைகள், இருள் ஆகியவற்றுடன் நான் என்ற கவிதைசொல்லியும் என விநோத உலகினுக்கு இட்டுச் செல்கின்றன. இன்னும் சற்று நேரத்தில் வெளியெங்கும் படர்ந்திடும் இருளின் அடர்த்தியில் மலை உள்ளிட்ட எல்லாம் இருக்கப் போவதில்லை என்ற நிலை குறித்த வரிகள், மாந்திரிகத் தன்மையுடன் இருப்பைச் சித்திரிக்கின்றன. மலை உள்ளிட்ட

இயற்கை உருவாக்கிடும் ஒருபோதும் முடிவற்ற அனுபவங்களின் தோய்வு, ஸ்ரீநேசனின் எழுத்தில் நுட்பமாக வெளிப்பட்டுள்ளன. அவை மிரட்டவும் செய்கின்றன என்பதுதான் உண்மை.

'கனவு மலை' கவிதையில் தானாக உருவாகும் மாயம் காரணமாக அழகும் கவர்ச்சியும் உருவாகியுள்ளது. நின்று நின்று சலித்த மலை ஒரு நாள் அமர்ந்து கொண்டது/ அமர்ந்து அமர்ந்து சலித்த மலை/ ஒரு நாள் படுத்துக் கொண்டது/படுத்துப் படுத்து சலித்த மலை/ ஒரு நாள் தூங்கத் தொடங்கியது/ தூங்கித் தூங்கி சலித்த மலை/ ஒரு நாள் கனவு காணத் தொடங்கியது. அப்புறம் மலை கண்ட கனவு பற்றிய ஸ்ரீநேசனின் விவரிப்பு மாய உலகினுக்குள் இட்டுச் செல்கிறது. ஒன்றின் மீது தனது கருத்தை இட்டுச்சொல்கிற சங்கக் கவிதை மரபின் தொடர்ச்சியை ஸ்ரீநேசனின் கவிதையாக்கத்தில் காண முடிகிறது. மலை என்பது பேராற்றல் மிக்க அதியற்புதமான அணங்கு, சூர், வரையர மகளிர் போன்ற பெண் தெய்வங்கள் உறைந்திருக்குமிடம் என்ற சங்ககாலத்து நம்பிக்கையின் புதிய வெளிப்பாடாகவும் ஸ்ரீநேசனின் மலை பற்றிய கவிதையைக் கருத முடியும்.

உதிரும் இரவு, யாத்ரீகன், காலமும் அவனும், அந்தி, நிலவு காணல், தனியன், பரிசு, யாருமில்லாத ஏரிக்கரை, மாய மரம் போன்ற கவிதைகள் ஸ்ரீநேசனின் கவிதைச் செழுமைக்கு அடையாளமாக உள்ளன. பொதுவாகச் ஸ்ரீநேசனின் கவிதைகள் மொழியின் அதிகபட்ச சாத்தியங்களுடன் கவிதையின் உச்சமும், உரைநடையின் வேகமும் கலந்து வாசகருடன் நேரடியாக உறவாடுகின்றன.

மோல்டிங் ஆகவும் 'நகல்' எடுப்பதும் இன்று துரிதமாக நடைபெறுகிற தமிழ்ச் சூழலில், அசலான மொழியாளுகையுடன் வெளியாகியுள்ள ஸ்ரீநேசனின் கவிதைகள் தனித்துவமானவை. புதியனவற்றைப் புதிய மொழியில் பேசுவதுதான் சமகாலக் கவிதையின் சாரமாகும் என்ற நிலையில் ஸ்ரீநேசனின் கவிதை வரிகள், நேர்த்தியும் அழகும் கூடிக் கலந்து உருக்கொண்டுள்ளன. அவருடைய புதிய பாடுபொருள்கள் கவிதைக்கு இயல்பாகவே நிகழ்காலத்தன்மையைப் பெற்றுத் தருகின்றன. ஸ்ரீநேசனின் கவிதைகள், சமகால மனிதனைக் கவிதை மொழியின் வழியே திடுக்கிடவைத்து, உள்ளுணர்வைத் தூண்டுகிற இயல்புடையன. அதேவேளையில் அவருடைய கவிதை மொழியானது, மரபான தமிழ்க் கவிதைப் பாரம்பரியத்திற்கு வளம் சேர்க்கிறது. அதுவே ஸ்ரீநேசனின் ஆகப் பெரிய பலம்.

விகடன் தடம், நவம்பர், 2016

சுதீர் செந்திலின் கவிதை வெளியில்...

மொழியின் அதிகபட்ச சாத்தியங்களைப் படைப்பாக்கும் கவிதையின் வீச்சு நுட்பமானது. சொற்களைக் குடைந்து, மங்கலான மொழியமைப்பில் வெளிப்படும் நவீனகவிதை முன்னெப்போதையும்விட அர்த்தத்திலிருந்து விலகியுள்ளது. தனிமனித உணர்வு சார்ந்த நிலையில், கவிதையானது சொற்களில் இருந்து விலகித் தானாகவே வேறு ஒன்றாக வடிவெடுக்க முயலுகின்றது. மேலும் நவீன வாழ்க்கையில் பெருங்கதையாடல்கள் உருவாக்கியுள்ள கசடுகள்மீது கவிதை தனது விசாரணையைத் தொடங்கியுள்ளது. இதுவரை மரபுரீதியில் உருவாக்கப்பட்ட அளவுகோல்கள் தகர்க்கப்படும் சூழலில், சுதீர்செந்திலின் கவிதைகள் தனித்து விளங்குகின்றன. வாழ்வின் நெருக்கடி, சூழலின் இறுக்கம் காரணமாக இருப்பிலிருந்து அந்நியப்படும் மனதின் வெக்கையானது சுதீரின் கவிதை வரிகளாக வெளிப்பட்டுள்ளது. ஒன்றுமற்ற ஒன்று (2002) கவிதைத்தொகுப்பு மூலம் அடியெடுத்து வைத்த செந்தில்குமார் என்ற சுதீர் செந்தில் உயிரில் கசியும் மரணம்(2008), யாருடைய இரவெனத் தெரியவில்லை (2010), பூப்படைந்த மலர்களைக் கனியச் செய்கையில் (2011) என அடுத்துடுத்துத் தொகுப்புகளை வெளியிட்டுள்ளார். சுதீர் தனது விரலிடுக்கில் கசியும் வாழ்க்கையைக் கவிதையாக்க முயலுகிறாரா? யோசிக்க வேண்டியுள்ளது.

சுதீர் தனது கவிதைகள் மூலம் சித்திரிக்கும் உலகில் எப்பொழுதும் அவரே உரையாடிக் கொண்டிருக்கின்றார். அவரிடம் சக மனிதர்களுக்குச் சொல்வதற்கு நிரம்ப விஷயங்கள் உள்ளன. அவர் தனக்குள் படிந்துள்ள யதார்த்த வாழ்வின் வண்டலையும் விசாரிப்புகளையும் கவிதை வரிகளாக்கியுள்ளார். மரபுரீதியில் கட்டமைக்கப்பட்டுள்ள புறவுலகின்மீது அவருக்கு நிரம்பக் கேள்விகள் தோன்றுகின்றன. முடிந்தால் இரண்டு அவுன்ஸ் மார்பீஸ் பிராந்தி அருந்திவிட்டுச் சுதீருடன் பேச்சைத் தொடங்கலாம். சூழல் ஏணியில் ஏறி உள் வெளி என்ற பேதம் அற்றுச் சுற்றிச்சுழலும் விநோத உலகினுக்குள் பயணித்துப் பார்க்கலாம்.

அதற்கான எல்லாச் சாத்தியப்பாடுகளும் சுதீரின் கவிதைகளுக்குள் பொதிந்துள்ளன. எல்லாமே அலகிலா விளையாட்டுத்தான். ஆதிசிவன் உன்மத்த நிலையில் ஆடிய ஆட்டம் கவிதை வரிகளாக மரினால், விளையாட்டைத் தொடங்க வேண்டியதுதான்.

நவீன மனிதன் எதிர்கொள்ளும் சிக்கல்களும் சவால்களும் அளவற்றவை, புத்திரீதியில் வாழ முயலும் சுதீரின் கெட்டிக்காரத்தனம் நசிவடையும் சூழலில், கசப்பும் சலிப்பும் கவிதை வரிகளில் பொங்கி வழிகின்றன. வாழ்வின் கொண்டாட்டங்கள் ஏற்படுத்தும் கிளர்ச்சியின்மீது நம்பிக்கை இழந்த சுதீர் ஒன்றுமற்ற உலகில் தனது இருப்பினை அடையாளப்படுத்த முயலுகின்றார். தனது சொந்த வாழ்வின் பரவசங்கள், சோகங்கள், வெறுப்புகள், இழப்புகள் எனத் தன்னிலை சார்ந்து விரியும் கவிதைகள்வழியே உருவாக்க விழையும் உலகு வரையறைக்குட்பட்டது. பெரும்பாலான இளம் கவிஞர்களின் தடத்திலேயே சுதீரின் தொடக்ககாலக் கவிதைகளும் உள்ளன.

என்
சுவாசப் பையை
என் குழந்தை
எடுத்துக் கொண்டது
என்
கால்களை எரித்து
என் மனைவி
உணவு சமைக்கிறாள்

குடும்பம் என்ற அமைப்புடன் வேறுபடும்; ஆணின் மனமுரண் தன்னுடலே சிதைக்கப்படுவதாகக் கற்பிதம் செய்கின்றது. உறவினர் வட்டத்தில் இருந்து தன்னை ஒதுக்கிக்கொண்டு அவதிப்படும் ஆணின் வலியான துயரத்தைப் பதிவு செய்வது இக்கவிதையில் நிகழ்ந்துள்ளது.

மனித இருப்பின் ஆதாரமான காமம் உடலில் நிகழ்த்துகின்ற விந்தைகள் அளவற்றவை. ஒரு குறிப்பிட்ட கணத்தில் உடல் வேறு மனம் வேறு என்ற பேதமற்றுக் காமம் ஏற்படுத்துகின்ற வேதியியல் மாற்றங்கள் நுட்பமானவை. காமம் உடல் சார்ந்து உருவாக்கும் மனப்பதிவுகள் கவிதையின் வழியே புனைவின் விளையாட்டை உருவாக்குகின்றன. காமத்தை நூலறுந்த பட்டமாகக் கருதும் சுதீரின் மனம் ததும்புகின்றது.

எரிக்கப்படாத
காமத்தின் வேர்களில்
இருந்து
எப்படியும் துளிர்த்து விடுகிறது
ஒருபோதும்
மணம் வீசாத பூக்கள்

காமம் பற்றிய மரபுவழிப்பட்ட போக்கினுக்கு மாற்றாகக் காமத்தின் விளைவு மணம் வீசாத பூக்கள் என்பது சுயம் சார்ந்த சலிப்பின் வெளிப்பாடு. இரவும் பகலுமற்ற / காலவெளியில் / நம்முடன் / நாம் கலப்போம் எனக் காத்திருக்கும் சுதீரின் தேடல் இன்னொரு முனையில் மரணத்துடன் உறவாடுகின்றது. வேட்கை கவிதையில் பாலியல் விழைவினை முன்னிறுத்திய நிலை மாறுகின்றது. காமத்தின் உச்சநிலையில் மரணம் இசைந்திடுவது ஒருவகையில் விநோதமானது.

கண்மூடி
யோசிக்க யோசிக்க
தலைசுற்றித் தலைசாய்க்க
முடிவிலாது அழைக்கும்
மரணம்

காமமும் மரணமும் கையற்று மயங்கும் நிலை, சுதீரின் முதல் தொகுப்பிலேயே வெளிப்பட்டுள்ளது.

2010ஆம் ஆண்டில் வெளியான, யாருடைய இரவெனத் தெரியவில்லை, கவிதைத்தொகுப்பு, சுதீரின் கவிதையாக்கத்தில் ஏற்பட்டுள்ள புதிய மாற்றங்களைப் பதிவாக்கியுள்ளது. விழுமியங்கள் அர்த்தமிழந்த நிலையில் எதன்மீது நம்பிக்கை கொள்வது? கடந்தகாலம் என்ற வெளியில் நடைபெற்ற சம்பவங்களின் நினைவுத் தொகுப்பாக இருக்கும் நடப்பு வாழ்க்கையில் எதைச் சார்ந்து இருப்பது? எல்லாக் கேள்விகளும் அடிவானத்துக்கப்பால் பறந்திடும் பறவைகளாக மிதக்கின்றன. இத்தகு சூழலில் சுதீரின் கவிதையுலகு வெறுமையாக விரிகின்றது. குடும்ப உறவுகளில் கசியும் கசப்பின் சுவையைப் பருகியபடி காமம் பற்றிப் பேசும் சுதீருக்கு மரணத்தின்மீது தீராத பயம். பெரும் காமத்தில் மூழ்கித் தவிக்கும் வேளையில், மரித்துப் போனாலும் பெண்ணின் அல்குல் மயிர்க்கால்களில் உயிர்த்திருப்பேன் என நம்புவது அபத்தமன்றி வேறு என்ன?

பூமியில் பிறப்பு என்ற நிலையில் நுழையும்போது, மரணம் தவிர்க்கவியலாத தொடர்ச்சி என்பதை ஏற்றுக்கொள்ள மறுக்கும் மனம் துயரத்தினால் வாடுகின்றது. காலந்தோறும் மரணத்தை முன்வைத்துப் புனையப்பட்ட தத்துவங்களுக்கும் இலக்கியப் படைப்புகளுக்கும் அளவேது? இன்றைய வாழ்க்கைப்பரப்பில் மந்தையிலிருந்து பிரிந்து வாழ்ந்திடும் சூழலில், தனிமனிதரிதியில் ஏற்படும் பிரச்சினைகள் மன உளைச்சலுக்குக் காரணமாக அமைகின்றன. மரணத்தைவிட மரணபயம் பெரும்பான்மையினரை உலுக்குகின்றது. காண்பதற்கு ஒன்றுமில்லாவிடில் விளக்கை அணைப்பதுபோல பூமியில் இருப்பதற்கு மனம் விரும்பாவிடில் மரணத்தைத் தழுவலாம் என்பது சிலரின் கருத்து. மரணத்தின் நிழல் தொடர்ந்திடும் வேளையில் என்ன செய்ய

முடியும்? மரணத்தின் வாசம் பரவும் சூழலில் சுதீரின் கவிதை வரிகள் கவனத்திற்குரியன.

மரணத்தை முத்தமிடுதல் அத்தனை தித்திப்பானது எனத் தொடங்கும் கவிதை, மரணத்தையும் துரோகத்தையும் ஒருங்கிணைக்கிறது. ருசித்துப் பார்த்தது உண்டா மரணத்தின் சுவையை என்ற கேள்வி எளிதில் புறக்கணிக்கக்கூடியது அல்ல. மரணம் அத்தனை ருசியாக இருக்கிறது என முடியும் மரணச்சுனை கவிதை அழுத்தமானது. காலியான பாத்திரத்தில் ததும்பி வழியும் வெறுமையைப் போல உடலில் கசிந்து கொண்டிருக்கும் மரண வாசத்தின் மீதான ப்ரியம் உயிரோட்டமானது.

மரணம் பிம்பம், உயிர்த்திருக்கும் மரணம், மரணத்தின் ஒத்திகை, மரணத்தின் நகர்தல், மரணத்தின் கதை எனச் சுதிரின் கவிதைகள் மரணத்தை முன்வைத்து விரிந்துள்ளன.

தூக்கம் என்பது
உறக்கம் மட்டுமா
அது
மரணத்தின் ஒத்திகை
மரணம் என்பது
தூக்கத்தின் தொடர்ச்சி

மரணம் பற்றிய கருத்தியலைக் கவிதையாக்க முயன்றது வெறுமனே குறிப்புகளாகத் தேங்கி விட்டது. என்றாலும் தனக்கும் மரணத்துக்குமான உறவினைச் சுதீர் எளிய வரிகளில் கவிதையாக்கியுள்ளார்.

ஒவ்வொரு நாளும் முகத்தில்
தரிசிக்கும் மரணத்தை
பவுடர் பூச்சால் மறைத்தபடி
இதழ்களில் புன்னகையை
நெளிய விடுகிறேன்.

கண்ணாடியில் தினமும் பார்க்கும் முகத்தில் தெரியும் மரணம் என்பது கவிதையை வேறு தளத்திற்கு மாற்றுகின்றது. கண்ணாடிக்குள் தெரியும் பிரதிபிம்பம் ஸ்பரிசிக்க இயலாததுபோல மரணமும் மறைந்திருக்கின்றது. ஒருவனின் முகம்தான் அடையாளம் என்ற நிலையில், மாயபிம்பமாக ஒளிர்ந்திடும் முகத்தில் மரணத்தின் சாயல் படிந்திருப்பதாகக் கவிஞருக்குத் தோன்றுவது விரக்தியின் உச்சம்.

உயிரில் கசியும் மரணம் என்ற தொகுப்பின் தலைப்பு கவனத்திற்குரியது. எனினும் மரணத்தை முன்வைத்து சுதீர் சொல்ல விழைந்தவை பிந்தைய கவிதைகளில் ஒன்றுமற்றதாக உருமாறுகின்றன. காமம், காதல் ஆகியவற்றுடன் மரணத்தினை ஒத்திசைந்து தத்துவநோக்கில்

ஆராய்கின்றனவாகக் கவிதைகள் மாற்றம் பெற்றுள்ளன. பாலியல் வேட்கையை முன்னிலைப்படுத்தும் நிலையில் கவிதைகள் புதிய திசைவழியில் பயணிக்கின்றன. மரணமும் காமமும் ஏதோ ஒரு புள்ளியில் ஒருங்கிணைந்து ஏற்படுத்தும் வேதியியல் மாற்றங்கள் கவனத்திற்குரியன.

'வெயில் காணும் கொக்குகள்' கவிதை வரிகள், ஆண்பெண் உறவின் சாத்தியப்பாட்டினை உடல்ரீதியாக மாற்றுகின்றன. கடந்து செல்லும் பெண்ணுடலைத் தொடரும் நனைவின் வழியே மனம் புனைந்திடும் உலகு வெளியெங்கும் மிதக்கின்றது.

காற்றும் ஒலியும்
புயலாயும் உணர்வாயும்
மரியபின்
என்உடல் பொசுங்க
முத்தமிட்டாய்
பூமியின் சுழற்சி
ஒரு கணம் நிற்க
வெடித்த வெடிப்பில்
உன்னுள் புகுந்தேன்

பாலியல் வேட்கையின் விளைவாக வெளிப்பட்டுள்ள வரிகள் அந்தப் பனிக்காலப் புலர்தலில்/ வெண்கொக்குகள் / வெளியெங்கும் / வெயிலில் காய்ந்து கொண்டிருந்தன என முடிகின்றன. அடக்க முடியாத காமம் உடலில் இருந்து பொங்குவது மன வதையாகியுள்ளது.

'சூரியனும் நிலவும்' கவிதையில் எதிரிணையின் வேட்கைக் குறிப்புகள் பதிவாகியுள்ளன. காதல் அல்லது காமம் எதுவாகினும் மனம் புனைந்திடும் காட்சிகள் வெளியெங்கும் மிதக்கின்றன. தன்னை மறத்தல் என்பது காலங்காலமாக யோகிகளின் முயற்சி மட்டுமல்ல. தாந்திரிக வழியில் உடலைப் பூசித்தவர்களின் நிலையும் அதுதான். ஒருநிலையில் உடலைச் சுமந்து கொண்டிருப்பதாகத் தோன்றும்போது உடலை மறந்து வேறு நிலையை அடைவது பேரின்பமாகக் கருதப்பட்டது. சக உடல்மீது அத்துமீறலின் அதிகாரத்தைக் கட்டமைக்கும் சூழலில், எதிர்பாலினரின் உடலை நேசிப்பது மேன்மையானது. சுதீருக்குக் கூடல் என்பது தன்னை அறிதலாக உள்ளது.

முயக்கத்தில் மயங்கிய
அவன் கண்களில்
ஒரு முலை சூரியனாகவும்
இன்னொன்று நிலவாகவும்
சுடர்ந்து கொண்டிருக்கையில்

அவர்களுக்கு நேர் மேலே
வானத்தின் உச்சிக்கு
நெருப்புக் கோளம் வந்திருந்தது

பெண்ணை நிலவாக உருவகிக்கும் தமிழ்மரபில், அவளது பால் அடையாளமான முலைகளைச் சூரியனாகவும் நிலவாகவும் கருதுவது விந்தையானது. பெண்ணுடலின் வழியே இயற்கையை தரிசிக்கின்ற மனோபாவம் கவிதையில் நுட்பமாகப் பதிவாகியுள்ளது. ஒரே நேரத்தில் வெம்மையும் குளிர்ச்சியும் தரும் அதியற்புதம் பெண்ணுடலில் நிகழ்வது காம விழைவினை உச்சநிலைக்கு இட்டுச் செல்கின்றது.

பொதுவாகக் காதலும், காமமும் பற்றிய சுதீரின் அறிதல் எளிய வரிகளில் வெளிப்பட்டுள்ளது. ஆயிரம் கால்களோடு / நகர்ந்து செல்லும் / மேகத்தில் / கரையும் காதல் / கடலாய்த் தளும்புகிறது / கடல் போல் பெருகும் / காமத்தில் / ஊறும் நீர்த் துளிகள் / பனியாய் மிதக்கின்றன. தண்ணீர் வெப்பத்தினால் ஆவியாகி, குளிரினால் பனிக்கட்டியாகி, பின்னர் மீண்டும் தண்ணீராகி நடைபெறும் மாயாஜாலம் போல காதலும் காமமும் சூழலினால் வேறுவேறு நிலைகளை அடைகின்றன. எது காதல் எது காமம் எனத் துல்லியமாக வரையறுத்துவிட முடியாதபடி வாழ்க்கை நகர்கின்றது. காதல் மேன்மையானது போலவும் காமம் கீழானது போலவும் சமூகம் கட்டமைத்திருப்பது அபத்தமாகின்றது.

காதலென்பது காதல்தான் / காதலென்பது காதலே இல்லை / காதல் படும் பாட்டை.. / காதல் பார்த்துக் கொண்டிருக்க / காமம் நீள்துயில் கொண்டிருக்கிறது எனச் சுதீரின் கவிதை வரிகள் நீள்கின்றன. வேட்கையின் வழியே உடல்களின் அறிதல் பற்றிய பிரக்ஞையைக் கவிதை நகலெடுத்துள்ளது. மனித வாழ்க்கையின் ஆதாரமான காமமும் மரணமும் சுதீர் செந்திலின் தேடலில் முக்கிய இடம் வகிக்கின்றன.

வெளிச்சம் ஏற்படுத்தும் உணர்வினுக்கு மாற்றாக இரவு புதிர்களின் தோற்றுவாயாக உள்ளது. இருள் அச்ச உணர்வினை உருவாக்குவதுடன் நினைவுகளை முடக்கிப் போடுகின்றது. உடம்பின் வாசனையான காமத்தின் வீச்சம் எங்கும் பரவும் வேளையில் மனித உயிர் உறைகின்றது. உறங்குவதற்கு மட்டுமல்ல இரவு என்ற கருதுகோளின் வழியே இரவை உடலெங்கும் அள்ளிப் பூசிக்கொள்ளத் தோது உள்ளது. யாருடைய இரவெனத் தெரியவில்லை எனக் குழம்பும் சுதீரின் மனம் அற்புதமான கவிதை வரிகளாகியுள்ளது.

யாருடைய இரவெனத் தெரியவில்லை / அத்தனை வெளிச்சமாக இருக்கிறது / புளிப்பின் சுவை போலவும் / தீர்க்க முடியாத வன்மத்தைப் போலவும் / கோப்பை மதுவில் / வழியும் கசப்பைப் போலவும் / இந்த

இரவு சுடர்கின்றது / இரவின் ஆடையைப் பறித்துக் கொண்டவனிடம் / மன்றாடுகிறேன் / என் இரவைத் திருப்பித் தரும்படி / வெற்று மதுக் கோப்பைகளில் / நிரம்பி வழியும் / இந்த இரவு / என்னை நீங்கிச் செல்கிறது என்று மதுவின் வாசனையோடு இரவு குறித்த சுதீரின் விவரணை மங்கலான நிலையில் ததும்புகின்றது. தனக்கான இரவு என்ற நிலையிலிருந்து விலகி, இரவை வெளிச்சம் எனவும் சுடர்கின்றது எனவும் அவதானிக்கும்போது இரவு வேறு ஒன்றாக உருமாறுகின்றது. ஒருபோதும் ஸ்பரிசிக்கவியலாத இருள் பற்றிய மர்மம் சூழ்கின்ற கணம், விந்தையான மொழியில் கவிதையாகியுள்ளது. இரவுக்கும் தனக்குமான உறவினைப் பேதமற்ற நிலையில் விவரிப்பது சுவாரசியமானது.

தொகுப்பில் இடம்பெற்றுள்ள ஒப்பனை கவிதை நுட்பமான தளத்தில் விரிகின்றது.

எவ்வாறு அறிந்து கொண்டாய் இந்த முகத்தை
அரிதாரம் இல்லாத முகத்தை எனக்குப் பிடிக்காது
நீ சொல்கிறாய்
அரிதாரத்தைக் கலைத்துவிட்டு வாவென
மேலும் நீ கேட்பதைக் கொடுக்கிறேன் என்றும்
எவ்வாறு என் அரிதாரத்தைக் கலைப்பது
உனக்காகக் கலைக்க முயல்கிறேன்
நீ உன் அரிதாரத்தைக் கலைத்துவிட்டு வா

ஒப்பனை என்ற சொல்லினை முன்வைத்துச் சுதீர் புனைந்திடும் உலகு மனவெளிக்கு நெருக்கமானது. யதார்த்தத்தில் அரிதாரம் ஒருபோதும் கலைக்க முடியாத நிலையில், வாழ்க்கை கசிந்து கொண்டிருக்கிறது. இயல்பு எது அரிதாரம் பூசிய முகம் எது எனப் பகுக்கவியலாமல் நாளும் முகத்தின் பாவனை மாறுகின்ற நெருக்கடியில் அசலானது எதுவென்ற கேள்வி தோன்றுகிறது. எல்லாம் துல்லியம் என்ற பிரக்ஞையின் அபத்தம் குறித்த விசாரணை கவிதை வரிகளாகியுள்ளது. கண்ணாடி கவிதையும் முழுமை அடைந்த நிலையில் இருப்பினை விசாரிக்கிறது.

பொதுவாக சுதீர், தனது கவிதைகளின் வழியே தன்னைக் கண்டறிவதுடன் சூழலையும் கேள்விக்குள்ளாக்க முயலுகின்றார். இருப்பின் அபத்தமும் சூழலின் வெக்கையும் உருவாக்கும் தொட்டாச்சிணுங்கி மனநிலையின் வெளிப்பாடான வெறுமையும் சலிப்பும் சுதீரின் கவிதையாக்கத்தில் முக்கிய இடம் வகிக்கின்றன

இரண்டாயிரமாண்டுப் பழமையான தமிழ்க்கவிதைப் பரப்பில் இவைதான் கவித்துவச் செறிவுடையவை என வரையறுப்பது சிரமம். என்றாலும் ஏதோவொரு அளவுகோலினால் கவிதையை

மதிப்பிடுவது தொடர்கின்றது. கவிதை எழுதுவது வேறு கவிஞனாக இருப்பது வேறு என்பது நிதர்சனம். அடுத்தடுத்த தொகுப்புகளின் வழியே தனக்கான கவிதையினை அடையாளம் காண்பது, சுதீருக்குக் கைவரப் பெற்றுள்ளது. பல்வேறு மனநிலைகளில் கொந்தளிக்கும் மன உணர்வுகளைக் கவிதைகளாக்கும்போது ஏற்றஇறக்கமான வடிவங்களை சுதீர் கையாண்டுள்ளார். சில கவிதைகள் தத்துவத்தின் வாகனமாக உள்ளன. சில கவிதைகள் காட்சிப் படிமங்களாக வெளிப்பட்டுள்ளன. சில வெறுமனே சொற்களாகத் தேங்கியுள்ளன. என்றாலும் மொழி ஆளுகையில் சுதீரின் கவித்துவம் தனித்துவமானது. கவிதைப் பெருவெளியில் இன்னும் செல்ல வேண்டிய பயணம் குறித்த பிரக்ஞையுடன் சுதீரின் கவிதையாக்க முயற்சி தொடர்கிறது.

உயிர்மை, செப்டம்பர், 2014

சுகிர்தராணி கவிதை மொழியும் உடல் அரசியலும்

நவீன வாழ்க்கையின் நெருக்கடி காரணமாக மனிதன் எதிர்கொள்ளும் பிரச்சினைகள் அளவற்றவை. எல்லாக் கேள்விகளுக்கும் விடை அறிந்தது போன்ற நிலையிலும், ஒவ்வொரு தடவையும் ஆரம்பத்திலிருந்து புதிதாகத் தொடங்க வேண்டியுள்ளது. வாழ்வின் விநோதங்களையும் புதிர்களையும் அவிழ்த்து, எளிய விடைகளைக் கவித்துவமாகச் சொல்லிவிடத் துடிக்கும் கவிஞன், மின்னல் கீற்றெனத் தெறிக்கும் சொற்களைத் தேடி அலைய நேரிடுகிறது. நேற்றைய மொழியின் பழமையும் சொற்பொருளின் இருண்மையும் வழக்கிழந்த கற்பனைகளும் கவிஞனின் இருப்பினைக் கேள்விக்குட்படுத்துகின்றன. வாழ்க்கையை எளிமையாக மதிப்பிடும் மனம் காலத்தினால் மிகவும் பின்தங்கியது. எனவேதான் நவீன கவிஞனின் பாய்ச்சல், இதுவரையிலான மதீப்பீடுகளின் போலித்தனங்களை மறுதலிக்கிறது. இத்தகு சூழலில் பெண் மொழியின் உக்கிரமான குரலினைக் கவிதையாக்கத்திற்குத் தளமாகக்கொண்ட பெண் கவிஞர்கள், நவீன கவிதையில் பெரும் வீச்சினை உருவாக்கிக் கொண்டிருக்கின்றனர். இதுவரையிலும் மரபு என்ற பின்புலத்தில் தமிழ் அடையாளத்தை நிறுவிட முயலும் பொதுப்புத்தியைச் சவாலுக்கு அழைக்கின்றன நவீனப் பெண் கவிதைகள். இத்தகைய போக்கினால் சுகிர்தராணியின் கவிதை மொழி தனித்திருக்கின்றது.

சுகிர்தராணியின் கவிதைகள் கைப்பற்றி என் கனவு கேள் (2000), இரவு மிருகம் (2004), அவளை மொழிபெயர்த்தல் (2006) ஆகிய மூன்று தொகுதிகளாக வெளியாகியுள்ளன. பிறப்பினால் தலித்தாக அறியப்படும் சுகிர்தராணியின் கவிதைகள் இன்று பலருடைய கவனத்தை ஈர்த்துள்ளன. விட்டேற்றியான மனநிலையுடன் கலகத்தை உருவாக்கும் மொழியிலமைந்த இவருடைய கவிதை வரிகள் சிலருக்குக் கொண்டாட்டத்தையும் சிலருக்கு எரிச்சலையும் தந்துள்ளன. தமிழ்ச் சமூகத்தில் பெண் என்றால் பால் நிலையில் இரண்டாம் தரமாகவும் தலித் என்றால் தீண்டாமையைக் கற்பித்தும் ஒதுக்கப்படும் சூழலில்

சுகிர்தராணி வீரியமான மொழியில் அழுத்தமான மனப்பதிவுகளைக் கவிதைகளாக வெளிப்படுத்தியுள்ளார்.

'கைப்பற்றி என் கனவுகேள்' தொகுதியானது இளம் பெண்ணின் மனவோட்டமாக விரிந்துள்ளது. ஆண்டாள் போலத் தன்னைப் பாவித்துக்கொண்ட மனநிலையில், காதலின் ஏக்கம் கொப்பளித்திடும் கவிதைகள் புனைவில் ரம்மியமாக வெளிப்பட்டுள்ளன. ஆண் மீதான மரபு வழிப்பட்ட காதலில், தனது அடையாளத்தை முன்னிறுத்தும் பெண்ணின் மனத்துடிப்பை அறியமுடிகின்றது. அவை மனுஷி என்ற நிலையில் பெண்ணின் புழங்கு வெளியையும் இருப்பினையும் முதன்மைப்படுத்துகின்றன. சுகிர்தராணியின் தொடக்ககாலக் கவிதைகள் சித்திரிக்கும் வாழக்கைப்பரப்பு மிகச் சுருங்கியது. பகல் வேளையில் பால் கணக்கு எழுதுதல், கடிதம் வாசித்துக் காட்டுதல், பாவாடைக்கு நாடா கோர்த்தல் எனப் பொழுதைக் கழித்திடும் அவள் இரவினில் அவன் பற்றிய நினைவுடன் உறங்குகிறாள். இக்கவிதை வாசிப்பில் தட்டையாகி வேறு எவ்விதமான அனுபவமும் தரவில்லை. 'அப்பாவுக்கு எதைச் சொல்லி என் வயதை ஞாபகப்படுத்த? ஞாயிறுகளில் படி தாண்ட அனுமதியில்லை; மடியில் முகம் புதைத்து மௌனமாய் அழலாம்...? இப்படியாக முடியும் கவிதை வரிகள் மேலோட்டமாகவே தேங்கிவிடுகின்றன. சராசரிப் பெண்ணின் வாழ்நிலை மீறல்கள், சில கவிதைகளில் பதிவானாலும், அவை ஆண் மேலாதிக்க மொழியில் அமைந்துள்ளன. எனினும், பெண் என்று தன்னையறிந்து தனது இருப்பின் அவலத்தைப் பெண்ணிய நோக்கில் விவரிக்கும் கவிதை முக்கியமானது.

... ...
துள்ளும் வலியும்
மின்னலென வெட்டும்
வேதனையும்
உச்சமாய் எகிற
உயிரை அசைத்து
இரத்தச் சகதியில்
மீண்டழுத குழந்தையின்
துணி விலக்கி
பெண்ணென முகம் சுழிப்பவனே
அன்று
என் மீது பரவியபோது
மனம் களித்தவன் நீதானே?

தாய்க்கும் மகளுக்குமான நெருங்கிய பிணைப்பை புறக்கணித்து ஒதுக்கிடும் கணவனிடம் அவள் கேட்கும் கேள்வி சமூகத்தை நோக்கியதாகும். காலந்தோறும் வெவ்வேறு வடிவங்களில் பதிவாகிக்

கொண்டிருக்கும் பெண்ணின் மனஉளைச்சல் சுகிர்தராணியின் எழுத்திலும் பதிவாகியுள்ளது.

மொழியின் மீதான ஆளுமை, வடிவச் செழுமை, கருத்தியல்தேர்வு போன்றவற்றில் கவனமற்ற மனத்தின் குரலைக் கவிதை வரிகளாக மாற்றிட முயலும் இளம் கவிஞருக்கே உரிய போக்கினை முதல் தொகுப்பில் காணமுடிகின்றது. காதலின் 'புனைவு' மனநிலையைத் தாண்டிப் போக முடியாத ஏக்கத்தினைப் பல கவிதைகளில் காண முடிகின்றது. தலித் பிரச்சினையை மையமிட்ட கவிதைகளும் அத்தொகுப்பில் இடம்பெற்றிருப்பது தற்செயலானது அல்ல.

சுகிர்தராணியின் அடுத்தடுத்த இரு தொகுப்புகளும் கருத்தியல்ரீதியிலும் வெளிப்பாட்டு நிலையிலும் தனித்து விளங்குகின்றன. சராசரிப் பெண்ணின் புனைவியல் மனோபாவத்திற்கும் ஏக்க உணர்வுகளுக்கும் மாற்றாகத் தீவிரமான பெண் முன்னிறுத்தப்படுகிறாள். மரபு வழிப்பட்ட காதல் பற்றிய புனைவினைச் சிதைத்து, உடல்களை மையப்படுத்தி எழுதப்பட்ட கவிதைகள், ஆண்பெண் உறவில் புதிய போக்கினை உருவாக்குகின்றன. ஒருவிதமான கேலியும் கம்பீரமும் கர்வமும் கலந்த மனநிலையில், பெண்ணுடல் இதுவரையிலும் மறைக்கப்பட்ட பெண் குல வரலாற்றை எழுதுவதற்கான ஆதாரமாகின்றது. தமிழ்ச் சமூகம் பன்னெடுங்காலமாக மர்மப்படுத்தியுள்ள உடலையும் விலக்காகக் கருதி ஒதுக்கப்பட்ட கற்பிதங்களையும் புனைவின் உச்சமாகக் கருதி மறைக்கப்பட்ட பாலுறுப்புகளையும் கட்டுடைக்கின்றன சுகிர்தராணியின் கவிதைகள். பெண்ணுடலை மையப்படுத்தி அவர் எழுதியுள்ள கவிதைகளில் பெண் அரசியல் பொதிந்துள்ளது. பெண்ணுடலை எப்படி வேண்டுமானாலும் உருமாற்றுவதற்கான சாத்தியப்பாடுகளை முன்னிறுத்தும் வரிகள் 'அவளை எழுதுதல்' என்ற கவிதையாக வடிவெடுத்துள்ளன. பிரக்ஞையில் எப்பொழுதும் பெண் என்ற உடல்ரீதியான மனஅழுத்தம் நசுக்குகையில், அதிலிருந்து வெளியேறி, உடலை முன் வைத்து ஆண் மேலாதிக்கக் குரலை எதிர்ப்பது கவிதைகளில் நுட்பமாக வெளிப்பட்டுள்ளது. அது மரபு வழியில் உறைந்துகிடக்கும் ஆண் மனங்களில் பண்பாட்டு அதிர்வுகளை ஏற்படுத்துகின்றது. இதனால் பெண் இதுபோலக் கவிதை எழுதுவது சரியா, பெண் தன்னுடைய உடலையும் அகஉணர்வையும் வெளிப்படையாகக் கவிதையாக்குவது முறையா என்று சிலர் பதற்றமடைகின்றனர்.

இன்றைய உலகமயமாக்கல் காலகட்டத்தில் புறநெருக்கடிகளுக்குப் பணிவதுடன் தன்னையே கூட்டுக்குள் ஒடுக்கிக்கொள்ளும் பொதுப் புத்தி எங்கும் பரவலாகிக்கொண்டிருக்கின்றது. மனிதனை நுகர்பொருளாக மாற்றி ஆதாயம் தேடும் சூழலில், காதல், கற்பு போன்ற சொற்கள் அர்த்தமிழக்கின்றன. இத்தகைய சூழலில், 'உடல்'

காரணமாக ஏற்படும் பிரச்சினைகள், சுதிர்தராணியின் கவிதைகளில் முதன்மைப்படுத்தப்படுகின்றன. இந்திய வைதிக சமய நெறிப்படி, கடந்த ஆயிரமாண்டுகளுக்கும் கூடுதலாக உடல்கள் தொடர்ந்து கண்காணிப்பிற்கு உள்ளாக்கப்படுவதுடன், அவை எப்படி இயங்க வேண்டுமென்ற நெறிமுறைகள் கற்பிக்கப்படுகின்றன. சுத்தம் x அசுத்தம் என்ற கருத்தியலை மையமாக்கிப் பால், பிறப்பின் அடிப்படையில் உடல்களை இழிவானதாகக் கருதிடும் போக்கு உள்ளது. புலன் உணர்வுகளை மறுப்பதும் இயல்பான பாலியல் இச்சைக்குத் தடை விதிப்பதும் 'விரதம்' என்ற பெயரில் உடலை வருத்துவதும் இங்கு தொடர்ந்து நடைபெற்றுக்கொண்டிருக்கின்றன. மாதந்தோறும் வெளியேறும் மாதவிலக்கு குருதி காரணமாகப் பெண்ணுடலை முழுக்க இழிவானதாகக் கருதிடும் போக்கு பரவலாக உள்ளது. இந்நிலையில் சுகிர்தராணியின் கவிதைகள் ஒடுக்கப்பட்ட உடலினை மையப்படுத்திப் புலன் வேட்கையைக் கொண்டாட்டமாக்கி எதிர் அரசியலை முன்வைக்கின்றன. மரபுரீதியாக இழிவாகக் கருதி ஒதுக்கப்பட்டவைக்கு எதிரிணையாகச் சுதிர்தராணி முன்னிறுத்துபவை அடிப்படையில் கலகத்தன்மை மிக்கவை.

மனிதனின் இயல்பூக்கம் சார்ந்த அடிப்படைப் பண்புகளாகப் பாலியலும் வன்முறையும் அமைந்துள்ளன. சமூக இயக்கம் அல்லது வளர்ச்சி என்பது காலங்காலமாக வன்முறையின் மூலமாகத்தான் தொடர்ந்து நடைபெற்று வருகிறது. புறநிலையில் நிலத்தைத் துய்ப்பதும் அக நிலையில் பெண்ணுடலைத் துய்ப்பதும் ஆணின் அதிகாரமாகக் குவிந்திட்ட நிலையில் எரலாறு முழுக்க ரத்தம் தோய்ந்துள்ளது. இரண்டாயிரமாண்டுப் பாராம்பரியமுடைய தமிழ்ச் சூழலில் இந்நிலைக்கு எதிராகக் காமத்தை முன்னிறுத்தி பாலியல் தொடர்பாகப் பெண்ணுடலை மறுவாசிப்புச் செய்திடும் சுகிர்தராணியின் கவிதைகள் தனித்த போக்குடையன.

பருவங்கள் வாய்த்த என்னுடல்
காளானைப் போலக் கனிந்து குவிகிறது
அதன் முன்னும் பின்னும்
கவனமாய் நெய்த ரகசிய உறுப்புகள்
மயிர்க் கால்கள் சிலிர்த்த தோல் முழுவதும்
காம நெய்யின் உருகிய வாசனை
மலர்ந்த இடையைச் சுற்றி
வெதுவெதுப்பான புணர்கதுப்புகளும்
கவிழ்த்துப் போட்ட ஆயுத எழுத்தாய்
காமத்தின் சோழிகளும்
உடலினுள் பொதிந்து மிதக்கின்றன
... ...

இனியென் ஆளுகைப் பிரதேசத்தில்
பதாகையை உயர்த்திப் பிடிக்கும்
இளகாத ஸ்தனங்களை
விதையின் அடியிலிருந்து உரக்கப்பாடு
முலைகள் விருட்சங்களாகி வெகுகாலமாயிற்று

கருத்துரீதியில் பெண்ணுடலை வெறும் யோனியும் முலைகளுமாகக் குறுக்குவதும், நடைமுறையில் துய்க்கப்பட்ட உடல்களைத் தூக்கி யெறிந்துவிட்டுப் போவதுமான ஆண் மைய நுகர்வுப் பண்பாட்டிற்கு எதிராகப் பெண்ணின் காம வேட்கையை முன்னிறுத்திப் பெண் விடுதலையை மையப்படுத்தும் கவிதைகள் தமிழுக்குப் புதியன. மேலும், பாலியல் மூலம் இயற்கையை அவதானிக்க முயல்வதும் பெண்ணுடலை அடையாளப்படுத்துவதும் கவிதைகளின் வழியே தொடர்ந்து முயலப்பட்டுள்ளது.

மயிர்கள் சிரைக்காத என் நிர்வாணம்
அழிக்கப்படாத காடுகளைப் போல்
கம்பீரம் வீசுகிறது
இயற்கையின் பிஞ்சு நிறத்தில்
ஆழ்ந்து கிடக்கும் என்னுடலை
தூர நின்று கவட்டுக் குச்சியால்
கிளறிப் பார்க்கின்றாய்
... ...
அவிழ்ந்த ஆடையை இறுக்கியபடி
நகரத் தெருக்களில்
சொல்லிக்கொண்டு ஓடுகிறாய்
ஆதிவாசியொருத்தி கரை கடப்பதாக.

இயற்கையுடன் இயைந்திருக்கும் பெண்ணுடலின் மர்மம் புரியாத நிலையில், தள்ளி நின்று குச்சியால் கிளறிப் பார்ப்பதாக ஆணைப் பகடி செய்யும் கவிதை, தாய்த் தெய்வ வழிபாட்டினை முன்னிறுத்திப் பெண்ணைப் போற்றுகின்றது. மயிர்களுடன் இயற்கையாகப் பொங்கி வழிந்திடும் நிர்வாண உடலினைக் காடுகளைப் போல உவமித்துக் கம்பீரமாகப் பார்க்கும் பார்வையில், சமூகம் இதுவரையில் கட்டமைத்துள்ள பொதுப்புத்தி தகர்ந்துபோகின்றது.

'இரவுகளைப் புணர்தல்' கவிதை, ஆண்பெண் பாலுறவினை வேறு தளத்திற்கு மாற்றியமைத்துப் புதிய சொல்லாடலுக்கு வழிவகுக்கிறது.

... ...
உன்னோடு பகிரவென்றே
செதுக்கப்பட்டிருக்கிறது
என் கற்படுக்கை என்றாலுங்கூட

வளர்ந்துகொண்டுதானிருக்கின்றன
என் யோனி மயிர்கள்

புறவுலகு பெண்ணுடல்மீது தொடர்ந்து அத்துமீறல்களைக் கட்டமைத்திடும் சூழலில், பெண்ணுக்கு ஆணுடனான உறவு ஒற்றைத் தன்மையாய் இறுகிப்போவதால் படுக்கையும் கல்லாகிப் போகின்றது. அப்பெண்ணுக்கெனத் தனிப்பட்ட மனம் இருக்கிறது; அவளுடைய உடலின் பரவசக் கொண்டாட்டத்திற்கென 'கிளட்டோரிஸ்' இருக்கிறது என்ற புரிதலற்ற ஆணுடன் கூடி வாழ நேர்ந்தாலும், பெண் இன்னொரு உயிரினை உற்பத்தி செய்யக் கூடியவள் என்ற செருக்கினை 'வளர்ந்திடும் யோனி மயிர்கள்' குறியீடாக உணர்த்துகின்றன.

'உடலெழுத்து' கவிதையில் 'நீண்ட யுகங்களுக்குப் பிறகு / அன்றுதான் / என்னுடல் என்னிடமிருந்தது' என்ற வரிகளும் 'இரவு மிருகம்' கவிதையில் 'கோப்பை நிறைய வழியும் மதுவோடு / என்னுடல் மூழ்கி மிதந்தது' என்ற வரிகளும் பெண் தன்னுடைய உடலினை அறிந்திட்ட நிலையைப் பரவசப்படுத்தியுள்ளன; பெண்ணின் அசலான மகிழ்ச்சியை வெளிப்படுத்தியுள்ளன. 'போரின் குறுவாள்' கவிதை பெண்ணுடலை வேறுவிதத்தில் புரட்டிப்போட்டு, உடலையே ஆயுதமாக்க முயல்கிறது.

'கடல் ஆழத்தைக் கண்டாலும் பெண்ணின் மனத்தைப் புரிந்துகொள்ள முடியாது' என்று பெண் பற்றிய புதிர்களைக் கட்டமைத்துப் பெண்ணை மர்மப்படுத்திக் கொண்டிருக்கும் ஆண் மேலாதிக்கச் சமுதாயத்தின்மீது உடைப்பினை ஏற்படுத்த முயல்கின்றன சுகிர்தராணியின் கவிதை வரிகள். இதுவரை ஆண் மூலம் தன்னையும் தன் உடலையும் தன் பாலியல் வேட்கையையும் கண்டறிவதாகக் கட்டமைக்கப்பட்டிருந்த பெண் பிம்பம் தகர்ந்துபோய், பெண் தனது சுயேச்சையான தேர்வின்மூலம் உடல் அரசியலை முதன்மைப்படுத்தும் சுகிர்தராணியின் கவிதைகள், பெண்ணுக்கான அசலான கொண்டாட்டத்தினைச் சாத்தியப்படுத்தியுள்ளன. இவ்வடிப்படையில் பெண்ணின் சுயபுணர்ச்சி குறித்துப் பேசும் கவிதைகள் முக்கியமானவை. பண்பாடு என்ற நிலையில் பெண் தன்னுடைய காம உணர்வை வெளிப்படையாகக் கூறமாட்டாள் என்ற பொதுப்புத்தியைச் சிதைத்துப் பாலியல் தேவையை விடுதலைக்கான முன்மொழிவாகச் சித்திரிப்பது நவீன அறம் சார்ந்தது.

சுகிர்தராணியின் கவிதை மொழி வீரியம் மிக்கது. சில இடங்களில் நீர்த்துப் போய், கூறியது கூறலாக இருப்பினும் கவிதை மொழியில் பாசாங்கு எதுவுமில்லை. அழகியல்ரீதியில் புதிய வகைப்பட்ட மொழியில் வடிவமைக்கப்பட்டுள்ள கவிதைகள், கருத்தியலுக்கு முதன்மையிடம் தந்திருப்பதனால் வடிவம், வெளிப்பாடு குறித்துப்

பெரிதும் அக்கறை கொள்ளவில்லை. இயற்கையுடன் பெண்ணுடலைப் பொருத்தும் 'என்னுடல்' கவிதை இவருடைய மொழி ஆளுமைக்குச் சான்றாக உள்ளது.

குறுஞ்செடிகள் மண்டிய மலையில்
பெருகுகிறது ஒரு நதி
அதன் கரைகளில் வளைந்து
நீர்ப் பரப்பினைத் தொட்டோடுகின்றன
பால்வழியும் மரத்தின் கிளைகள்
இஞ்சியின் சுவைகூடிய பழங்கள்
மெல்லிய தோல் பிரித்து
விதைகளை வெளித்தள்ளுகின்றன
பாறைகளில் பள்ளம் பறித்தெஞ்சிய நீர்
முனைகளில் வழுக்கி விழுகிறது அருவியாய்
நீர்த்தாரைகளின் அழுத்தத்தில்
குருதி படர்ந்த வாயை நனைக்கிறது
வேட்கையில் திருப்தியுற்ற புலி
கீழிறங்குகையில்
எரிமலையின் பிளந்த வாயிலிருந்து
தெரிக்கிறது சிவப்புச் சாம்பல்
வானம் நிறமிழக்க
வலஞ்சுழிப் புயல் நிலத்தை அசைக்கிறது
குளிர்ந்த இரவில் வெம்மை
தன்னைக் கரைத்துக்கொள்கிறது
இறுதியில் இயற்கை
என் உடலாகிக் கிடக்கிறது

இக்கவிதையை வாசித்ததும் எனக்கு சங்கப் பெண் கவிஞரான வெள்ளிவீதியாரின் பாடல் நினைவுக்கு வந்தது.

திங்களும் திகழ் வான் ஏர் தரும்; இமிழ் நீர்ப்
பொங்கு திரைப் புணரியும் பாடு ஓவாதே;
ஒலி சிறந்து ஓதமும் பெயரும்; மலிபுனற்
பல் பூங்கானல் முள் இலைத் தாழை
சோறு சொரி குடையின் கூம்பு முகை அவிழ,
வளி பரந்து ஊட்டும் விளிவு இல் நாற்றமொடு
மை இரும் பனைமிசைப் பைதல் உயவும்
அன்றிலும் என்புற நாலும்; அன்றி,
விரல் கவர்ந்து உழந்த கவர்வின் நல்யாழ்
யாமம் உய்யாமை நின்றன்று;
காமம் பெரிதே; களைஞரோ இலரே; (நற்றிணை : 335)

நிலவு ஒளிர்கின்றது; கடல் அலை கரையில் மோதுகின்றது; மலரின் மணம் காற்றில் வீசுகின்றது; அன்றில் பறவை எலும்புருகக் கத்துகின்றது; நள்ளிரவுவரை என் காமம் மிகப் பெரியது. அக்காமத்தைப் போக்கிடும் காதலன்/ கணவன் இல்லையே என்று இரவு வேளையில் தனித்திருக்கும் பெண்ணின் காம வேட்கை அழுத்தமாக இக்கவிதையில் வெளிப்பட்டுள்ளது. சுகிர்தராணியின் கவிதையில் இயற்கைக் காட்சிகள் வருணிக்கப்பட்டு, 'இறுதியில் இயற்கை என் உடலாகிக் கிடக்கிறது' என்ற வரிகள் மூலம் உடலின் பாலியல் வேட்கை நுட்பமாக வெளிப்பட்டுள்ளது. திணை சார்ந்த சங்க கால இயற்கையான வாழிடச் சூழல் இன்று மரித் தமிழகமெங்கும் வறண்ட பாலையாகியுள்ள நிலையிலும் சுகிர்தராணியின் கவிதை வரிகளில் இரண்டாயிரமாண்டு மனத்தின் தொடர்ச்சியைக் காணமுடிகின்றது. இந்தக் கவித்துவ மனவுணர்வு மிகவும் முக்கியமானது. பெண்ணுடலை இயற்கையின் பகுதியாகக் கருதுவது தாய்வழிப்பட்ட இனக்குழுச் சமூகத்தின் எச்சமாகும்.

சுகிர்தராணியின் கவிதைகளில் வெளிப்படும் இன்னொரு முக்கியமான அம்சம், தலித்திய நோக்கிலான சமூக விமர்சனமாகும். வைதிக சமயம் பிறப்பின் அடிப்படையில் மனிதர்களைப் பிரித்துத் தீண்டாமையைக் கற்பித்திருப்பது, இந்திய சமூகத்தைப் பிடித்துள்ள பெரும் சாபக்கேடு. அதிலும் தலித்தாகப் பிறந்த பெண்ணின் பிரச்சினைகள் ஒப்பீட்டளவில் தலித் ஆணைவிடக் கூடுதலானவை. அவளுடைய உடலின் மீது கணவன் மட்டுமின்றி, ஆதிக்க சமுதாயமும் தொடர்ந்து வன்முறையைச் செலுத்துகின்றது. இன்னொருபுறம் பொருளியல் சுரண்டலின் ஆதிக்கம் வலுவாக உள்ளது. பால்ரீதியில் தலித் பெண்ணின் குரல் சமூக அடித்தளத்தில் பலவீனமாக ஒலித்துக் கொண்டிருக்கிறது.

கிராமத்தில் சமூகச் செயற்பாட்டில் கடைசி ஆளாக ஒதுக்கப்படும் 'தலித்துகள்' முதல் ஆளாக/ இழவுக்குப் பறையடிக்க அழைக்கப்படுவது குறித்து 'அமைப்பு' கவிதையில் பதிவு செய்யப்பட்டுள்ளது. ஊருக்கு ஒதுக்குப் புறமானதாகக் கருதப்படும் பறையர் தெருவை ஊருக்கு முதலில் இருப்பதாகக் கவிஞர் மாற்றியமைக்கின்றார். தலித் உடல்களைக் கடின உழைப்பில் ஈடுபடுத்திப் பொருளாதார வளம் பெறும் ஆதிக்கச் சாதியினர் மேல் x கீழ், சுத்தம் x அசுத்தம், கடைசி x முதல் போன்ற சொல்லாடல்கள்மூலம் தொடர்ந்து தீண்டாமையைத் தக்கவைத்திருப்பதும் அதற்கெதிரான ஆவேசமான குரலும் உக்கிரமாகக் கவிதையில் வெளிப்பட்டுள்ளது.

செத்துப்போன மாட்டைத்
தோலுரிக்கும்போது
காகம் விரட்டுவேன்
வெகு நேரம் நின்று வாங்கிய

ஊர்ச் சோற்றைத் தின்றுவிட்டு
சுடுசோறெனப் பெருமை பேசுவேன்
தப்பட்டை மாட்டிய அப்பா
தெருவில் எதிர்ப்படும் போது
முகம் மறைத்துக் கடந்துவிடுவேன்
அப்பாவின் தொழிலும் ஆண்டு வருமானமும்
சொல்ல முடியாமல்
வாத்தியாரிடம் அடி வாங்குவேன்
தோழிகளற்ற
பின் வரிசையிலமர்ந்து
தெரியாமல் அழுவேன்
இப்போது
யாரேனும் கேட்க நேர்ந்தால்
பளிச்சென்று சொல்லிவிடுகிறேன்
பறச்சி என்று.

சாதிரீதியான ஏற்றத்தாழ்வு குறித்த ஆவேசமான மனநிலையைக் கவிதை பதிவு செய்துள்ளது. 'பறச்சியேதடா பனத்தியேதடா' என்ற சித்தரின் கலகக்குரல் சுகிர்தராணியிடம் வேறு தொனியில் வெளிப்பட்டுள்ளது.

இன்று கவிதை எழுதிக்கொண்டிருக்கும் பெண் கவிஞர்களில் பலருடைய கவிதைகளை ஆண் கவிஞர்களால் எழுதிட முடியும்; பெரிய அளவில் பால் வேறுபாடுகள் இல்லை. தலித்துகள் பற்றிய சுகிர்தராணியின் கவிதையை யார் வேண்டுமானாலும் எழுதலாம். ஆனால், பெண்ணுக்கே உரித்தான துக்கங்களையும் உடல்ரீதியான வேட்கையையும் கவிதையாக்கியதில் பெண் என்ற நிலையில் தனித்த அடையாளத்துடன் சுகிர்தராணியின் கவிதைகள் விளங்குகின்றன. அவை பெண் மொழியின் மூலம் ஆண்பெண் உறவில் நிலவும் சமத்துவமின்மை அரசியலைப் புதிய வடிவில் முன்வைக்கின்றன் மரபு வழிப்பட்ட தமிழ்ப் பெண் பிம்பத்தைக் கேள்விக்குள்ளாக்குகின்றன. காலங்காலமாக ஒடுக்கப்பட்டுள்ள பெண்களின் வேதனையையும் சீற்றத்தையும் வெளிப்படுத்திடப் பெண்ணுடலையும் உடல் வேட்கையையும் முன்னிறுத்திடும் சுகிர்தராணியின் கவிதைகள், நவீனப் பெண்ணின் விடுதலைக் குரல்களாக வெளிப்பட்டுள்ளன.

காலச்சுவடு, ஜூன் 2008

'தமிழ்த் திணைமரபில் தமிழச்சியின் மஞ்சணத்தி'

இரண்டாயிரமாண்டுத் தமிழ்க் கவிதை மரபில், பெண் கவிஞர்களின் நவீன கவிதைகள் பெரும் பாய்ச்சலில் புதிய போக்குகளை அறிமுகப்படுத்துகின்றன என்று சொல்வதில் நுண் அரசியல் ஏதுமில்லை. பல்லாண்டுகளாகத் தொடர்ந்து கவிதைகள் வாசிப்பதில் விருப்பமுடைய என் மனதுக்குப் பெண் கவிதை மொழி மிகவும் நெருக்கமாக உள்ளது. வெற்றுச் சலிப்பு, மனசோர்வு என இருண்மைக்குள் சிக்கிக்கொண்டு, மொழியை அபத்தமான கவிதை வரிகளாக உருமாற்றும் ஆணின் கவிதையிலிருந்து, பெண் கவிதை ஆக்கம் புதியதாக இருக்கின்றது, வாசிப்பில் ஒருவிதமான நெருக்கத்தினை ஏற்படுத்துகின்றது. இத்தகைய போக்கில் தமிழச்சி தங்கபாண்டியனின் 'மஞ்சணத்தி' கவிதைத் தொகுப்பு உருவாக்கும் மனப்பதிவுகள் முக்கியமானவையாக உள்ளன.

மரபு வழிப்பட்ட கவிதை, பெண்ணுடல் அரசியலை முதன்மைப்படுத்தும் கவிதை, ஈழப்போர் புலம்பெயர்ந்தோர் தொடர்பான கவிதை, தலித்தியப் பெண் கவிதை, இடதுசாரிப் பெண் கவிதை எனப் பெண் கவிதைகளைப் பகுக்கின்ற போக்குகள் வழக்கினிலுள்ளன. இவற்றிலிருந்து வேறுபடும் தமிழச்சியின் கவிதை வரிகளைத் தனியாக அடையாளப்படுத்த வேண்டியுள்ளது. மஞ்சணத்தி தொகுப்பிலுள்ள கவிதைகளை இருத்தல் இருத்தல் நிமித்தமும், பாலைக்கலி, மழையும் மழைசார் வாழ்க்கையும், வெயில ருசி என நான்காகப் பிரித்திருக்கும் பாகுபாடுகள் குறிப்பிடத்தக்கன.

தமிழச்சி என்ற கவிஞரின் மனவோட்டமானது, வேறு ஒன்றாக உருவெடுப்பதன் வெளிப்பாடு, கவிதையாகப் பதிவாகியுள்ளது. மரபுவழிப்பட்ட நிலையில் அவரின் கவிதைப் பயணம் தொடர்கின்றது என்று சொல்ல இடமுண்டு. மேலோட்டமாகத் தொகுப்பைப் புரட்டினால் மண்ணும், மரங்களும், தட்பவெப்பமும் மிக்க கவிதைகள் என்று அடையாளங் கண்டறிய முடியும். சங்கத்திணை மரபில் தமிழச்சியின் கவிதைகளைப் பொருத்திக்காண வாய்ப்புண்டு. மஞ்

சணத்தி என்ற சொல்லே மரத்தைக் குறிப்பதாகத் தோன்றவில்லை. கொல்லிப்பாவை, நீலி போன்ற அமானுஷ்ய சக்தியாக உருவெடுக்கும் மஞ்சணத்தி, கிராமத்து வாழ்க்கையில் ஆழமாக வேரூன்றியுள்ளது. எனவே தமிழ்த் திணைசார் கவிதை மரபின் நீட்சியாகத் தமிழச்சியின் கவிதை வரிகள் நீள்கின்றன.

தமிழ் என்ற மொழியால் உருவாக்கப்பட்ட தமிழ் நிலப்பரப்பான நிலத்திலிருந்து, மனித உடலும் மனமும் பல்வேறு தொன்மங்களாலும், கவிதைகளாலும் எவ்வாறு உருவாக்கப்பட்டன என்பது சங்கத்திணை மரபில் முக்கியமான அம்சம். நிலத்தோடும், இயற்கை வெளியுடனும் இணைந்த நிலையில் மனித உளவியல், இருப்புக் குறித்த ஆழமான கேள்விகளை முன் வைக்கும் திணைக் கோட்பாடு, சூழலியல் சார்ந்த நிலையில் அழகியலை முன்வைக்கின்றது. ஒவ்வொரு நிலத்துக்குமெனத் தனித்த இயல்பும் குணமும் உள்ளன. இந்நிலையில் நிலத்தைச் சார்ந்தே மனிதர்களின் குணமும் அமைகின்றது. மனித உணர்ச்சிகளை நிலப்பொருட்கள் மீது சுமத்தி இயற்கையை மனிதவயப்படுத்துவது சங்கப் பாடல்களில் இயல்பாக நடந்தேறியுள்ளது. நிலத்தைத் தனது நினைவுப் பரப்பினுக்குள் கொண்டுவர முயன்ற தமிழர்கள், நாளடைவில் அவர்களும் நிலவயப்படுத்தப்பட்டனர். மனிதர்களுக்கும் இயற்கைக்குமான நெருங்கிய உறவில், மனித இருப்பு அர்த்தம் மிக்கதாக இருந்தது. இன்று உலகமயமாக்கல் காலகட்டத்தில் மனிதர்கள் இயற்கைப் பின்புலத்திலிருந்து முற்றாகத் துண்டிக்கப்பட்டுள்ளனர். மேலும் கடந்த முப்பதாண்டுகளில் முன்னெப்போதையும்விட பெரும் நாசத்திற்குள்ளாகியுள்ள இயற்கையின் பேரழிவு, மனித மனத்தை அந்நியப்படுத்திக் கொண்டிருக்கிறது. இத்தகு சூழலில் நிலம், இயற்கை சார்ந்து கவிதை எழுதியுள்ள தமிழச்சியின் முயற்சியை வெறுமென nostalagia என்று ஒதுக்கிவிட முடியாது. சங்கத்திணை மரபில் வந்த இன்றையத் தமிழர் வாழ்க்கையில் இழந்தது குறித்து ஆதங்கப்படும் தமிழச்சியின் குரலில் நுண் அரசியல் பொதிந்துள்ளது. தமிழ்த் திணைசார் கவிதை மரபினைத் தனது கவிதைகள் மூலம் மீட்டெடுக்கத் தமிழச்சி முயலுவது தற்செயலானது அல்ல.

பின்காலனியச் சூழலில், மேலை நாடுகளை எல்லாவற்றுக்கும் நகலெடுத்தல் மேன்மையானது என்ற கருத்து நம்மிடையே உருவாக்கப் பட்டுள்ளது. பகுத்தறிவின் உச்சகட்ட துய்ப்பு மூலம் வலியுறுத்தப்படும் போக்குகள் அதிகார மையத்தினைக் கட்டமைக்கின்றன. இந்நிலையில் புராதனத் தன்மையுடைய தமிழர் மனங்களில் தாழ்வு மனப்போக்கும் குற்றமனமும் விதைக்கப்பட்டுள்ளன. இந்நிலைக்கெதிரான மாற்றுக் குரலைத் தனது கவிதைகளில் தமிழச்சி பதிவாக்கியுள்ளார். வனப்பேச்சி, மஞ்சணத்தி போனற தமிழ்த் தொன்மங்கள்மூலம் மரபுவழிப்பட்ட அறிதல் முறைக்குள் தமிழச்சி பயணித்துள்ளார். குறியீட்டு அறிதல்

மூலம் சூழலை விளங்கிக்கொள்ளும் சங்க மரபினைத் தமிழச்சியின் கவிதைகளில் காணமுடிகின்றது.

பேச்சி, மஞ்சணத்தி போன்ற குறுங்கதையாடல்கள்மூலம் தமிழ்ப் பண்பாட்டு அடையாளங்களைக் கண்டறிய முயன்றுள்ள தமிழச்சியின் கவிதை வரிகள் வாசிப்பின்மூலம் புதிய திறப்புகளை ஏற்படுத்தியுள்ளன. நீலி, கொல்லிப்பாவை, சூரர்மகளிர் போல வனப்பேச்சியும் இயற்கையுடன் நெருங்கிய நிலையில் தமிழ்த் தொன்மமாக வெளிப்பட்டுள்ளது தமிழுக்குப் புதியது.

கவிதைசொல்லியான தமிழச்சிக்கும் மஞ்சணத்திக்கும் இடையிலான உறவு இளம் பருவத்திலேயே தொடங்கி விடுகிறது. மரமானது அஃறிணைப் பொருள் அல்ல. ஆதி மூதாதையாக நிமிர்ந்து நின்று, குலத்துப் பெண்களுடன் உறவாடும் நிலையில் மரமானது எப்பொழுதும் கனிவாக உள்ளது.

முறுக்கேறிய உன் மரக்கிளையில் / சிராய்த்துக் கழிந்தது / என் சிறு பிராயம்.

என்ற வரிகளுடன் மரத்தினுடனான உறவை விவரிக்கும் கவிஞரின் வாழ்க்கை முழுக்க மஞ்சணத்தி இடம்பெற்றுக் கொண்டேயிருக்கிறது.

என்/தோல் நொய்ந்த பழம் பருவத்தை/ உன் / தொல் மரத்துச் சருகொன்றில் /பத்திரமாய் பொதிந்து வை, /உள்ளிருக்கும் உயிர்ப்பூவை/ என்றாவது /நின்று எடுத்துப் போவாள் / நிறைசூல் கொண்ட இடைச்சி ஒருத்தி.

வாழ்வின் பெரும் ரகசியங்களைக் காத்து வைத்திருக்கும் மஞ் சணத்தி மரத்துடன், தன்னுடைய முதுமையைப் பொதிந்து வைக்கும் கவிஞர், அதன் உள்ளிருக்கும் உயிர்ப்பூவை, நிறைசூல் கொண்ட இடைச்சி எடுத்துப் போவாள் என்ற நம்பிக்கை கொள்கிறார். மஞ்சணத்தி மரம் என்பது மனித இருப்புடன் கொள்ளும் உறவு பன்முகத்தன்மையையுடையதாக உருமாறுகின்றது. நிலமயமான நிலையில் மனித இருப்பானது, இயற்கையின் பகுதியாக மாறுகின்றது. மனிதர்களைப் பெரிதும் அல்லல்படுத்தும் பிரிவு உணர்வினை நிலத்துடனும், அந்நிலத்தில் உயிர்திருக்கும் கருப்பொருள்களுடனும் பிணைத்த சங்ககால வாழ்க்கையானது, நவீன வாழ்வில் மஞ்சணத்தி மரமாகத் தொடர்கின்றது. 'என்னை விட்டுப் பிரிந்த காதலர் என்னிடம் தான் 'பிரிவு' சொல்லவில்லை. எங்கள் காதலுக்குத் துணையாக நின்ற தோட்டத்து வேங்கை மரத்திடம் கூடவா சொல்ல மறந்தார்? (குறுந்தொகை:266), தலைவி தான் சிறுமியாக இருக்கும் போது வளரத் தொடங்கிய புன்னை மரத்தினை, அவளுடன் உடன் பிறந்த சகோதரியாகக் கருதுகிறாள் (நற்றிணை:172). சங்கப்பாடல்களில் மனத்தினைத் தேற்றிக்கொள்ள இயற்கையுடன் தன்னை அடையாளப்படுத்துவது

இயல்பாக நடந்தேறியுள்ளது. இப்போக்கில் தமிழச்சியின் மஞ்சணத்தி மரமானது ஆதித்தாயாக எல்லோருக்குள்ளும் நுழைந்து மனத்தினைச் சலனப்படுத்திக் கொண்டிருக்கிறாள்; அமைதிப்படுத்துகிறாள்.

பெருநகர்ப் பரணி, பாலைக்கலி 1, பாலைக்கலி 2 ஆகிய மூன்று கவிதைகளும் எளிய மொழியில் கதை சொல்வதுபோல வனப்பேச்சி, பிடாரி குறித்த சொல்லாடல்களை முன்வைத்துள்ளன. கிராமத்து வெளிகளில் காலங்காலமாக காற்றில் உறைந்து அத்துவான வெளிகளில் வாழ்ந்து கொண்டிருக்கும் நாட்டார் தெய்வங்கள், தமிழ்ப்பண்பாட்டின் அடையாளங்கள். எனினும் வேகம்வேகமாக நகரமயமாகிக் கொண்டிருக்கும் தமிழர் வாழ்க்கையில், முரட்டுத்தனமும் பேரன்பும் பொருந்திய வனப்பேச்சி உற்சாகத்துடன் உலா வருகின்றாள். பல்லாண்டுகளாகக் கிராமத்தினரின் நினைவுகளில் உயிர்த்திருக்கும் வனப்பேச்சி வெறுமனக் கற்பனைப் பாத்திரமல்ல. வாழ்வின் விநோதங்கள் போல வனப்பேச்சியும் பிடாரியும் எங்கும் நீக்கமற நிறைந்திருக்கின்றனர். நகுலனின் சுசீலா, கலாப்பிரியாவின் சசி போல தமிழச்சியின் வனப்பேச்சி என்று நூலின் முன்னுரையில் தமிழவன் குறிப்பிட்டிருப்பது அபத்தத்தின் உச்சம். நிறைவேறாத காதலின் ஏக்கத்தினையும் விழைவையும் குழைத்து உருவாக்கப்பட்ட சசியும் சுசீலாவும் ஒற்றைத் தன்மையுடையவர்கள், தமிழச்சியின் வனப்பேச்சி, புராதனத் தாயாக எங்கும் நீக்கமற நிறைந்திருக்கிறார். தொல் பழங்குடியினரின் மூதாதைப் பெண் பற்றிய கோணங்கியின் புனைவுடன் வனப்பேச்சி ஒத்துப்போகிறாள். தமிழர் வாழ்க்கையில் வனப்பேச்சி போன்றவர்கள் ஆதார மையமாகி, இருப்பினை அர்த்தப்படுத்திக் கொண்டிருக்கின்றனர்.

பொடி மட்டையின் நாற்றமடிக்கும் / பெருங்கையால் என் / கூந்தல் கனத்து உதிர்ந்த / பெருநகர மல்லிகையின் / வெதும்பலைச் சேர்த்தெடுத்துச் /சேமிப்பாள் சுருக்குப் பையில் / கூடவே / இருத்தல் குறித்த / என் பிலாக்கிணங்களையும்

வனப்பேச்சிக்கும் தனக்குமான நெருக்கத்தினைப் பதிவாக்கியுள்ள தமிழச்சி, எல்லா நிலைகளிலும் சாய்ந்து கொள்ளத் தோள் தேடுகின்றார். காலங்காலமாக 'மகப்பேறு' மூலம் சமூகத்தை உருவாக்கும் வல்லமைபெற்ற பெண்ணின் உலகு தனித்துவமானது. அது எந்த வகையிலும் ஆணுக்கு முற்றிலும் அந்நியமானது. இயற்கையின் அங்கமாக மறுஉற்பத்தியில் ஈடுபடும் பேராற்றல் மிக்க பெண்ணுடல் தனக்கான வெளிகளை உருவாக்குவதுதான் வனப்பேச்சியாக வெளிப்படுகிறது. பிடாரியும் வனப்பேச்சியும் நகரத்துக் குளிரூட்டப்பட்ட வணிக மையத்தில் கிராமத்துப் பெண்களுக்காகப் பொருள்களை வாங்குகின்றனர். ஏழு கன்னிமார் தெய்வங்களும் ஆளுக்கொரு வண்ணம் கேட்டு நச்சரித்த நச்சரிப்பில் நகருக்குக் கிளம்பிப் போன பேச்சி ஸானிடரி

நாப்கின், கருத்தடை மாத்திரை என வாங்கிக்கொண்டு திரும்புகையில், வானவில்லின் வண்ணங்கள் வாங்க மறந்தது நினைவுக்கு வருகிறது. மானிடப் பெண்ணா அல்லது கொல்லிப்பாவையா என்று திணறுமிடத்தில் வனப்பேச்சி தனித்து இருக்கிறாள்.

வெள்ளைப் பூ நாரையோடு / சிறுகூந்தல் வெயிலர்த்தி நிற்கும் / மஞ்சணத்தி மரமென்றால் / அலாதி தான் அவளுக்கு.

கரிசல் காட்டில், மரங்கள் எதுவுமற்ற விரிந்த நிலப்பரப்பில் அத்துவானம் ஸ்தூலமாகத் தென்படும். காங்கையடிக்கும் வெயிலுடன் கரிசல் காடு மினுமினுக்கும். இடையிடையே அப்பாவியாக கிளை பரப்பி நிற்கும் மஞ்சணத்தி மரத்தின் இருப்பு அலாதியானதுதான். மாட்டின் கழுத்துக்கு வலியேற்படுத்தாமல் வாகாய் இருந்திட மஞ் சணத்தி நுகத்தடியைத் தேர்ந்தெடுப்பது கிராமத்தில் வழக்கம். அதை, கருவுற்றுப் பூப்பூத்துப் பழம் கனியும் பெண் பாவாய் மஞ்சணத்தி அறிவாள் மாட்டின் வலி எனக் கவிதையாக்கியிருப்பது, தமிழச்சியின் கவிதை வரிகள் வாசிப்பில் வெவ்வேறு அர்த்தங்களைத் தருகின்றன.

கவிதை என்பது தொனிப் பொருளுடன் வேறுவகையான அர்த்தத்தளத்தை அனுமதிக்கும் வகையில் மங்கலமாக இருப்பது இயற்கைதான். அருள்வயப்பட்ட நிலையில் தானியங்கி எழுத்தாக வெளிப்படும் கவிதையில், 'கூக்கூ என்றது கோழி' என்ற எளிய வரிகள் முக்கியமானவை. தட்டையான நிலையில் ஒற்றைத் தன்மையுடன் விரியும் கவிதையாக்கத்திலும் தமிழச்சியின் ஆழ்மனத்தின் விகாசம், வலி நுட்பமாக வெளிப்பட்டுள்ளது.

குரலற்றவனின் குரல் / அவர்களுடையது என்பதால், அறையற்று வீடற்று ஊரற்று/ ஊர்ந்து திரிவதால், நாடற்றவன் சொன்னான்.

ஏதிலியாகப் புலம்பெயர்ந்து வாழ நேர்ந்திட்டவனின் அடையாளமற்றநிலை வலியைத் தரக்கூடியது. அந்த ஏதிலி ஈழத் தமிழனாகவும் இருக்கலாம் என்ற நிலையில் கவிதை அரசியலாக வடிவமெடுக்கிறது. பேச்சு வார்த்தையில் பேசுவது குறித்து அனைவரும் பேசிக் கொண்டிருக்கிறார்கள். கவிதையின் அழகியல் வெளிப்பாட்டு அம்சம் எதுவும் கவிதையில் இல்லை. நீண்ட வாக்கியத்தை மடித்து அடுக்கியது மட்டும் கவிஞரின் முயற்சி என்றாலும் 'குரல்' என்ற கவிதையின் தலைப்பு, வெவ்வேறு குரல்களினூடாகச் சமகால வாழ்க்கையை விசாரிக்கின்றது.

தொகுப்பில் 'இடறுதல்' நேர்த்தியான கவிதை. ஒற்றை மொழியில் விவரிக்கப்படும் கவிதைகளில் இருவரின் இருப்புக் குறித்து கேள்விகள் எழும்புகின்றன. நீ நான் என எதிரிணைமூலம் உறவின் சாத்தியத்தைக் கேள்விக்குள்ளாக்கும் வழமையான போக்கிலிருந்து, ஒற்றையாகத் தனது மன உணர்வுகளைப் பகிர்ந்துகொள்வதில் தமிழச்சியின்

கவிதைமொழி மனதுக்கு நெருக்கமாக உள்ளது. சிறு சொல் ஒன்றில் இடறி/ இடம்மாறி இருக்கலாம் / இருவரும் – கீறலென ஒரு விலகல் / பெரும் பள்ளத்தாக்கானது... இங்கு பேசப்படும் உறவு யாருக்கிடையில் என்று துல்லியமாக வரையறுப்பது சாத்தியமற்றது. இரு ஆண்களுக்கிடையில் அல்லது இரு பெண்களுக்கிடையில்கூட நிகழும் சாத்தியத்தை முன்னிறுத்தும் கவிதை வரிகள், இருத்தலின் பதிவாக வெளிப்பட்டுள்ளன. இருமனங்களுக்கிடையில் கவிழ்ந்துள்ள மௌனம், பேச்சு என நீளும் நெருக்கத்தில், நடந்து முடிந்த சம்பவத்தை ஏற்றுக்கொள்ளும் மனப்பக்குவம் உள்ளது. தொழில்நுட்பம் பெருகியுள்ள சூழலில் எல்லாம் இயந்திரமயமானதாக உருமாற்றப்படும்வேளையில், மனமானது பிரிவு, தடுமாற்றம், விலகலுக்குப் பின்னரும் கண்ணியம் எனப் புனைவின்வழியே இழுத்துச் செல்லப்படுவது, அருமையான கவிதை வரிகளாக மாறியுள்ளது.

மழையைப் பற்றியும், வெயிலைப் பற்றியும் தனது மனதில் அரும்பிய சின்னஞ்சிறு உணர்வுகளை எளிய மொழியில் கவிதையாக்க முயன்றுள்ள தமிழச்சியின் முயற்சியில் சூழலியல் மீதான ப்ரியம் வெளிப்பட்டுள்ளது. ஏதோ ஒரு பயணத்தில் அல்லது மலைச்சாரலில் நடந்து போகும் போது, மின்னலெனத் தோன்றிய ஒளிக்கீற்றுகள் கவிதையாக வடிவெடுத்துள்ளன.

பெண்ணுடல் அரசியலை முன்னிறுத்தித் தீவிரமான கவிதைகளைப் படைத்துக் கொண்டிருக்கும் நவீனத் தமிழ்ச் சூழலில் மழையின் குளிர்ச்சியையும் வெயிலின் ருசியையும் குடித்துக் கொண்டிருக்கும் தமிழச்சியின் முயற்சி தனித்துவமானதுதான். ஈழத்தமிழர் நிலை குறித்து வேதனைப்படும் தமிழச்சி, முகத்தில் முழிக்க மாட்டேன் / என எப்படி சொல்வது / முழுவதும் நனைந்து விட்ட மழையிடம், என்று விசனப்படுவதைப் புனைவு என்று ஒதுக்கிவிட முடியுமா? தெரியவில்லை.

வேம்பு சிரிக்கின்ற / வெயிற்காலம் / கசந்ததேயில்லை / வேப்பம்பழங்கள் பிதுக்கி/காயவைத்த கொட்டைகளைக் காசாக்கிச் / சீனிமிட்டாய் வாங்கித் / தின்ற உச்சிப் பொழுதுகளில்...

கரிசல் காட்டில் ஊர்ந்து திரியும் வெயிலின் உக்கிரம் எங்கும் ஆழமாக ஊடுருவும் வேளையில், வாழ்க்கையை எப்படி அர்த்தப்படுத்துவது? குளிரூட்டப்பட்ட வாகனத்தில் விரையும் விழிகளுக்கு வெயில் என்பது அந்நியமான வஸ்து. ஆனால் நிலத்துடனும் தட்பவெப்பத்துடனும் பிரிக்கவியலாமல் இணைந்துபோன மனதிற்கு வேப்பம் மலர்கள் மலர்ந்து மணம் வீசும் இளவேனில்காலம் நெருக்கமானதுதான். நீர்மோர், இளநீர், வெள்ளரிக்காய், நுங்கு, பானக்காரம், நன்னாரி வேர் மிதக்கும் மண்பானை நீர் என வெயிலுடன் சேர்ந்து வாழ்ந்திட சமூகம் கண்டுபிடித்திருப்பவை அற்புதமானவை. சூழியலுடன் பொருந்திப்

போகின்ற உடலும் மனமும் தேவை என்பதைத் தமிழச்சியின் கவிதைகள் வேறு வழியில் வலியுறுத்துகின்றன.

தமிழச்சி ஏதோ பழைய நினைவில் தான் பிறந்து வளர்ந்த கிராமத்தை முன்னிறுத்திக் கவிதை வழியாகக் கொண்டாட்டத்தினைக் கட்டமைத்துள்ளார் என எளிதாகக் கூறிவிட முடியாது. நகரத்து வாழ்க்கை அவருக்குள் ஆழமாகப் படிந்து போனாலும், அவருடைய மனம் பதின் பருவம் வரை வளர்ந்த கிராமத்து வெளிகளில் சுற்றித் திரிகின்றது. எனவேதான் பால் அடையாளத்துடன் படைக்கப்படுவதுதான் நவீனப் பெண் கவிதையின் இலக்கணம் என்ற சூழலில், அவர் விட்டேத்தியாகத் தனது கவிதைகளைப் படைத்துள்ளார். எல்லாவற்றையும் மறுவாசிப்புச் செய்து, புதியதான பிரதியை உருவாக்கிட முயலும் பின் நவீனத்துவ அணுகுமுறையைத் தமிழச்சி தனக்கானதாக மாற்றியமைத்துள்ளார். எவ்வளவுதான் பகுத்தறிவின் தாக்கத்துடன் அறிவியல்பூர்வமாகப் பிரச்சினையை அணுகினாலும் வாழ்வின் விநோதங்கள் காரணமாக ஒவ்வொருவரின் மனதிலும் பூக்கள் மலர்ந்து கொண்டேயிருக்கின்றன. தமிழச்சி வனப்பேச்சியைப் ப்ரியமான மரப்பாவை போல மாற்றி, தமிழ்த் தொன்மங்களை மீட்டுருவாக்க முயலுகின்றார். உலகமயமாக்கல் காலகட்டத்தில் எல்லாவிதமான பண்பாட்டு அடையாளங்களும் துரிதமாகச் சிதலமாக்கப்படுகின்ற சூழலில், தமிழ் அடையாளத்தைத் தனது கவிதை வரிகள் மூலம் தமிழச்சி பதிவாக்கிட முயலுவது ஒரு வகையில் காலத்தின் தேவை.

உயிர்மை, ஜூன் 2010

மண்ணிலிருந்து முளைத்திடும் கவிதைகள்

ஜாலியாகக் கவிதை பற்றி ஜல்லியடிக்க எனது மனம் விழைகின்றது. கவிதை என்பதை உற்சாகம் அளிக்கும் வஸ்து எனக் கருதிட இயலுமா? கவிதையை மந்திரம் போல உச்சாடனம் செய்ய மனம் விரும்புவது ஏன்? கவிதையை வாசிப்பதால் கிடைக்கும் மகிழ்ச்சி, ஒருவகையில் லஹரியானது; போதைக்குள்ளாக்குகிறது. காற்றுக்கென்ன வேலி எனப் பறந்திடும் மனதின் துள்ளல், கவிதையை வேறு ஒன்றாக மாற்றுகிறது. காலங்காலமாகக் கவிஞர்கள் கட்டமைத்திட முயலும் சொற்கோவையான வரிகளின் பின்னால் பயணிப்பது உற்சாகமளிக்கிறது. ஒவ்வொரு கவிதையும் காற்றில் மிதந்து தனக்கான வாசகருக்காகக் காத்திருப்பது, வேடிக்கையானது. வெவ்வேறு மனநிலைகளில் வெளிப்பட்ட கவிதைகளைத் தொகுத்திட்ட தமிழச்சி தங்கபாண்டியன் தனது தொகுப்பினுக்கு 'அவளுக்கு வெயில் என்று பெயர்' எனத் தலைப்பு வைத்திருப்பதுகூட சுவாரசியமானதுதான். இயற்கையின் வடிவமான வெயில் என்ற சொல், கவிதையாக உருமாறுவது எப்படி? தட்பவெப்ப நிலைக்கேற்ப மாறிடும் வெயில், அவ்வப்போது புதிய வடிவமெடுத்து, மாந்திரிகமாக வாசிப்பின் வழியே ஊடுருவுகிறது. மண் சார்ந்து தனக்கான மொழியில் கவிதைசொல்லியுள்ள தமிழச்சியின் கவி உலகினுக்குள் பயணிப்பதற்கு முன்னர் கவிதையின் ஆட்டத்தைப் பார்த்து விடலாம். அது ஆலிஸீன் அற்புத உலகம் போல உங்கள் கவனத்தை ஈர்க்கும் வல்லமை உடையது எனச் சொல்வது சும்மா. கொஞ்சம் மெனக்கெட வேண்டும்.

இனிமேல் கவிதை பற்றித் தீவிரமான மனநிலையில்...

தமிழ்க் கவிதையானது, சங்க காலத்தில் சடங்கு, இசை, ஆட்டம் ஆகியவற்றுடன் இயைந்த நிலையில், தொல் பழங்குடிச் சமூகத்தினரிடையே உந்துவிசையாக விளங்கியது. வாழ்க்கையின் விநோதங்களும், மனித மனத்தின் புதிர்களும் சொற்களின் வழியே கட்டமைக்கப்பட்ட கவிதை வரிகள், தொடக்கத்தில் மாந்திரிக தன்மையுடையனவாக விளங்கின. தெய்வ ஆவேசமுற்று ஆடிய பெண்,

இனக்குழுவின் கூட்டு மனநிலையை வெளிப்படுத்திய சொற்கள், காற்றில் மிதந்து கேட்பவரை மாய உலகினுக்கு இட்டுச்சென்றன. ஒருவிதமான பித்து மனநிலையில் உருவான கவிதை மொழியானது, கவிஞரின் இருப்பினைத் தனித்து விளங்கச் செய்தது; கேட்பவரை மொழி என்ற வனாந்திரத்திற்குள் அழைத்துச் சென்றது. எப்படி நோக்கினாலும், கவிதையானது, மொழியைப் போலவே தொன்மையானது. மொழி விளையாட்டுப் போல கவிதையும் விளையாட்டு என்று கூறலாமா? யோசிக்க வேண்டியுள்ளது. கவிதையில் கவிஞரின் கற்பனைத்திறன் முன்னிலைப்படுத்தப்பட்டாலும், அது தன்னளவில் புதிய உலகைக் கேட்பவர் அல்லது வாசிப்பவரின்மூலம் கட்டமைக்கப்படுகின்றது.

கவிதையில் ஒலிக்கின்ற குரல் கவிஞருடையதா என்ற கேள்வி தோன்றுகிறது. ஒரு காட்சி அல்லது அபூர்வமான தருணத்தைச் செறிவூட்டப்பட்ட சொற்களினால் பதிவாக்கிடும்போது, அதில் தொனிக்கின்ற நான் யார் என்பது முக்கியமான கேள்வி. தன்னுணர்ச்சிப் பாடல்களில் கவிஞர் சித்திரிக்க விழையும் 'நான்' என்பது பல்வேறு சமூக நான்களின் குவிமையம் ஆகும். இயல்பூக்கத்திலிருந்து நேரடியாகத் தொடங்கும் உணர்ச்சி சார்ந்த பிரக்ஞையுடன் கவிஞன் நேரடியான தொடர்புடையவன் ஆவான். கவிதை என்பது கவிஞனாகிய நான் அவதானிப்பது என்ற பார்வை, ஒருவகையில் பிரேமைதான். கலங்கலான மொழியில் உருவகங்கள் நிரம்பியிருக்கும். கவிதை பற்றித் தமிழில் ஒற்றைத்தன்மையே ஆளுகை செலுத்துகின்றது. பளிங்கு போன்ற துல்லியமான சொற்களுடன் செறிந்திருக்கும் பெட்டகம் போலக் கவிதையை உருமாற்றிட தொடர்ந்து முயற்சிகள் நடைபெறுகின்றன. என்றாலும் அன்றாட வாழ்க்கை, சமூக விழுமியங்கள் போன்றவற்றை ஒருங்கிணைப்பதுடன், மனிதனை மையமாகக்கொண்டு, பண்பாட்டின் நேர்த்தியான படைப்பாக விளங்கும் கவிதையானது, எப்பொழுதும் பன்முகத்தன்மையுடையதாகவே விளங்குகிறது. இத்தகு வியாக்கியானங்கள் சமூகத்திற்கும் கவிதைக்கும் இடையிலான உறவினைப் புலப்படுத்த முயலுகின்றன. சரி... போகட்டும். 'அவளுக்கு வெயில் என்று பெயர்' என்ற கவிதைத் தொகுப்பின்மூலம் தமிழச்சி கட்டமைக்க முயலும் உலகம்தான் என்ன? அவருடைய கவிதைகள் பெரிதும் மண், தொன்மை சார்ந்துள்ளன என ஒற்றை வரியில் சொல்ல முடியுமா?. இயற்கை சார்ந்து கவிதையின் பாடுபொருள் விரிவடையும்போது, உருவாகிடும் வீர்யமான வரிகள், எப்படி இருக்கும் என்பதற்கு அடையாளமாக தமிழச்சியின் கவிதை மொழி உள்ளது என்று சொல்வதில் எனக்குத் தயக்கம் எதுவுமில்லை.

இன்று தமிழில் பெண்ணெழுத்து என்பது பால் சார்ந்த அடையாளத்துடன் முன்னிலைப்படுத்தப்படுகின்றது. பெண்ணால் மட்டும்தான் இத்தகைய கவிதைகளை உருவாக்கிட முடியுமென்ற பேச்சு ஒருபுறம் வலுவாக உள்ளது. இந்நிலையில் எனக்கான கவிதை என்பது

சுயம் சார்ந்த நிலையில், என்னுடன் இயைந்திருக்கும் சமூகத்துடனான வினையுடன் தொடர்புடையது என்று நம்பிக்கையானது, தமிழச்சியின் கவிதையாக்கத்தில் முக்கிய இடம் வகிக்கிறது. பெண் கவிதை எனச் சூட்டப்படும் மகுடம் குறித்த அக்கறையற்று, தனக்காக உருவாக்கிக்கொண்ட வெளியில் எழுதப்பட்டுள்ள தமிழச்சியின் கவிதைகள் பற்றிப் பேசிட வேண்டியுள்ளது.

அறிவின் கனியைக் கண்டறிந்த ஏவாள் என்ற பெண் தொன்மம், நுண்ணரசியல் சார்ந்தது. உடலாகப் பெண்ணை அறிந்திடும் நிலையில், அவளுடைய ஜீனில் இயற்கை எழுதியுள்ளதையும் கணக்கில் எடுத்துக் கொள்ள வேண்டியுள்ளது. பதின் பருவத்தில் ஒப்பீட்டு நிலையில் ஆண் உடலைவிடப் பெண்ணின் உடல், இயற்கையான காமத்தினுக்கு முந்திக்கொண்டு தயாராகி விடுகிறது. பெண்ணுடல் மட்டுமின்றி, சமூகம் கட்டமைத்துள்ள சமூகப் பெண்ணுடலும் முக்கியமானது. இந்நிலையில் பெண் எனத் தன்னை அறிந்திடும் நிலையில், படைக்கப்படும் கவிதைகள், புதிய மொழியில் வெளிப்படுகின்றன. பெண்ணுடல் மட்டும் பிரதானம் எனச் சொல்லும் பெண் கவிஞர்களிடமிருந்து வேறுபடும் தமிழச்சி, தனக்கான உலகினைக் கவிதைகளில் தேடுகின்றார். 'செல் சிறுமீர்காள்', 'மின் பாவாய்' என அழைத்திடும் தமிழச்சியின் கவிதை உலகானது, மரபின் நீட்சியாக வெளிப்பட்டுள்ளது. ஆண்டாளின் திருப்பாவை பாடல் வரிகளைப் பெண்ணின் மனக்கொந்தளிப்பு, கொண்டாட்டம் என வாசிக்கின்ற தமிழச்சியின் பார்வை, தமிழ் அடையாளம் சார்ந்துள்ளது. மனதின் உருக்கம், ஏக்கம் தந்த விழைவானது, கவிதைக்குத் தொன்மை அடையாளத்தைத் தந்துள்ளது.

குறுஞ்செய்திகளை அறிவித்து விட்டன சிறு பீப்பொலிகள்
இரவு முழுவதும் பகிர்ந்துகொண்ட
குறிப்புகள் அழிக்கப்பட்ட
உன் உரையாடல் தளத்தின்
முத்த எச்சில் காய்ந்துவிட்டது
ஸ்மைலிகளும் வந்தனங்களும்
வந்த வண்ணமிருக்கும் உள்பெட்டி நிரம்பி விட்டது
பந்தயத்திற்குத் தயாரான கருங்குதிரையென
உயிரூட்டப்பட்டு இருக்கிறது
உன் செல்பேசி
இணையச் சேடிகள் இத்தனைபேர்
தலைமாட்டில் தவமிருந்தும்
இன்னும் உறங்குதியோ
மின்பொருள் மின்பாவாய்

நவீனப் பெண்ணின் உலகம், மின்னணு பொருட்களால் நிரம்பி வழிந்தாலும், அவளுடைய இருப்பின் அடையாளமானது, இன்னும்

மாறவில்லை என்றுதான் தமிழச்சிக்குத் தோன்றுகிறது. மார்கழிக் குளிரில் இளங்காலைப் பொழுதில் சேடியர் சூழ்ந்து எழுப்பிட உறக்கத்திலிருந்து விழிக்கும் ஆண்டாளின் கவிதை தரும் கதகதப்பு, நவீனப் பெண்ணுக்கானதாகக் கவிதையில் மாற்றம் பெற்றுள்ளது. அதேவேளையில் இத்தனை தாமதமாகவா/ வருவது என ஊடாடினேன்/ அவனோடு சேர்ந்து இரவும்/ கை பிடித்துக் கெஞ்சுகிறது என்ற வரிகளில் கொப்பளிக்கும் காதலின் ஏக்கத்தை என்ன செய்வது? இன்னும் எத்தனை காலம் அவனுக்காகக் காத்திருப்பது என்ற கேள்வியின் பொதிந்துள்ள அரசியலை நன்கறிந்துள்ள தமிழச்சியின் கவிதையானது, பாசாங்கற்று விரிந்துள்ளது. அவரவர் கைமணல் போல தமிழச்சியின் வாழ்க்கை சலித்தெடுத்த அனுபவங்கள், கேள்விகளுக்கு அப்பால்பட்டவை. அவை தீவிரப் பெண்ணியத்தின் போக்கிலிருந்து விலகித் தனக்கான வெளியைக் கட்டமைக்கின்றன.

தமிழில் நவீன கவிதையானது 'எழுத்து' சிறுபத்திரிகை தொடங்கி, தத்துவத்தின் சாயலைப் பூசிக்கொண்டு, இருண்மைக்குள் மிளிர்கின்றது. கவிதைக்குள் செயல்படும் நான் உறைந்திட்ட நிலையில், அடையாளமற்று அத்துவான வெளியில் மிதக்கின்றன, கவிதை வரிகள். காத்திரமான கவிஞர்களாக அறியப்பட்டவர்களில் சிலரின் கவிதைகளில் மட்டும் நிலவியல் சார்ந்த காட்சிகள் பதிவாகியுள்ளன. பொதுவாக மண்ணைவிட்டு மிதக்கின்ற இருண்மை சார்ந்த கவிதை வரிகளைச் சிலாகிக்கின்ற தமிழிலக்கியச் சூழலில், மண்ணையும் நிலவெளியையும் முதன்மைப்படுத்துகின்ற தமிழச்சியின் கவிதைகள் தனித்து விளங்குகின்றன. தனிமனிதனின் இருப்பு எப்பொழுதும் பால்ய காலத்து அனுபவங்களுடன், அவன் ஓடி விளையாண்ட நிலத்துடன் பின்னிப் பிணைந்துள்ளது. ஒருபோதும் முடிவற்ற நினைவுகளின் வழியாகப் பயணிக்கின்ற கவிஞன், முன்னர் தான் கால் பாவியிருந்த நிலத்தின் குரலைக் கேட்டுக் கொண்டிருக்கிறான். எப்பொழுதும் வெயில், எறும்பினைப் போல அங்குமிங்கும் ஊர்ந்து கொண்டிருக்கும் வறண்ட நிலமான மல்லாங்கிணறு ஊரில் பிறந்து வளர்ந்த தமிழச்சியின் எழுத்தில் வெயிலின் காங்கையடிக்கிறது. வெயில் காலம், வெயில் அல்லாத காலம் என இரண்டு காலங்களில் வாழ்கின்ற மக்களைப் பற்றி நிரம்பப் பேச வேண்டியுள்ளது. இயற்கையின் அங்கமான மனிதர்கள் பற்றிய பதிவுகளில், அவர்கள் வாழ்ந்திடும் பிரதேசம் சார்ந்து எழுதுவது அடிப்படையானது. எவ்விதமான அடையாளமும் இல்லாமல் கருத்துகளின் வாகனமாக மரிச் சொற்களில் தத்தளிக்கும் கவிதைகளுக்கு மாற்றாக தமிழச்சியின் கவிதைகளைச் சொல்ல வேண்டியுள்ளது. கீழ்க்காட்டு இடையன் பற்றிய நீண்ட கவிதை, இடையன் சென்ற தடத்தின் காட்சியை நுட்பமாகச் சித்திரித்துள்ளது.

இச்சி மரங் கொதிக்கின்ற
இக்கோடையின் அன்பனவன்

நொச்சிக்காடு சுற்றுகின்ற
பிச்சிப்பூ அழகனவன்
கருநிலப் பெரு வழியில் பிறிதொரு
கம்பு விளைக் கரிசலுக்கு
இடம் பெயர்ந்து சென்று விட்டான்

'செலவும் செள்ளையும்' என விரியும் கவிதை விவரிப்பு, ஒருவகையில் சங்க இலக்கியப் பாடலுடன் ஒத்திசைகின்றது. கட்டு விரியன் தோலெனக் கரிசல் மண் எனத் தொடங்கும் கவிதையானது, காத்திருக்கும் இடைச்சி பற்றிய விவரிப்புடன் உறைகின்றது. ஒவ்வொரு மண்ணுக்குமெனத் தனிப்பட்ட தாவரம், விலங்குகள் இருப்பது போல, மனிதனும் தனித்த குணாதிசயங்களுடன் விளங்குகிறான். நிலத்தோடும், இயற்கை வெளியுடனும் இணைந்த நிலையில், மனித உளவியல், சூழல் சார்ந்து முன்வைக்கும் கேள்விகளின் வழியே, திணைசார் வாழ்க்கை அழகியலைக் கட்டமைக்கிறது. சங்கத் தமிழரின் இயற்கை குறித்த புரிதல் அணங்கு, சூர், வரையரமகளிர், முருகு பற்றிய நம்பிக்கைகளைத் தோற்றுவித்தது. மரங்கள், சுனைகள், மலைமுகடுகள், கடற்கரை, கடல், ஆள் அரவமற்ற காடு, இரவு நேரம் போன்றவற்றில் புலன்களுக்குத் தென்படாத பேராற்றல் உறைந்திருப்பதாக நம்பியவர்கள், பலியிட்டு வழிபாட்டின்மூலம் அவற்றை அமைதிப்படுத்தினர். இயற்கை மீதான அச்சம், பண்டைத் தமிழர்களின் சூழலியல் குறித்த புரிதலுக்குத் தோற்றுவாயாகும். இத்தகைய பின்புலத்தின் நீட்சியாக அமானுட ஆற்றல்களுடன் சொல்லாடல்களைத் தமிழச்சி தொடங்கியுள்ளார் என்பதன் வெளிப்பாடுதான் பேச்சியும் வனப்பேச்சியும். மரபு வழிப்பட்ட அறிதல் முறைக்குள் பயணிப்பதன் அடையாளமாகத்தான் தொன்மங்கள் கவிதையாக்கத்தில் பயன்பட்டுள்ளன. அவை குறியீட்டு நிலையில் சூழலை விளக்கிட முயலுகின்றன.

பழங்கு நீர் கவிதை, பனை மரங்கள் சூழ்ந்த விவரிப்பின் வழியே பேச்சி பற்றிய சித்திரத்தைத் தந்துள்ளது.

அண்டங்காக்கைகள் கள்ளுண்டு கூடுவதான
கனவில் மோனத்திருக்கின்றன பனைகள்
நத்தைகளின் காதல் தடங்களால் சுகித்திருக்கின்றன.
தேரிக்காட்டின் மணற் சுழிவுகள்
. . . .
அவித்த பனங்கிழங்கின் சுடுருசி
அகலிகையின் தாபமென வேலி படல் ஏறுகின்றது
பகிர்ந்து கொள்ளப்படாத முத்தத்தின்
தேனடைகளைச் சுமக்கும் வறட்டிகள்
தேமலடைந்து நிலமுதிர்கின்றன.

உலை இறக்கிய அடுப்பின் கங்குகள்
சிறுதீனியாய்ச் செரிக்கும் பனை ஓலைச் சருகுகள்
உருமியின் அதிவென இரவை முறுக்கேற்றுகின்றன.
பணங்காடு மணக்க
பாலை கடக்கும் பேச்சியோ
கொல்லையிலே சத்தமின்றி ஓடும்
புழங்குநீர் போலச்
செப்பாக் காமம் உடுத்தி நடக்கிறாள்

ஆள் அரவமற்ற பனைக்காட்டுத் தேரியில் அணங்கு போல திமிர்ந்த நடையுடன் நடந்து வரும் பேச்சியின் தோற்றத்தின் பின்புலமாகச் சித்தரிக்கப்பட்டுள்ள காட்சிகள், கவிதைக்கு அமானுடத் தன்மையை அளித்துள்ளன. தமிழச்சியின் சொற்களின் தேர்வு, கவிதையைச் செறிவுடன் புதிய தளத்திற்கு நகர்த்தியுள்ளது.

'சூல் ரத்தம்' கவிதையில் பெண், சமூகரீதியில் எதிர்கொள்ளும் அவலம் குருதி கசிந்திடப் பதிவாகியுள்ளது. பேச்சி, பிடாரி, முத்தாலம்மா, சீலைக்காரி, சொக்கத்தம்மா, முத்துமாரி, எல்லைக்காளி, கன்னிமார்கள், ராக்காச்சி எனக் கிராமத்து வெளிகளில் அலைந்து திரியும் நாட்டார் மரபில் வந்த பெண் தெய்வங்கள் பிலாக்கணம் வைத்துப் பீதியடைகின்றன. சங்கீதா, நிர்பயா என்ற மாணவிகள் பாலியல் வல்லுறவினுக்குப் பின்னர் கொடூரமாகக் கொலை செய்யப்பட்ட நிகழ்வுகள் இந்தியாவையே உலுக்கின. விநோதினியின் முகத்தில் வீசப்பட்ட அமிலம், சமூகத்தின் ஆன்மா சிதலமாகியுள்ளதைக் காட்டுகிறது. பெண்கள் தெய்வங்களாகக் கிராமப்புறத்தில் வழிபடப்படும் சூழல் நிலவினாலும், பெண்ணுடல் மீதான வன்முறை குறித்த கேள்விகள், உக்கிரமான மொழியில் கவிதையாகியுள்ளன.

உச்சிப்பொழுதின் தகிப்பில் ஒரு பொட்டெடுத்துப்
பற்றவைத்தாள் முத்தாலம்மா
நாசி நுகர்வில்
அமில நெடி உணர்ந்து விசும்பினாள் சொக்காத்தம்மா
முந்திச் சீலையில் நிர்பயாவின்
அந்தரங்க நிணம் முகர்ந்து
ஒப்பு வைக்க ஆரம்பித்தாள் சீலைக்காரியம்மா
புகையின் கோடுகளில்
முட்புதர் கிழிபட்ட சங்கீதாவின்
பள்ளிச் சீருடை அரைக்கம்பத்தில் பறப்பதாய்
பிலாக்கணம் வைத்தாள் பிடாரி

ஆண்களின் வக்கிரமும் வன்முறையும் எங்கும் பரவிடும் வேளையில் துடியான தெய்வமான பிடாரியால்கூட ஒப்பாரி வைப்பதைத் தவிர வேறு வழியில்லை. காலங்காலமாகப் பெண்கள் சிந்தும்

கண்ணீர், ஓலம் காற்றில் மிதந்து கொண்டிருக்கிறது. எதுவும் செய்யவியலாத நிலைமையில், நாட்டார் தெய்வங்களை முன்வைத்து தமிழச்சி சொல்லியுள்ள கவிதை வரிகள், வாசிப்பினில் அதிர்வை ஏற்படுத்துகின்றன.

தமிழச்சியின் நிலம் சார்ந்த கவிதைகள் பெரிதும் இயற்கையுடன் உறவாடுகின்றன. இரவு, வெயில், மழை என விவரிக்கப்பட்டுள்ள கவிதைகள், பண்டைத் தமிழ் மரபின் எச்சமாகும். பருவங்கள் சார்ந்து தன்னுடைய கொண்டாட்டத்தைக் கட்டமைக்கும் தமிழச்சியின் உடலும் மனமும் இயற்கையாக வெளிப்பட்டுள்ளன. வெயில் என்பது இயற்கையானது, உலகத்து உயிரினங்களுக்கு அளித்த கொடை, நீர் இன்றி அமையாத உலகு போல, வெயில் இன்றியும் எதுவும் இயங்காது. வெயிலுகந்த அம்மன் என வெயிலையே தெய்வமாக வணங்குகின்ற வெக்கையடிக்கும் பூமியில் இருந்து வந்தவரான தமிழச்சி, வெயிலைக் கொஞ்சி மகிழ்கின்றார்.

கால் சுற்றித் தோன்றிய
வெயிலை
உதற மனமின்றி
அவனை அணைப்பதுபோல்
உடுத்திக்கொண்டேன்
வியர்வையாய் ஊற்றெடுக்கிறது
அன்பு

வெயில் ஏற்படுத்தும் நெருக்கத்தின்மூலம், கவிதை சொல்லிக்குத் தோன்றும் அன்பின் கசிவு எங்கும் பரவுகின்றது. மழை பற்றிய குறுங்கவிதைகளும் ஈரத்தில் சதசதத்தவாறு மனதை மயங்கச் செய்கின்றன.

ஒரே இரவில்
அத்தனை காதலர்களையும்
ஒன்று சேர்க்கிறது மழை!
அவரவர் பூந்தொட்டியில்
அதிகாலையில் மயங்கிக்
கிடக்குமொரு வண்ணத்துப் பூச்சி

இரவினில் பொழிகின்ற மழை உருவாக்கும் அதியற்புத மனநிலைக்கு ஈடு எதுவுமில்லை. இரவு எல்லாவற்றையும் கலைத்துப் போடுவது போல, மழையின் நெருக்கமானது, பட்டாம் பூச்சியாக மாறுவது விந்தைதான். ஒரு குறிப்பிட்ட பிரதேசம் சார்ந்து தனது கவிதைகளைப் படைத்துள்ள தமிழச்சியின் சொற்கள், மண்ணுக்குள்ளிருந்து முளைத்து, மண் வாசத்துடன் மிளிர்கின்றன.

தமிழச்சி எப்பொழுதும் கிராமம், குடும்பம் எனச் சூழலுடன் ஒத்திசைந்து படைப்பினில் ஈடுபடுகின்றார். புறச்சூழலில் பரந்துபட்ட நிலையில் அவருடைய நேசம் எங்கும் பரவுகின்றது. அம்மா, அப்பா பற்றிய அருடைய கவிதைகள் எளிய மொழியில் உறவுகளில் பொங்கிடும் அன்பைப் பதிவாக்கியுள்ளன.

கொடியறுத்த நொடியில்
உலகை எதிர்கொள்ளும்
உள்ளங்கையில்
அப்பாக்களின் முதல் ஆகாயம்

மகளுக்கும் அப்பாவுக்கும் இடையிலான ப்ரியம் எப்பொழுதும் ஈரமாகவே உள்ளது. திருமணமான பெண் தனது கணவன், குழந்தை, குடும்பம் என மூழ்கிடும் சூழலில் அப்பாவைப் பற்றி யோசிக்க நேரம் இருக்காது. என்றாலும் அப்பாக்கள், தங்கள் நேசத்திற்குரிய மகள்களின் நினைவுகளுடன் வாழ்கின்றனர். தமிழச்சியின் அப்பா குறித்த கவிதைகள், நெருக்கமான உறவினைச் சொல்வது போல இருப்பினும், கசிந்திடும் வலியையும் உள்ளடக்கியுள்ளன.

தமிழச்சி இன்று பெரு நகரில் வசித்தாலும், அவருடைய நினைவுகளின் வழியாகப் பிறந்து வளர்ந்த மண்ணில் உறவாடிக் கொண்டிருக்கின்றார். இயற்கையான சூழலியல் சார்ந்து தனது இருப்பினைக் கண்டறிந்துள்ள தமிழச்சியின் மனம், கோட்பாடுகளுக்கப்பால், அசலானவற்றுக்கு முன்னுரிமை அளிக்கிறது. விருப்பு வெறுப்பு சார்ந்த நிலையில், அவர் முக்கியமானதாகக் கருதுகின்றவற்றைக் கவிதையாக்கியுள்ளார். எனவேதான் பெண்ணுடல் அரசியல் பேசும் கவிதைகளுக்குத் தமிழச்சி முன்னுரிமை தரவில்லை எனத் தோன்றுகின்றது.

அவளுக்கு வெயில் என்று பெயர் தொகுப்பினில் எனக்குப் பிடித்த அம்சம், பல்வேறு போக்குகளை முன்னிறுத்தும் கவிதைகள் தாறுமாறானரீதியில் தொகுக்கப்பட்டிருப்பதுதான். பொதுவாக இன்று வெளியாகும் கவிதை நூல்கள், சிலரின் செம்மையாக்கத்தினுக்குப் பின்னர் வெளியாகின்றன. கவிதைப் பிரதியினை மேம்படுத்தும் நிலையில், பிறரது அபிராயங்களைக் கவிஞர் கவனத்தில் கொள்வது ஏற்புடையது. ஆனால் சீனியர் கவிஞர்கள் கை பார்த்துத் திருத்தி, சேர்த்துப் பின்னர் வெளியாகும் கவிதைகளில், அந்தக் கவிஞரின் தனித்துவம் காணாமல் போய்விடும். கவிஞர் ஒருவர் எழுதிய கவிதையில் வேறு ஒருவரின் சில சொற்கள் சேர்க்கப்பட்டால் அது கூட்டுக் கவிதையாகி விடும். இத்தகு சூழலில் தமிழச்சி, எனக்குப் பிடித்த விஷயங்களைக் கவிதையாக்குவேன், அவற்றை எனது ரசனை சார்ந்து எனக்கான மொழியில் வெளியிடுவேன் எனச் செயல்படுவது, கவனத்திற்குரியது. சிறந்த கவிதையின் இலக்கணம் பற்றி நன்கறிந்திருந்தும், அவர் அசலானது எனக் கருதுவதைக் கவிதையாக்குவதில் இருந்து

பின் வாங்கவில்லை. கவிஞர் என்ற நிலையில் கவித்துவச் செருக்குடன் இயங்குகின்ற தமிழச்சியின் உலகு, குறுகிய வரம்பினை உடையது.. என்றாலும் மனிதமையமாகப் படைக்கப்பட்டுள்ள கவிதைகள், தமிழச்சியின் மனவோட்டம் சார்ந்து எழுப்பியுள்ள கேள்விகள், முடிவற்று நீள்கின்றன. உலகமயமாக்கல் சூழலில், தமிழ் போன்ற தொன்மையான மொழி, தனது அடையாளத்தையும், இருப்பினையும் எப்படி தக்க வைக்கப் போகிறது என்பது சவால்தான். நினைவுகளின் வழியே மிதந்திடும் பண்டைத் தமிழரின் தொன்மையை நவீனப் படைப்புகளில் மீண்டும்மீண்டும் பதிய வைப்பதுகூட இன்றைய தேவையாக உள்ளது. இந்த இடத்தில் தமிழச்சி தனது கவிதைகள்மூலம் தமிழ்ச் சமூகத்துடன் தொடங்கியுள்ள பேச்சுகளில் பொதிந்துள்ள நுண்ணரசியல், கவனத்திற்குரியது; அவசியமானதும்கூட.

தீராநதி

வெண்ணிலாவின் பெண் கவிதை மொழி

மனித மனம் போல கவிதையும் எல்லதவிதமான வரையறைகளையும் மீறி, தனக்கான வெளியைச் சுயமாகக் கட்டமைக்கின்றது. துல்லியம் என்பதற்கு மாற்றாகக் கலங்கலான நிலையில், அழகியலாக வெளிப்படும் கவிதையானது, மொழியின் வழியே வாசிப்பினில் அதிர்வையேற்படுத்த முயலுகிறது. தொன்மையான மொழிகளில் இலக்கியம், கவிதையிலிருந்து தொடங்குகிறது. ரசனை, தொனி, அழகியல் சார்ந்து சொற்களின் வழியே சந்தத்தோடு விரியும் காட்சிகள் கவிதை இன்பமாக வடிவெடுக்கின்றன. அதேவேளையில் மாறிவரும் வாழ்பனுவங்களைச் சித்திரிப்பதும் கவிதையில் நடைபெறுகின்றது. இரண்டாயிரமாண்டுப் பாரம்பரியமுடைய நெடிய தமிழ்க் கவிதை மரபானது, காலந்தோறும் புதிய மாற்றங்களைக் கிரகிக்கின்றது. சங்ககாலத்தில் தெய்வமுற்று, ஆவேசமான பெண், கட்டுவிச்சியாக மரி உதிர்த்த சொற்கள் கவிதைக்கு மிகவும் நெருக்கமானவை. நனவிலிருந்து விலகித் தானாக உதிரும் சொற்கள் மந்திரமாக மாறும் வல்லமையுடையவை. குடும்பம் மூலம் யதார்த்த இருப்பினைத் தீவிரத்துடன் கட்டமைக்கும் பெண், உணர்ச்சிப் பெருக்கில் வெளிப்படுத்தும் சொற்கள் கவித்துவமாக இருப்பது முரண்தான். ஒப்பிட்டளவில், பால் அடிப்படையில் நோக்கும் போது, கவிதையானது, பெண்ணுக்கு மிகவும் நெருக்கமானது. தாலாட்டு, ஒப்பாரி, சொலவடை தொடங்கி விரியும் பெண்ணின் அந்தரங்க உலகம் தனித்துவமானது; கவிதையுடன் தொடர்புடையது.

தமிழைப் பொறுத்தவரையில், திணை மரபிலமைந்த சங்கப் பரப்பிலிருந்தே பெண் கவிதை தொடங்குகின்றது. அடுத்து காரைக்காலம்மையார், ஆண்டாள். அப்புறம் தமிழ்ச் சமூகத்தில் பெண்ணின் அடையாளம் அற்றுப் போனது. இத்தகு சூழலில் கவிதை என்பது முழுக்க ஆணின் வயப்பட்டதாக மாறிவிட்டது. நவீன கவிதை வலுவாகக் காலூன்றிய எழுபதுகளில்கூட பெண்களின் வகிபாகம் மிகக் குறைவு. குடும்ப நிறுவனத்திற்குள் ஒடுங்கியிருந்த பெண்,

தொண்ணூறுகளில் ஏற்பட்ட பின்காலனிய நெருக்கடி, உலகமயமாக்கல் காரணமாகத் தனக்கான வெளியையும் அடையாளத்தையும் கண்டறிய முயன்றது கவிதையிலும் வெளிப்பட்டது. பெண்கள் எழுதிய கவிதைகளின் சொற்களஞ்சியமும் படிமங்கள் மற்றும் சொற்றொடர்களின் அமைப்பும் வழமையிலிருந்து மாறுபட்டிருந்தன. பெண்மை என்றால் மென்மையெனப் புனையப்பட்ட ஆண்மைய நோக்கானது, பெண்களின் கவிதையிலும் அதே போக்கினை எதிர்பார்த்தது. பண்பாட்டுரிதியில் காலங்காலமாகக் கட்டமைக்கப்பட்டிருந்த பெண் பற்றிய பிம்பச் சிதைவாக்கம் கவிதையிலும் வெளிப்பட்டது. பெண் தனக்கான கவிதையைத் தனிப்பட்ட மொழியில் வெளியிடுவது 2001க்குப் பின்னர் தமிழில் வீர்யத்துடன் பெருகியது. இத்தகைய போக்கினைப் பிரதிநிதித்துவப்படுத்தும் பெண் கவிஞர்களின் பட்டியலில் அ.வெண்ணிலா குறிப்பிடத்தக்கவர். நீரில் அலையும் முகம் (2001) கவிதைத் தொகுப்பு மூலம் அடியெடுத்து வைத்த வெண்ணிலா, கடந்த பத்தாண்டுகளில் ஐந்து தொகுப்புகள் வெளியிட்டிருப்பது, தற்செயலானது அல்ல.

வெண்ணிலா தனது விரலிடுக்குகளில் சிக்கும் வாழ்க்கையை ஒப்பனை எதுவுமின்றிக் கவிதையாக்க முயலுகின்றார். பல்வேறு சமூக 'நான்'களின் ஒத்திசைவில் தனது நானை முன்னிறுத்தி விரியும், இவரின் கவிதை வரிகள் வாசிப்பினில் அவரவர் 'நான்' களையும் அடையாளம் காட்டுகின்றன. 'மற்றமை' குறித்த புரிதலின் வழியே வெண்ணிலாவின் 'நான்' அகம் சார்ந்த விசாரணையைத் தொடங்குகிறது. இன்னொரு வகையில் நானை முன்னிறுத்தி தொடங்கப்படும் சொல்லாடல்கள் சமகாலப் பதிவுகளாக உருமாறுகின்றன. பெண்ணின் இயல்பு என்று கருதப்படும் கூச்சம் தவிர்த்து, வெண்ணிலா புனையும் 'நான்' பெண்ணினத்தின் பதிலியாக வடிவெடுத்துள்ளது. நடுத்தரவர்க்கக் குடும்பப் பின்புலத்திலிருந்து வந்த பெண்ணின் மனவுணர்வும், சூழலின் நெருக்கடிகளும் என விரியும் பரந்த நிலப்பரப்பில் விரியும் வெண்ணிலாவின் கவிதைகள் 'பம்மாத்து' அற்றவை. அன்றாடம் வாழ்வில் எதிர்கொள்ளும் காட்சிகள், சம்பவத்தின் தாக்கத்தினால் ஏற்பட்ட மனவுணர்வுகள் என அவர் சித்திரிக்க விழைவது வாசிப்பின் நெருக்கத்தை ஏற்படுத்துகின்றது.

பெண் என்று தன்னை அறிந்த நிலையில், சூழலுடன் ஒத்தும் முரண்பட்டும் வாழ வேண்டிய காலகட்டத்தில், பால் அடையாளம் காரணமாகப் பெண் எதிர்கொள்ளும் அவஸ்தைகள் ஆணுக்கு முற்றிலும் அந்நியமானவை. ஆணின் மேலாதிக்கம், பால் சமத்துவமின்மை காரணமாக ஒடுக்கப்படும் பெண்ணின் உடல் அடையும் அலைக்கழிப்பு, குழப்பம், மனச்சோர்வு, தனிமை, பதற்றம், நிம்மதியின்மை போன்றன அழுத்தமான பாதிப்புகளை ஏற்படுத்துகின்றன. இத்தகு சூழலில் கவிதையானது, பெண்கள் படைப்பதற்கு ஏற்ற இலக்கிய வடிவமாக

விளங்குகிறது. பல்லாண்டுகளாக அடக்கியொடுக்கப்பட்ட குறியீடுகளுக்கு நெருக்கமானநிலையில், நனவிலி மனதின் உச்சத்தை மொழியின் வழியாகக் கவிதையாக்குவதில் பெண்ணுக்கு ஈடு இணை எதுவுமில்லை. இதுவரை சமூகம் பல்லாண்டுகளாக வடிவமைத்துப் புனிதமெனப் போற்றிய விழுமியங்களைக் கேள்விக்குள்ளாக்குவதில், பெண்ணுக்குக் கவிதை வடிவம் மிகவும் நெருக்கமானது. அடக்கியொடுக்கப்பட்ட பெண் தனக்கான மொழியை உருவாக்கிக்கொள்ளக் கவிதையை விடச் சிறந்த கருவி எதுவுமில்லை. இதனால்தான் பெண் தனது கவிதையாக்கத்தில் முலை, யோனி போன்ற சொற்களைப் பயன்படுத்தியவுடன், பெரும்பாலான ஆண்கள் அலறித் துடித்துப் பதற்றத்திற்குள்ளாயினர்.

பொதுவாகக் கவிதையானது தனிமனித இருப்பு சார்ந்தும், அகம் சார்ந்தும் படைக்கப்பட்டாலும், அது மறைமுகமாகவோ அல்லது நேரிடையாகவோ சமூகத்துடன் ஊடாடுகின்றது. இந்நிலையில் தனிப்பட்ட பெண் மொழியானது, பெண் என்னும் கவிஞருடன் முடங்கி விடுவதில்லை. பல்வேறு பேச்சுகளை உள்ளடக்கிய பேச்சினைப் பெண் கவிதையாக்கும்போது, அது வாழ்க்கை குறித்த ஆழமான கேள்விகளை எழுப்புகின்றது.

ஈரப் பிசுபிசுப்போடு
உட்கார்ந்து இருப்பீர்களா
ரத்தப் பெருக்கோடும்
உறங்க வேண்டியிருக்கு

எனத் தொடங்கும் வெண்ணிலாவின் கவிதை வரிகள் எளிய கேள்வியை ஆணின் முன் வைக்கின்றன் பெண் உடம்பின் அவஸ்தையை விவரிக்கின்றன.

மணமிக்க
பூச்சூடிக் கொள்கிறேன்
கூடுதலாய்
முகப்பவுடரும்
... ...
அவசரமாய்
அலுவலகக் கழிப்பறையில் நுழைந்து
பீச்சி விடப்படும் பாலில் தெறிக்கிறது
பசியைத் தின்று அலறும்
குழந்தையின் அழுகுரல்

சொற்களைக் குழப்பிப் பூடகமான மொழியில் விவரிப்பது வெண்ணிலாவிற்கு முற்றிலும் அந்நியமானது. ‘பெண்ணுடல்’ என்ற நிலையில், அது இயற்கையாக எதிர்கொள்ளும் வலிகள், ரணங்கள்

பற்றி எவ்விதமான பூச்சுகளுமின்றி விரியும் வெண்ணிலாவின், கவிதை வரிகளில் ஈரம் ததும்புகின்றது.

இயற்கையின் அரவணைப்பில் பெண் தனக்கான வெளியை லாவகமாக நிறுவுகின்றாள். தாவரங்கள், சிறிய உயிரினங்கள் எனச் சூழ்ந்துள்ள வாழ்க்கையில், இயற்கை மீதான பெண்ணின் ஈடுபாடு தனித்துவமானது. இயற்கையை நேசிப்பதுடன், இயற்கைக்கும் தனக்குமான நெருங்கிய உறவின் வழியாகத் தன்னை அடையாளப்படுத்துவது பெண் கவிதையில் இயல்பாகப் பதிவாகின்றது.

ஒவ்வொரு பூவிலும்
சிறகு குவித்தமர்ந்து
தேன் உறிஞ்சிக் கொண்டிருந்த
ஒற்றைப் பட்டாம்பூச்சியும்
பசுமை பருகிக் கொண்டிருந்த நானும்
மேலெழும்பிச் சிலிர்த்துப் போனோம்
கொஞ்சமும் கசங்கிப் போகாத
செடிகளின் மௌனம் குறித்து

சங்க மரபின் பின்பலமுடைய தமிழ்க் கவிதையின் ஆதாரம் இயற்கை சார்ந்துள்ளதை வெண்ணிலா மனஈர்ப்புடன் விவரித்துள்ளார். பல்வேறு அறிவியல் விந்தைகளின் ஆதிக்கத்தில் உலகமே இயந்திரமானதாக உருமாறும் வேளையில், இயற்கையோடு இயைந்த வாழ்க்கை சாத்தியமானது என்பதை அறிய உதவுகின்றன இவ்வரிகள்.

இலைகளும் பூக்களும்
நிரம்பியிருந்த
என்மரம்
உதிர்க்கத் துவங்குகிறது
தன் பசுமையை.

என் நதி, மல்லிகைச் செடி, நீலவானம் என இயற்கையைத் தன்னுடன் இணைத்துக்கொள்ளும் கவிஞர், வறட்சியான கோடையை வெயில் அள்ளிப்பருக / கோடையை / வரவேற்கத் தயாராகிறேன் என்கிறார். பருவ மாற்றங்களின் வழியே உயிரினங்களின் ஜீவிதம் உறுதிப்படும் நிலையில், வெக்கையடிக்கும் கோடைப் பருவத்தையும் வரவேற்கத் தயாராவது இயற்கைக்குள் ஐக்கியமாகும் மனநிலையைப் புலப்படுத்துகின்றது.

என் உடலை விதைத்திருந்தார்கள்
என் மார்புக் காம்புகள் நீரூற்ற
பூச்செடிகளும் மரங்களும்
துளிர்விட்டு வளர்ந்து
விருட்சமாயிருந்தன

விளையாட
சிட்டுக்குருவிகளும் புறாக்களும்
போட்டியிட்டன

அதியற்புதப் புனைவாக நீளும் கவிதையின் மூலம் பெண்ணுடல் பற்றிய விநோதம் கட்டமைக்கப்பட்டுள்ளது. வலிமையின் அடையாளமான பெண்ணக்குத் தனது உடலே விளைநிலமாவது பற்றிய பிரச்சினை உண்டு. ஆனால் உடலையே விதைப்பதான வெண்ணிலாவின் கற்பனை இயற்கைக்குள் பயணிக்க முயலுகின்றது. மார்புக் காம்புகள் நீருற்ற தாவரம் செழித்து வளர்ந்து விருட்சமாவது புனைவின் உச்சம். வெண்ணிலா கவிதையின் தனித்துவமான அம்சம் 'இயற்கை'யுடனான நேசம். இயற்கைச் சூழலுடன் தன்னைப் பொருத்திக் கொள்ளுதலும், தனது வலியை இயற்கையின் மீது ஏற்றிக் காண்பதும் வெண்ணிலாவுக்கு இயல்பாகவே கைவரப்பெற்றுள்ளது. இயற்கை குறித்தத் தனது ஈடுபாட்டினை மனத்தடைகள் எதுவுமின்றி வெளிப்படுத்தும் கவிதை மூலம் கவிஞர் ஏகாந்த உலகினுள் பயணிக்கிறார்.

இரவு முழுவதும்
கசிந்து கொண்டிருக்கிற
பூவின் மணம்
துயரைக் கிளர்த்துகிறது
தீராத அதன் வாசமா
முழுமையாய்ப் பகிரப்படாத சோகமா
பூவொன்றின் இருப்பு
குழந்தை ஒன்றின் இருப்பைப் போல்
பதற்றமுண்டாக்குகிறது.

மலர், மலரிலிருந்து வீசும் மணம், இரவு ஆகிய மூன்று அம்சங்களின் ஒருங்கிணைப்பில் துயரம் கசிவதும் பதற்றம் ஏற்படுவதும் விநோதம்தான். பூமி எப்போதும் இவ்வளவு சோகத்துடன் இல்லையென்பது போல பூவினை முன்வைத்துக் கவிஞர் சித்திரிக்கும் மனப்பதிவு பதற்றமானதுதான். இயற்கையின் எழிலான பூவினை முன் வைத்துச் சொல்லப்பட்டுள்ளவை, கவிஞரின் மனவுணர்வினைப் பின்புலமாகக் கொண்டுள்ளன.

பெண் எழுத்தின் பல்வேறு பரிமாணங்களில் வாழ்வின் விநோதங்களையும் மரணங்களையும் முன்வைத்து எழும் பேச்சுகள் முக்கியமானவை. அன்றாட வாழ்வின் சாத்தியப்பாடுகள் சிதிலமாகுகையில், மதிப்பீடுகள் கேள்விக்குள்ளாகின்றன. தனிமையின் கழிவிரக்கம், சுயவதை, மரணத்தின்சுவை, அறச்சீற்றம் எனக் கொதித்தடங்கும் மனதின் விகாசங்கள் கவிதையாகும்போது சமூக மனுஷியாக வெண்ணிலா வெளிப்படுகின்றார்.

கைநிறைய
மௌனத்தை அள்ளி
இரவின் முகத்தில்
வீசினேன்
இருளை
ஒரு கோப்பைத் தேநீராக்கிப்
பருகச் சொல்லித் தந்தது
இரவு.

இரவு, இருள் என்ற சொற்களின் மூலம் இரவினுள் கலந்து, இருளாகவே மாறும் நிலையில் மௌனத்தை அள்ளி இரவின்மீது வீசுவது தனிமையின் கழிவிரக்கம் அன்றி வேறு என்ன? நம்பிக்கையற்ற வாழ்நிலையில், ஏதோ ஒருவகையில் நம்பிக்கை கொள்ளச் சொல்வதாகக் கவிஞர் நினைக்கின்றாரா? யோசிக்க வேண்டியுள்ளது.

புன்னகையின்
வசீகரத்தில் மனம்
நடனமிட்டுக் கொண்டிருக்கும்
குளிர் பொழுதொன்றில்
வாழ்வின் விடுபடலாய்
நிகழ்ந்து விட்டிருக்கலாம்
என் மரணமும்

கைநழுவிப் போகும் வாழ்வின் அற்புதக் கணங்களை யாரால் நிறுத்தவியலும்? ஒன்றின் விடுவிப்பாக சம்பவமானது அர்த்தமிழந்து போவது சாதாரணம். மரி வரும் பருவம் அல்லது நிழல் போல் பின்தொடரும் மரணம், மனித இருப்பில் தவிர்க்கவியலாதது. என்றாலும் பிரகடனங்கள், சாகசங்கள், வெற்றிகள் தேவைப்பட்டுக் கொண்டிருக்கின்றன. 'புன்னகையின் வசீகரம் என்ற கணத்தில் நேர்ந்திடும் மரணத்தை 'விடுபடல்' என்று கவிஞர் குறிப்பிட்டாலும், மரணமே வசீகரமானதுதானே. கண்டறியவியலாத மர்மங்களையும் சூட்சமங்களையும் பொதிந்து வைத்துள்ள மரணம், வாழ்வினை தரிசிக்க விழையும் கவி மனத்திற்குக் கொண்டாட்டம்தான்.

மரணத்தைக் குழைத்துப் பூசி
களிப்பூறும் கரி முகத்துடன்
காலத் தாண்டவத்தை
கண்முன் நிகழ்த்துகின்றன
நாளின் பொழுதுகள்

மரணத்தின் தொடர்தலில் இருந்து யாரால் விலக இயலும்? எனினும் கவிஞரின் மனம் மரணத்தை வேறு வழியில் அணுக முயலுகிறது.

ஒப்பீட்டளவில் ஆணைவிடப் பெண் தனது உடலினை நன்கு அறிந்துள்ளாள். ஒவ்வொரு மாதமும் நிகழும் மாதசுழற்சி தொடங்கிக் கருப்பை, பனிக்குடம், மகப்பேறு என விரியும் பெண்ணுடல் தனக்கான இருப்பினை நிறுவுகின்றது. உடலில் ஏற்படும் மாற்றங்களின் வழியே மனமும் வேறு ஒன்றாகிச் சமூக நிறுவனங்கள் இதுவரை கட்டமைத்துள்ள விதிகளைப் புறந்தள்ளுவது இயல்பாக நடந்தேறுகின்றது. அதிலும் 'நீதி இலக்கியம்' என்ற இலக்கியவகையின் மூலம் பெண்ணுக்கெனத் தனிப்பட்ட நிலையில் ஏவி விடப்படும் ஒழுக்க அஸ்திரங்களைப் பெண் எங்ஙனம் எதிர்கொள்கிறாள் என்பது முக்கியமான கேள்வி. மகளிரைச் 'சிறை காக்கும் காப்பு எவன் செய்யும்?' என்ற வள்ளுவரின் கவிதை வரி எக்காலத்துக்கும் பொருந்தும். உடல் புனைந்திடும் தனக்கான கொண்டாட்டத்தில் சாத்தானுடன் ஆன சிநேகம் தவிர்க்கவியலாது. உடலைத் துறத்தல் மூலம் 'வீடுபேறு' எனப் புனைவாக 'மதங்கள்' முன்வைக்கும் தீர்வினைப் பெண்ணுடல் கேள்விக்குள்ளாக்குகிறது; புறக்கணிக்கின்றது.

மனசு
சாத்தான்களின்
இருப்பிடமாகி விடுகிறது
நாம் பேசிக் கொள்ளாத நேரங்களில்

மனசுக்கும் சாத்தானுக்குமான நெருக்கமான உறவு என்பது கவிதையை வேறு தளத்திற்கு மாற்றுகின்றது.

தனித்திருக்கும் மனப் பிசாசில்
எத்தனை 'நீ'க்கள்

மனப்பிசாசு என்ற உருவம் மூலம் வெண்ணிலா என்ன சொல்ல விழைகிறார்?

ரகசிய சிநேகிதன் ஒருவனுடன்
வாழ்வதன் ருசி தெரியுமா உங்களுக்கு

என்ற கேள்வியுடன் தொடங்கும் கவிதை,

தலையணையாகி
தவிப்படக்கும்
இரவொன்றைப் போல்
ரகசிய சிநேகத்தை
கைக் கொள்கிறோம்
ஒத்துக் கொள்ளும்
விகித முரண்பாடுகளில்
கை நழுவிக் கிடக்கிறார்கள்
ரகசிய சிநேகிதர்கள்

என விரியும் நிலையில், சிநேகிதம் எப்படி ரகசியமாக முடியும் என்ற கேள்வி தோன்றுகிறது. சிறிய அத்துமீறல் காரணமாக மனம் அடையும் குதூகலம் ஒருபுறம் எனில், குற்றமனம் இன்னொருபுறம் என இருவேறு முரணில் குழம்பித் தவிக்கும் மனம் புனைந்திடும் 'ரகசியம்' என்ற சொல் காற்றில் மிதக்கிறது. இங்கு ஆதித்தாயின் தன்னிச்சையான குரலைக் கண்டறிய முடிகின்றது.

உன் மனப்பெங்கும்
என் ஆக்கிரப்பில்
இருப்பினும்
நெஞ்சுக் குழிக்குள் தீராத் தவிப்பொன்று
வெறி கொண்டு கிளர்த்துகிறது என்னை
நீ இன்னும் மிச்சமிருப்பதாய்

எப்பொழுதும் தீராத ப்ரியத்தின் வழியே கட்டமைக்கப்படும் மனதின் உக்கிரமான கொந்தளிப்பில், பால் அடையாளமற்ற இக்கவிதை வரிகள் முழுமையைத் தேடுகின்றன. எதிர் பாலினரை மிச்சமற்று விழுங்கிட முயலும் தீராத தவிப்பின் வழியாக வெண்ணிலா புனைந்திட விழைவது முடிவிலித் தன்மையுடையது.

குற்றவுணர்வின்
கசப்புப் பொங்கும்
முத்தங்களில்
கரைந்துருகும் நேசப் பெருவெளி
முன்வேலிகளில்
சிதைந்து கிடக்கின்றன
நேசப் பெருவெளி தின்ற முத்தங்கள்

நேசம் பெருவெளியாக விரிவடையும்போது, மனதின் சிறகுகளுக்கு அளவேது? குற்றவுணர்வு தகித்தாலும் கசப்புப் பொங்கினாலும் பரிமாறப்பட்ட முத்தங்களின் வழியே கரைந்துருகும் நேசத்தின் தீராத பக்கங்களில் வாழ்க்கை பிரகாசிக்கின்றது. உடலுக்குள் இயல்பாக ஏற்படுகின்ற வேதியியல் மாற்றங்களும், அனிச்சையாகச் சுரக்கும் ஹார்மோன் சுரப்பிகளின் விளைவுகளும் உடலையும் மனதையும் வெளியெங்கும் வீசுகின்றன. தொடர்ந்திடும் தவிப்பின் ஆளுமையை அடையாளப்படுத்தும் வெண்ணிலாவின் வரிகள் கங்கு போல கனல்கின்றன.

தாய்மை என்ற சொல்மூலம் புனிதமாக்கப்பட்டுள்ள புனைவினை நவீனப் பெண்ணியம் புறந்தள்ளுகிளது. பெண்ணுடல் என்ற நிலையில் கருவுற்று இன்னொரு புதிய உயிரினை உலகுக்கு வழங்கும் நிலையில் பெண்ணின் மனம், தன்னை அடையாளங்காண்கிறது. எதிர்பார்ப்புகள் எதுவுமற்ற குழந்தைகளின் உலகம் கள்ளங்கபடமற்றது. அதிலும்

தாய்க்கும் மகளுக்குமான உறவு வெவ்வேறு தளங்களில் விரிகின்றது. வெண்ணிலா தனது மகளின் உடலில் புகுந்து, தனது இளம் பிராயத்தை மீட்டெடுத்து எழுதும் வலிகள் வீர்யமானவை. ஒரு நிலையில் கவிஞர் மகளாகும் விந்தை கவிதையில் நிகழ்கின்றது.

வலி சுகி மகளே
வலிக்குதும்மா
அரும்பும் முலைக்காம்புப் பற்றி
சிணுங்குகிறாள்
அமுதக் கலசத்தின்
புறப்பாடு.
வலி சுகி மகளே
... ...
வலி சுகித்தலே
பெண்ணாயிருத்தல்

வளரிளம் பெண் உடல்ரிதியில் புதிதாக எதிர்கொள்ளும் மாற்றத்தை வலியுடன் தொடர்புபடுத்தி வலி சுகித்தலே பெண்ணாயிருத்தல் என மகளுடன் உரையாடும் வெண்ணிலாவின் கவிதை வரிகள் தாய்மகள் உறவின் நெருக்கத்தைப் புலப்படுத்துகின்றன.

ரத்தப் பூ
ஆதியில் உன் பாட்டிக்குப் பாட்டிக்குப் பாட்டி
சூரியனை விழுங்கிவிட்டாள்
சூரியப்பூ
சிகப்பு

மாத சூழற்சியின் வெளிப்பாடான குருதியைச் சூரியப் பூ எனவும் ஆதித்தாய் விழுங்கிவிட்டாள் எனவும் புனைந்து மகளுக்குச் சொல்வது பெண்ணெழுத்தினால் மட்டுமே சாத்தியம்.

பெண்ணின் தனிப்பட்ட பிரச்சினைகளைப் பதிவாக்குவது சமூக மொழிக் கவிதையின் அடித்தளமாகும். பேதங்களால் காலங்காலமாக அடிமைப்பட்டுக் கிடக்கும் பெண்ணுடலை விடுவிக்கும் முயற்சி பெண் கவிதை மொழியில் தொடர்கின்றது. பெண்ணின் அனுபவம் சார்ந்து உருவாகும் பெண் மொழி என ஒதுக்கும் போக்கு ஏற்புடையதல்ல. சமூகத் தளங்களில் இதுவரை பெண் பற்றி ஆண் மொழியினால் உருவாக்கப்பட்டுள்ள பிம்பங்களுக்கு மாற்றாகத் தன்னுடைய உடலையும், பாலியல் விழைவையும், பால் சார்ந்த மனக் குழப்பத்தையும் பெண் எழுத தொடங்கினால், எதிர்ப்பும் கண்டனமும் எழுகின்றன. ஆனால் பெண் படைப்பாளர்கள் தங்கள் கவிதைகளின் வழியே மறுதலிப்பை வெளிப்படுத்திக் கொண்டிருக்கின்றனர். பால் நிலையில் பெண் எனத் தன்னை உணரும் உடல் அடையும் உணர்வுகள், அனுபவங்கள்

ஒருபோதும் ஆண்களால் ஊகித்தறியப்படாதவை. வெண்ணிலாவின் கவிதையுலகும் பெண் என்ற நிலையில் தனக்கான தனித்துவத்தைக் கட்டமைத்துள்ளது. அது, ஆணின் மனசில் அதிர்வை ஏற்படுத்துகின்றது.

மார்புக் காம்புகளும்
வயிற்றுச் சுருக்கங்களும்
சொல்லும்
என் பிள்ளை பிறப்பின்
அடையாளத்தை

என்ற வெண்ணிலாவின் தொடக்கக்காலக் கவிதை, பெண்ணுடலில் ஏற்பட்டுள்ள மாற்றத்தைப் பதிவாக்கியுள்ளது. திருமணம் ஆன பெண் என்ற புற அடையாளங்களுக்கு மாற்றாக உடல் அடையாளத்தை முன்னிறுத்துவது, 'தேவதைக் கனவு' சிதைந்ததின் எரிச்சலா? அல்லது சமூக நெருக்கடிகளுக்கு எதிர் வினையா?

நிர்வாணங்களைப்
பழக்கிக் கொள்ள
விரும்பவில்லையாயினும்
நேர்ந்தே விடுகிறது
தினந்தோறும்
குறைந்த பட்சம்
அவரவர் நிர்வாணங்களையாவது
பார்த்துக் கொள்வது.

நிர்வாணம்தான் இயற்கையானது. வெளிப்பூச்சுகளும் ஆடைகளும் மூடிய உடல் பற்றிய பிரக்ஞையானது எல்லோருக்குள்ளும் ஆழமாகப் பதிந்துள்ள நிலையில், நிர்வாணத்தைத் தள்ளி வைத்துப் பார்க்கும் அவலம் இயல்பாக நடந்தேறுகின்றது. அதிலும் பெண்ணுடல் என்ற நிலையில் 'நிர்வாணம்' என்பது அறவே இல்லை என்ற பாசாங்கு வெண்ணிலாவிற்கும் தொற்றியுள்ளது. உடல்கள் அழகானவை; நேசிக்கத்தக்கவை என்ற மதிப்பீட்டின் வழியே அணுகும்போது, உடல்கள் கொண்டாட்டம் மிக்கவையாக உருமாறுகின்றன.

தேதி மாறாமல்
திட்டமிட்டதைப் போல்
மாதா மாதம்
நிகழ்கிறது
எனக்கான சுழற்சி என்றாலும்
நிகழும் முதல் கணம்
விபத்தொன்றைச்
சந்தித்தாற்போல்
அதிர்கிறது மனசு.

மாதமுறை பற்றிய வெண்ணிலாவின் அதிர்வு மனம் அவரது தொடக்கக்கால வெளிப்பாடு. பின்னர் மனரீதியில் பெண்ணுடல் படும் வதைகளை முன்னிறுத்தியதாக அவரது பார்வை விசாலமடைந்துள்ளது. ஒரு வகுப்பறையும் சில இளவரசிகளும் கவிதை இளம் பெண் தனது பள்ளிப் பருவத்தில் எதிர்கொள்ளும் அனுபவங்களை நுட்பமாகப் பதிவாக்கியுள்ளது. தனிப்பட்ட இளைஞியின் உடல் அவஸ்தை என்ற வரம்பினை மீறிச் சமூக வெளிக்குள் மிதக்கும் பெண்ணுடல்கள் படும் ரணங்களைக் கவிதையாக்குதல் பெண் மொழிக்கே உரித்தானது.

பெண் மனதின் தவிப்பையும் வெட்கத்தையும் கசப்பையும் வெறுப்பையும் தனது கவிதையின் வழியே கண்டறிய முயலும் கவிஞர், பரவசங்கள் வடிந்துவிட்ட காதலை என்ன செய்வது? என்று தீவிரமாக யோசிக்கிறார். வெண்ணிலாவின் அண்மைக்காலக் கவிதைகளில் கருத்தியல் ரீதியில் பாடுபொருளானது மாற்றமடைந்துள்ளது. ஒருவிதமான அமைதியானது கவிதையாக்கத்தில் கைவரப்பெற்றுள்ளது.

துளிர்க்கின்றன
இலைகள்
மரங்களுக்கென்ன வண்ணம்
உதிர்கின்றன
பூக்கள்
மரங்களுக்கென்ன துக்கம்
வீழ்கின்றன
பழங்கள்
மரங்களுக்கென்ன பசி
முளைத்தெழுகின்றன
விதைகள்
மரங்கெளுக்கென்ன நம்பிக்கை
துளிர்க்கும்
உதிர்க்கும்
முளைத்தெழும்
மரங்களைச் சுற்றும் பருவங்கள்
பெண்
பருவம்.

தமிழில் பெண் மொழி தனக்கான இடத்தைக் கண்டறிந்துள்ளது என்பதை வெண்ணிலாவின் கவிதை வரிகள் நுட்பமாக வெளிப்படுத்துகின்றன. இயற்கையின் பரவசத்துடன் பெண்ணாகிய தன்னையும் ஒப்பிட்டுக் காணும் முயற்சி, கவிதையை வேறு தளத்திற்கு நகர்த்துகின்றது. பெண்; பருவம் என்ற பெருமிதத் தொனி, பெண் மொழியில் தனித்துவமானது.

சர்க்கஸ் கூடாரத்திற்குத் துணி தைப்பவனின்
சுதந்திரம் எனக்குப் பிடித்திருக்கிறது
பொருந்தா நிறம்
அடுத்தடுத்து அழுத்தமான நிறங்கள்
எல்லா அழுத்தமான நிறங்கள்
எல்லா வண்ணத்தையும் பொருந்தச் செய்கிறான்
வண்ணச் சேர்க்கைகள் பற்றிய
முன் முடிவுகளைப் பொய்யாக்குகிறான்
... ...

இதுபோல அன்றாடக் காட்சியை எளிய சொற்கள் மூலம் கவிதையாக்கும் வெண்ணிலாவின் முயற்சி வாசிப்பில் ஈர்ப்பைத் தருகின்றது. இரவு ஒரு வரைந்த ஓவியத்தைப் போல் சலனமற்று நிற்கிறது எனத் தொடங்கும் 'இரவு வரைந்த ஓவியம்' கவிதை எங்கும் இருளை அப்புகிறது. இருளின் வழியே ஊடுருவும் மனிதர்களின் அசைவில் உயிர் பெற்று எழும் காட்சியானது, ஓவியத்தைக் கலைக்கிறது.

வெண்ணிலாவின் பல கவிதைகளுக்கெனத் தலைப்பு எதுவுமில்லை. எனவே வாசகர் சுயம் சார்ந்த நிலையில் தனக்கானதாகக் கவிதையைக் கட்டமைத்துக்கொள்ள முடியும்.

கடந்த பதினைந்து ஆண்டுகளாகக் கவிதை எழுதும் வெண்ணிலாவிற்கெனத் தனிப்பட்ட மொழி கைவரப் பெற்றுள்ளது. பூடகப்படுத்துதல் அல்லது மர்மப்படுத்துதல் மூலம் கவிதையைச் செறிவாக்குதல் பொதுவாகக் கவிதையாக்கத்தில் வெளிப்படவில்லை. எளிய சொற்களின் மூலம் புனையப்படும் கவிதை வரிகள், சில இடங்களில் நீர்த்துப் போயுள்ளன. சில குட்டிக் கவிதைகள் வெறுமனே மனப்பதிவாகவே பதிவாகியுள்ளன. எனினும் தனது அனுபவம் சார்ந்து, தன்னை மையமிட்டு விரியும் கவிதைகளின் மூலம் வெண்ணிலாவின் கவிதையுலகினுக்குள் பயணிக்க இயலும். பல்வேறு காலகட்டங்களில் எழுதப்பட்ட கவிதைகளைத் தொகுத்து வாசிக்கும்போது, ஏற்ற இறக்கங்களை எதிர்கொள்ள நேரிடுகின்றது. என்றாலும் கவிதை மொழியானது பாசாங்கு அற்று உள்ளது. தமிழ்க் கவிதை வரலாற்றில் வெண்ணிலாவின் கவிதைகள் தனக்கான இடத்தில் நிலைத்து நிற்கும் எனச் சொல்வதில் எனக்குத் தயக்கம் எதுவுமில்லை.

கொஞ்சம் மனது வையுங்கள் தோழர் ப்ராய்ட்: வெய்யிலின் கவிதைகளை முன்வைத்து

அன்றாட வாழ்வின் ஒவ்வொரு இடுக்கிலும் நுண்ணரசியல் அழுத்தமான விளைவுகளை உருவாக்குகிற சூழலுக்குக் கவிதையும் விதிவிலக்கு அல்ல. பருண்மையான முன் முடிவுகள் அற்று, குறிப்பிட்ட கணத்தில் மனம் புனைந்திடும் காட்சி அல்லது அனுபவம் உருவாக்கிடும் தருணங்களை அப்படியே எழுத்தில் கட்டமைத்திடும் வசீகரமான சொற்கள், கவிதையாக வெளியெங்கும் சிறகடிக்கின்றன. உலகமயமாக்கல் காலகட்டத்தில் வேறுபட்ட அறிவியல் தளங்களும், பகுத்தறிவுப் பரப்பும் மனவெளியில் ஊடாடி உருவாகின்ற கவிதை வரிகள், முன்னெப்போதையும்விடச் சவாலை எதிர்கொண்டுள்ளன. குறிப்பாகக் காட்சி ஊடகம் புனைந்திடும் மெய்மையில் எது அசல்? எது போலி என்ற எல்லை தகர்கிறது. ஸ்மார்ட் போன்களின் தொடுதிரையில் மிளிர்ந்திடும் மின்னணுக் காட்சிகளின் ஆதிக்கம் மேலோங்கிடும் நிலையில், கவிதையில் உறைந்திருக்கும் சொற்கள் தாறுமாறாக மிதக்கின்றன. செல்லாதவை என அறிவிக்கப்பட்ட ஐநூறு, ஆயிரம் ரூபாய் நோட்டுகள் ஏற்படுத்திய பீதியுடன், தானியங்கி இயந்திரத்தின் அதிகாரத்திற்குக் கட்டுப்பட்டு வரிசையில் காத்திருக்கிற மக்களின் மனதில் பொங்குகிற தேசபக்தியும் கவிதையும் ஒரு புள்ளியில் உறைகின்றன. தமிழில் கவிதை குறித்துப் பாரம்பரியமாக உருவாக்கப்பட்டுள்ள விழுமியங்கள் சிதலமாவதும் ஒருவகையில் அரசியல்தான். இத்தகு சூழலில் 'கொஞ்சம் மனது வையுங்கள் தோழர் ஃப்ராய்ட்' எனக் கேலியுடன் கெஞ்சுகிற கவிஞர் வெய்யிலின் புதிய கவிதைத் தொகுப்பு உருவாக்கிடும் முடிவற்ற பேச்சுகள், கவனத்திற்குரியன. இதுதான் எனது கவிதை என மொழியின் அதிகபட்ச சாத்தியத்துடன், ஏற்றத்தாழ்வான இருப்பினை உக்கிரத்துடனும் பகடியுடனும் பதிவாக்கியுள்ள வெய்யிலின் கவிதை வரிகள், இன்றைய சமூகச் சூழலுடன் ஒத்திசைகின்றன; நுண்ணரசியலைக் கட்டமைக்கின்றன.

நவீன கவிதை என்றாலே தக்கை போல உலர்ந்தது என்ற நிலைப்பாடு, சலிப்பைத் தருகிறது. கவிதை என்பது பாறை அல்ல; செறிவூட்டப்பட்ட இறுக்கமான சொற்களின் இயக்கமற்ற நிலையானது, கவிதையின் இயங்கியலுக்கு முரணானது. யதார்த்த வாழ்வின் கூறுகளான வேடிக்கை, மர்மம், கொண்டாட்டம் குதூகலம், பகடி, சிணுங்கல், செல்லம் கொஞ்சுதல் போன்றன ஒளிர்ந்திடச் சொற்களாக வெளிப்படும் கவிதைகள், உற்சாகம் அளிக்கின்றன. அதிலும் இனவரைவியல் கவிதைகள், கடந்துபோன நினைவுகளின் வழியாகச் சலித்தெடுக்கும் காட்சிகள், ஒருவகையில் யதார்த்தம் எனினும் வாழ்வின் சாரம் தோய்ந்திருப்பதனால் வீச்சாக வெளிப்படுகின்றன. தமிழ்க் கவிதையானது சங்க காலம் முதலாகத் திணை சார்ந்து, நிலவெளிக் காட்சிகளுடன் இயைந்து, ஈரத்துடன் ததும்புகிற மரபிலானது. எழுத்து சிறுபத்திரிகை மரபிலான நவீன கவிதை மொழியானது, இறுக்கமான வாக்கியங்களுடன் இருண்மை தோய்ந்து அகவுலகச் சிக்கலுக்கு முக்கியத்துவம் தந்த நிலை, இன்னொருபுறம் தொடர்கிறது. இத்தகைய ஒற்றைத்தன்மைக்கு மறுதலிப்பாக மண்ணுக்குள் இருந்து முளைக்கிற சொற்கள்மூலம் விரிந்திடும் கவித்துவமான வரிகள், உருவாக்குகிற சித்திரங்கள் முடிவற்றவை. பனை மரங்களை முன்வைத்துத் தன்னை அடையாளம் காண்கிற கவிஞர் வெய்யில், இயற்கையின் வழியாகப் பயணிப்பது சுவராசியமானது. உக்கிரமான பெண் தெய்வமான பத்ரகாளி அருளிய பனம்பால்தான் பதநீர், கள் என்பது மக்களிடையே இப்பொழுதும் நிலவுகிற நம்பிக்கை. வெய்யில் பனைமரத்தை முன்வைத்து உருவாக்குகிற காட்சிகளின்மூலம் அவருடைய தோள்களில் நின்று வாசகன் பனங்காட்டுக்குள் பயணிக்கலாம்.

மண்ணிலிருந்து கிளை பரப்பிப் பசுமையாகக் காட்சியளிக்கும் மரத்திற்கும் மனிதனுக்குமான உறவு, என்றும் பிரிக்கவியலாததது. மர வழிபாடு, இயற்கையின் வழியாக விநோத உலகினுக்கு இட்டுச் செல்கிறது. இறைவன் எப்பொழுதும் மரத்தின் அடியில் வீற்றிருப்பதான நம்பிக்கையின் பின்புலம் வலுவானது. பனைகளின் பிள்ளை என்ற கவிதையில் கவிஞர் வெய்யில், தனது பெயருக்கேற்ப தகிக்கும் மொழியில் விவரித்துள்ள சொற்கள் அனலடிக்கின்றன. எங்களிடம் இருநூறு பனைமரங்கள் இருந்தன/ எம் குடிலின் உத்திரமும் கூரையும் கதவும்/ பனைகளாலானவை/ சுவர்ப்பூச்சிலும்கூட பனஞ்சோறும் பதநீரும் கலந்திருந்தன/கள்ளோடு களித்தாடி/ கருக்கோடு மூர்க்கம் பழகி வந்தோம்.. எனத் தொடங்கிடும் கவிதை வரிகள், எளிய மொழியில் கவிஞரின் கிராமத்து இருப்பை அடையாளப்படுத்துகின்றன. ஊரின்மீது இறங்கிய இடியைத் தன்மீது வாங்கிக்கொண்ட ஒற்றைப்பனை மரம், குலசாமியானது. அந்தப் பட்ட மரத்தின் பொந்தில் கிளிக்குஞ்சுகள் வாசம். அவர்கள் எப்போது வந்தார்கள் எப்படி வந்தார்கள் என அறிவதற்குள் பனங்காடு, திடலாகியிருந்தது. செங்கல் காளவாயில்

இட்டு எரிப்பதற்காக வெட்டப்படும் பனை மரங்களின் அழிவு என்பது, சங்கிலியில் கண்ணி துண்டிக்கப்பட்டதற்கு அடையாளம். பிற மரங்களுடன் ஒப்பிடும்போது, பனை மரத்தின் கம்பீரம் ஒப்பீடு அற்றது. மழையில் நனைந்த பனையின் மினுங்குகிற கறுப்பு வண்ணம் உயிர்த்துடிப்பானது. பனையை இழந்திட வலியுடன் தவிக்கிற கவிதைசொல்லி, ஒருநிலையில் பனைகளின் பிள்ளையாகத் தன்னை உணர்கிறார். சாமானியமான வாழ்க்கை என்றாலும், பனைமரம் அடர்ந்த தேரிக்காட்டில் முழுமையாக வாழ்ந்திட்ட கவிஞரின் ஆதங்கத்தில் கவிதை கருக்கொண்டுள்ளது. கவிதை வரிகளுக்கிடையில் கசிந்திடும் இழப்பின் துயரம், உணர்ச்சியமயமான நிலையில் சொற்களின் வழியாகக் கடந்து செல்கையில் வாசகன் உறைந்திடுகிறான். நான் பனைகளின் பிள்ளை என்ற கவிஞரின் வாக்குமூலம், கவிதையை இனவரைவியல் கடந்த வெளிக்குள் நகர்த்துகிறது. புன்னை மரத்தைத் தனது தங்கையாகக் கருதிய சங்க நற்றிணைப் பாடலில் இடம் பெற்றுள்ள இளைஞியுடன் பனை மரத்தைப் பெற்றோராகக் கருதுகிற வெய்யில் ஒருங்கிணைவது, சங்க மரபின் தொடர்ச்சிதான்.

நீர் இன்றி அமையாது இவ்வுலகு, மாமழை போற்றுவோம் எனத் தமிழ்க் கவிஞர்கள் காலந்தோறும் தண்ணீர் பற்றிப் பதிவாக்கியிருப்பது தற்செயலானது அல்ல. பண்டைய மரபின் நீட்சியாக நீர் என்ற சொல்லை முன்வைத்து வெய்யில் உருவாக்கிடும் புனைவுக் காட்சிகள், அழுத்தமான கேள்விகளை முன்வைக்கின்றன. கை தோண்டும் ஆழத்தில் கிடைத்தது நீர் எனத்தொடங்கும் அறத்தடி நீர் கவிதை வரிகள், நவீன வாழ்க்கையை மறுவாசிப்புச் செய்கின்றன. பின்/ அம்மாவை நின்றபடி புதைக்கும் ஆழத்திற்குப் போனது தண்ணீர் என்ற விவரிப்பு, மிகைநடப்பியலானது. சமகால மனிதனைக் கவிதை மொழியின் வழியே திடுக்கிடவைத்து, உள்ளுணர்வைத் தூண்டுகிற வெய்யிலின் எதிர்ப்பியல்பு, கவிதையின் சாராம்சமாக வெளிப்பட்டுள்ளது.

நீர்க்காகங்களோடு எங்கோ போய்விட்டார் அப்பா
நீரொழுக ஆறுகள் லாரிகளில் ஏற்றுச் செல்லப்படுகின்றன
மீன்கொத்திகள் கூழாங்கற்களைத் தின்னப் பழகிவிட்டன
... ...
நீர்க்காகங்கள்
தன் பெயரிலிருக்கும் நீரைப் பருகுகின்றன
குஞ்சுகளுக்கு ஊட்டுகின்றன
வேகவேகமாகப் பறந்து
பெயர்களுக்கு முன்னிருக்கும் நீர் குறித்து
உயிர்கள் யாவிற்கும்
அவை நினைவூட்டுகின்றன.

மனிதர்களுக்கும் நீருக்குமான இயற்கையான உறவு சிதலமாகிக் கொண்டிருப்பதன் அடையாளம்தான் நீர்க்காகம் பற்றிய விவரணை. நீரின் வளம் கொள்ளையடிக்கப்படுகிற சூழலில் எங்கும் வறட்சி பரவிடும்போது, தனது பெயரில் இருக்கும் நீரைப் பருகுகிற காகம் என்ற புனைவு, சூழலின்மீது உருவாக்கிடும் அழுத்தம் முக்கியமானது.. நீர்க்காகம் என்ற சொல் உருவாக்கும் மனப்பதிவுகள் வாசிப்பின் வழியாக இடைவிடாமல் ஏற்படுத்தும் தொந்தரவுகள், சொற்கள் என்பதற்கு அப்பால் நிலவெளியில் மிதக்கின்றன. கவிதைசொல்லியான வெய்யில் விட்டேத்தியான மனநிலையுடன் மொத்த ஊரையும் நின்றபடி புதைத்துக் கொண்டிருக்கிறோம்/ ஒரு நீள மண்புழுவாக பூமியினாழத்தில்/ நீர் தேடிப் போகிறோம் எனச் சித்திரிப்பது, சூழலியல் பின்புலமுடையது. குறிஞ்சி முதலாக ஐவகை நிலப்பின்புலத்தில் இயற்கையுடன் இயைந்திருந்த தமிழகத்தின் வளமானது, இன்று பாலையாக மாறிவிட்ட அவலத்தைக் குறிப்பிடுகிற வெய்யிலின் உலகம், முழுக்க இயற்கையுடன் தொடர்புடையது.

வானிலிருந்து வந்து விழுகிறது ஒரு நாக்கு/ அதிலின்னும் உயிர் துடித்துக் கொண்டிருக்கிறது/ எம் சிறுபிள்ளையே/ அதுதான் இக்கதையை சொல்லிக் கொண்டிருக்கிறது/ வாசித்துக்கொண்டும். என்ற கவிதையின் இறுதி வரிகள், மாந்திரிகத் தன்மையுடையதாகி விட்டன. நிலத்தில் ஊர்ந்திடும் புழுவைப் போல நீர் பற்றிய எளிய மனப்பதிவுகள், ஒருநிலையில் கவிஞரைப் போலச் சந்நதமடைந்து, முடிவிலிக்குள் இழுத்துச் செல்கின்றன. மொத்த ஊரையும் நின்றபடி புதைத்தல், அப்பா ஒருவழியாகச் சூரியனைத் தொடுதல், மொத்தக் குடும்பத்தையும் நின்றபடி புதைத்தாலும் அடங்கிடாத தொலைவில் நீர் என வெய்யில் உருவாக்கும் காட்சிகள், ஆறு சார்ந்து ஆற்றங்கரையில் உருவாக்கிய நாகரிகம் சிதலமானதன் குறியீடுகள். இனவரைவியல் தன்மையில் தோய்ந்திடும் கவிதையானது, மாந்திரிகத்திற்கு நெருக்கமாக இருப்பது வெய்யிலின் கவிதைசொல்லலில் வெளிப்பட்டுள்ளது. நவீனத் தொன்மங்களாகப் பதிவாகியுள்ள வரிகள், ஒருநிலையில் மாந்திரிகமாகிக் கவிஞரின் அரசியல் வெளிப்பாடாகவும் உருமாறுகின்றன.

தன்னையறியாமல் பாடும் நா என்ற கவிதை வெய்யிலின் கவித்துவ ஆளுகைக்குச் சான்று. அப்பாவிடம் அது தோற்றுப் போகிறவர்களின் பாடலா என்று வெய்யில் கேட்கிற கேள்விக்குப் பின்னால் நுண்ணரசியல் பொதிந்துள்ளது. வளமான வயலில், தாமரைகள் பூத்த கழனியில் பிறந்த கவிதைசொல்லி, நிலம் வறண்டதால், வறுமைக்குள்ளாகிப் பித்தளைப் பாத்திரங்களை அடகு வைத்த கதையைக் கவிதையாகச் சொல்கிறார், அந்த ராத்திரியில் தழுதழுக்கும் குரலில்/ பட்டுக்கோட்டையின் பாடலை/எவ்வளவு நம்பிக்கையுடன் பாடினீர்கள்/ அது தோற்றுப் போனவர்களின் பாடலா அப்பா?

என்று கவிதையில் இடம் பெற்றுள்ள கேள்வி முக்கியமானது. நிலமும் நீரும் என இருந்த வாழ்க்கை சிதலமானபோது, பெரிய நகரத்தில் பிழைப்புக்காக வசிக்கிற மகன், அந்த நகரத்துடன் ஒட்ட இயலாமல் தனித்து நடக்கையில் அவனையறியாமல் அந்தப் பாடலைப் பாடுகிறான். பாடலின்மீது ஏற்படுகிற ஈர்ப்பு ஒருபுறம் என்றாலும் அது தோற்றுப் போனவர்களின் பாடலா அப்பா என்று கவிதைசொல்லி கேட்கிற கேள்வி ஏற்படுத்துகிற உருக்கம் அளவற்றது.

விளக்கமாற்றுக்குப் பட்டுக்குஞ்சலம் எனப் பெயர் வைத்தது போல முன்னர் பெருமுதலாளிமார்கள் இப்பொழுது கார்ப்பரேட்டுகள். நிலக்கரிச் சுரங்கம் அல்லது கரி தொடர்பான தொழிற்சாலைகளில் பல்லாண்டுகளாக வேலை செய்கிறவர்களின் உடல் நலம் கோளாறுக் குள்ளாவது இயல்பாக நடைபெறும் ஒரு பக்கத்து நுரையீரல் சிதலமானாலும், சுவாசித்தல் இயல்பாக நடந்தேறும் வல்லமையுடையது. நுரையீரல்களின் பாடல் எனத் தொடங்கியுள்ள கவிதை வரிகள், கறுப்பில் ததும்பி வழிகின்றன. கரித்துகள் கலந்த காற்று உடலில் எழுதுகிற கறுப்பு, எங்கும் கறுப்பாகிடும் நிலையேற்படுகிறது.

நிலக்கரி படிந்த ஒரு நுரையீரலின் பாடலை
நீங்கள் கேட்கத்தான் வேண்டுமா?
மார்புக்கூட்டை உடைத்துக்கொண்டு
வெளியேறுகின்றன இரு காக்கைகள் அப்பாடலில்
... ...
அதோ அந்த மேகத்திற்கு அருகே பறந்து திரியும் காக்கைகள்
சுதந்திரமான நம் நுரையீரல்கள்தானா?

நிலக்கரிச் சுரங்கத்தில் பணியாறுகிறவர்களின் மூச்சுக்காற்றுகூடக் கறுப்பாக மரியநிலையில் நுரையீரலைக் காகங்களாக்கி அதியற்புதப் புனைவாக மேகத்தில் பறக்க விடுகிற வெய்யிலின் வரிகள், வாழ்க்கையின் துயரத்தைப் பாடுகின்றன. காக்கையும் நுரையீரலும் ஒன்றுதானா என்ற பிரேமை, கவிதையை வேறு தளத்திற்கு நகர்த்துகிறது. பாட்டாளிகளின் சூதாட்டம் கவிதை, வேகமாக இயங்குகிற கன்வேயர் பெல்ட்டுகளில் பிணைந்துள்ள மனித இருப்பின் நெருக்கடியைப் பதிவாக்கியுள்ளது. மனிதர்களின் இறுதி ஊர்வலங்களை/கன்வேயர் பெல்ட்டுகள் மிக எளிதாக்கி விட்டன/தோல்வியுறும் கணத்தின் கொடும் நிசப்தம்/ யாரும் எதிர்பாராத தருணத்தில்/ ஒரு குழந்தை கன்வேயர் பெல்ட்டிலிருந்து/ நம்பிக்கையோடு தாவிக் குதிக்கிறது/ துள்ளலான டிரம்ஸ் இசை எங்கிருந்தோ அதிர்ந்து எழுகிறது. எங்கும் வேகம்வேகம் என யாரோ ஒருவரின் ஆணையின்படி ஓட்டமெடுக்கிற கன்வேயர் பெல்ட்டின் மீது எல்லோரும் ஏற வேண்டிய சூழலில், மனிதன் கையறு நிலையில் நிற்கிற நிலைமை. இதிலிருந்து விடுவிப்பு இல்லையா என்ற நிலையில் குழந்தையும் துள்ளல் இசையும் எனக்

கவிஞர் சித்திரிப்பது, நம்பிக்கை சார்ந்தது. கவித்துவ ஆளுகையுடன் விநோதம் குறித்துக் கனவு காண்கிற வெய்யில், அழகாக விடிகிற இந்த நாளிலும் உரிமையுமற்றுக் கடுமையாக உழைக்க வேண்டிய நிர்பந்தத்திற்குள் சிக்கியுள்ள விளிம்புநிலையினர் பற்றிய பதிவில் நவீனச்செவ்வியல் கவிஞராகியுள்ளார்.

புதியனவற்றைப் புதிய மொழியில் பேச வேண்டியது, கவிஞன் எப்பொழுதும் எதிர்கொள்கிற சவால். சமகாலச் சூழல் ஏற்படுத்திய நெருக்கடிகளினால் துவண்டு வாடினாலும், மீண்டெழுகிற கவிஞரின் எதிர்வினையினால் உருவாகிற புதிய பாடுபொருள் கவிதைக்கு இயல்பாகவே நிகழ்காலத்தன்மையைப் பெற்றுத் தருகிறது. 2015 ஆம் ஆண்டில் சென்னைப் பெருநகரம் எதிர்கொண்ட வெள்ளம் எல்லாவற்றையும் புரட்டிப்போட்ட நிலையில், வெய்யிலின் ஊழி கடந்து வரும் பிரெட் பாக்கெட் கவிதை சமூக ஆவணமாகி விட்டது. இயற்கையின் பெருங்கருணையினால்தான் மனிதன் உள்ளிட்ட எல்லா உயிரினங்களும் வாழ்கின்றன என்பதை நினைவூட்டுவதாக வெள்ளம், சென்னை நகரைப் பற்றிப் படர்ந்தது. முட்டாள்தனமான வரைபடத்தைக்கொண்டு/எழுப்பினோம் பேராசையின் நகரத்தை என்ற வெய்யிலின் தார்மீகக் கோபம், இயற்கைச் சீற்றத்தின் விளைவுகளை அசலாகப் பதிவாக்கியுள்ளது.

சில கரிய மேகங்கள், எங்கிருந்தோ வந்த காற்று
பறவைகள் இடம் பெயரும் சமிக்ஞை பின்
மழை எங்கள் நகரத்தின் மீது கொடூரமாய்க் கவிழ்ந்தது.
சாலைகளில் ஆறு, வீதிகளில் நதி, வீடுகளில் கடல்
தலைக்கு மேலே பிள்ளைகளைத் தூக்கிப் பிடித்திருக்கிறோம்
குழந்தைகளை மீன்களாக்கிடும் மந்திரமில்லை யாரிடமும்

நகரம் எங்கும் வெள்ளம் சூழ்ந்த நிலையில் பிள்ளைகளைக் காப்பாற்றிட மீன்களாக மாற்றிடும் மந்திரம் யாரிடமில்லை என்பது பகடி மட்டுமில்லை. வீடுகளுக்குப் பேப்பர் போடுகிறவனாக மாறிய கவிஞர் இன்று செய்தித்தாள்கள் வராது என்பதை/ இன்று அவர்கள்தான் செய்தி என்பதை மக்களுக்குச் சொல்ல வேண்டுமென முயலுகிறார். ஊழிக்கால வெள்ளத்தில் சிக்கியிருப்பவர்களை நோக்கி நீந்தி வருகிறவர்களின் கைகளில் அவர்களுக்கான பிரெட் பாக்கெட் இருக்கிறது என்ற தகவலையும் சேர்த்திட விழைகிற கவிஞரின் நேசம் வெள்ளத்தில் மிதக்கிறது. அறிவியலின் வியத்தகு முன்னேற்றம் என்று பறை சாற்றிய கருவிகள் எல்லாம் செயலற்ற நிலையில், ஏலி ஏலி லாமா ஜபக்தனி எனச் சிலுவையில் அறையப்பட்ட யேசுவின் கதறல் போல வெளிப்பட்ட சென்னைவாசிகளின் குரல்கள், வெய்யிலின் கவிதையாக வரலாற்றுப் பதிவாகியுள்ளன.

குடும்ப அமைப்பினுக்கு வெளியே வதங்கிடும் உடல்கள் விடுகிற மூச்சுகளில் வெளிப்படுகிற வெப்பம் சலனமாகப் பரவுகிறது. சமூக நியதிகளைப் புறந்தள்ளிவிட்டு பெண்ணும் ஆணும் உருவாக்கிடும் உலகம், ஒருவகையில் எதிர்பார்ப்புகள் எதுவுமற்றது, காதலைத்தவிர. கள்ளக்காதலின் அமுது என வெய்யில் புனைந்துள்ள கவிதை வரிகள், ரகசியமான மொழியில் கிசுகிசுக்கின்றன. நாளங்களில் ஒளியெனப் பாயும் வேட்கை/ பூனை குறுக்குமறுக்குமாகத் திரிகிறது அந்தரத்தில்/ பிறன்மனையின் யன்னலிலிருந்து கேட்கிறதொரு மியாவ். இரவில் தவித்திடும் மனங்களின் கட்டுக்கடங்காத உணர்ச்சியை விவரிக்க வெய்யில் தேர்ந்தெடுத்துள்ள மொழியானது, பாடுபொருளுடன் ஒத்திசைகிறது. சோரக் காதலில் ததும்பிடும் காமம், பூனையைப் போல மெல்லப் பதுங்கி பாய்கிற பாய்ச்சலுக்கு மியாவ் என்பது அழகூட்டுகிறது. காமத்தை அதன் குகையிலையே சந்திக்க முயன்றவர்கள் ஊர் திரும்பியதே இல்லை எனச் சொல்கிற கவிஞரிடம் ஒரு கேள்வி? காதலில் ஏது கள்ளம்?

பாலுணர்வு என்பது இயல்பானது; ஆபாசமல்ல என்ற சூழலில் பாலியல் குறித்த புதிர்களும் புனைவுகளும் வேறு ஒன்றாகின்றன. காதலும் காமமும் கலந்த நிலையில் அடைகிற மனதின் வெளிப்பாடு முக்கியமானது. ஒவ்வொரு மனிதனின் ஜீனிலும் பதிவாகியுள்ள பாலியல் விழைவைப் பேசாப்பொருளாக மூடுண்டதாக மாற்றிய சமூகச் சூழலில், புலன்களை ஒடுக்குவது சாத்தியம்தானா? புலன்கள் தரும் இன்பத்தை நுகர்வதற்காகக் கட்டமைக்கப்பட்டுள்ள உடல் எதிர்கொள்கிற புனைவுகள், அளவற்றுப் பொங்குகின்றன. வெய்யிலின் ராச்சடங்கு கவிதை, பாலியல் கொண்டாட்டத்தை ரகசியமான குரலில் பதிவாக்கியுள்ளது.

ஆகாசமெங்கும் இரவாடிகள் திரிகின்றன
பழவாசனையில் காற்று நிறைகிறது
செழித்த நிலம் எங்களுடையது
வெடித்திருக்கும் பருத்தியில் கொஞ்சமெடுத்து
பூப்பூவாயிருக்கும் தேமல் மிகுந்த
முன்தொடையில் வைத்து உருட்டித் திரியாக்குகிறாள்
நான் கொஞ்சம் எண்ணையிடுகிறேன்
பொங்கும் நெருப்பை திரியின் நுனிநாக்கில் இடுகிறோம்
சூழ எழுகிறது விரக வாசனை
இப்படித்தான் ராத்திரி வயல்களில்
நிறைய்ய தீபங்களை ஏற்றியபடியிருக்கிறோம்

வாழ்தல் குறித்த மகிழ்ச்சியைப் பகிர்ந்துகொள்கிற ராச்சடங்கு கவிதையின் மொழி நுட்பமானது. பழைய விமர்சன மரபில் சொல்வதெனில் கலாபூர்வம் அருமையாகக் கைகூடியுள்ளது.

காதல் அல்லது காமத்தின் கொண்டாட்டம் கவிதை வரிகளில் கொப்பளிக்கிறது. இரவாடிகள் என்ற சொல்லின் வழியாகக் கவிஞர் உணர்த்த முயலுவது அகக்கவிதை மரபில் வெளிப்பட்டுள்ளது.

கொஞ்சம் மனது வையுங்கள் தோழர் ஃபிராய்ட் என வேண்டுகோள் விடுக்கிற வெய்யில், கனவில் கண்ட துப்பாக்கி எனப் பகடியாகச் சொல்லியுள்ள வரிகள், விநோத உலகினுக்குள் இட்டுச் செல்கின்றன. மூளையின் விளைவான கனவு என்பதை வயிற்றால்கூட கனவு கண்டிருக்கிறோம் என்கிற கவிஞர், தான் பயன்படுத்திய தோட்டாக்களைத் தடயமின்றிக் கனவாக மாற்றிட ஃபிராய்டிடம் சொல்வது புதிராக உருமாறுகிறது. ஃபிராய்ட் *2–3* என விரிந்திடும் கவிதைகள், கனவு என்ற மையச் சரடில் தொகுக்கப்பட்டுள்ளன.

நவீன மனதின் சிதைவுகளுடன் எதிரிணையான கருத்துகள் ஒன்றிணைகிற புள்ளியில், மொழி விளையாட்டாக வெளிப்பட்டுள்ள வெய்யிலின் சில கவிதைகள், வாழ்க்கையை விசாரிக்கின்றன எனப் பொதுவாகச் சொல்லிவிட முடியுமா? யோசிக்க வேண்டியுள்ளது. நிலம் சார்ந்திட்ட கவிதைகள் இனவரைவியலாக விரிந்திடும்வேளையில், சமகாலச் சமூக வாழ்க்கை குறித்த ஆழமான பதிவுகளாகவும் விளங்குகின்றன. மனத்தடை எதுவுமற்ற நிலையில் தனக்காக உருவாக்கிக்கொண்ட கவிதைப் பரப்பில் செயல்படுகிற வெய்யிலின் கவிதைகள், வாசிப்பின் வழியாக முடிவிலியாக வாசகனுக்குள் காத்திரமான கருத்துகளை உருவாக்குகின்றன. அதுவே வெய்யில் கவிதைகளின் ஆகப் பெரிய பலம்.

உயிர்மை, மார்ச் *2017*